AF824996

तर असं झालं...

प्रमोद चौधरी

VISHWAKARMA PUBLICATIONS
VP®

तर असं झालं...

Tar Ase Zale

प्रथमावृत्ती- जानेवारी २०१७

द्वितीय आवृत्ती - जून २०१७

तृतीय आवृत्ती- डिसेंबर २०१७

भारतात सर्वप्रथम विश्वकर्मा पब्लिकेशन्सतर्फे, २०१६मध्ये प्रकाशित.

हे पुस्तक ''अॅज इज व्हॉट इज'' या श्री. प्रमोद चौधरी यांच्या मूळ इंग्रजी पुस्तकाचा भावानुवाद आहे.

© **प्रमोद चौधरी**

ISBN - 978-93-85665-46-2

सर्व हक्क राखीव. प्रकाशकाच्या पूर्वपरवानगीशिवाय या पुस्तकातील कोणताही भाग, कोणत्याही स्वरूपात किंवा कोणत्याही प्रकारे पुनर्मुद्रित, अनुवादित अथवा रूपांतरित करता येणार नाही.

या पुस्तकात प्रकाशित झालेली मते लेखकाची आहे. या मध्ये कोणाचाही अवमान करण्याचा लेखक अथवा प्रकाशक यांचा हेतू नाही. पुस्तकात प्रकाशित झालेल्या मतांशी विश्वकर्मा पब्लिकेशन्स सहमत असतीलच असे नाही.

प्रकाशक

विश्वकर्मा पब्लिकेशन्स

२८३, बुधवार पेठ, सिटी पोस्टाजवळ, पुणे ४११००२.

दूरध्वनी: +९१-२०-२४४४८९८९ / २०२६११५७

ई मेल: info@vpindia.co.in

वेबसाईट : www.vpindia.co.in

मुद्रितशोधन : विश्वकर्मा पब्लिकेशन्स

मुखपृष्ठ छायाचित्र : संदेश भंडारे

मुखपृष्ठ मांडणी: विश्वकर्मा पब्लिकेशन्स (चैताली)

अक्षरजुळणी : गोल्डफिश ग्राफिक्स

छपाई: कल्पना मल्टीटेक, पुणे

₹ २६०/-

आई आणि भाऊंना,

ज्यांनी माझ्यात शिक्षण आणि शिकण्याची मूल्यं रुजवली,

आणि

माझे सर्व प्राज कुटुंबीय,

ज्यांनी शिक्षणातून मूल्यनिर्मिती करण्यासाठी मला बळ दिलं...

अनुक्रमणिका

परिचय

हे पुस्तक म्हणजे व्यवस्थापनशास्त्र, यशाची गुरुकिल्ली अथवा भवितव्यासाठीचं गृहीतक नव्हे.

हे एका कथेचं 'प्रामाणिक' कथन आहे. माझ्याभोवती ही कथा फुलली. या कथेनं, त्यातल्या आवेशानं माझं अवघं जीवन व्यापून टाकलं आणि आजही परिस्थिती काही वेगळी नाही.

या पुस्तकातून कुणाला प्रोत्साहन मिळेल किंवा एखादी नवी कल्पना सुचेल. कदाचित, कुणाला हेतुतः शोध न घेताही काही सल्लाही मिळेल.

लोक मला नेहमी माझ्या आयुष्याची गोष्ट विचारतात आणि जी कंपनी मी उभी केली, त्या 'प्राज' शिवाय माझ्या गोष्टीत सांगण्यासारखं काहीच नाही.

- घड्याळाचे काटे उलटे फिरवले तर मी सुरुवात कुठून करेन?
- मी वेगळं काय केलं असतं?
- मी बरोबर काय केलं?
- मी चुकीचं काय केलं?
- ते पुरेसं होतं का?

हे माझ्या आयुष्यातले काही ठळक प्रसंग आणि निवडक आठवणी आहेत. यांतून मी या बहुतेक प्रश्नांची उत्तरं देऊ शकलो असेन. काही समाधानकारक असतील, काही नसतील; पण खुद्द माझ्यासाठी आणि आयुष्यानं माझी जी परीक्षा घेतली, तो प्रवास जाणू इच्छिणाऱ्या सर्वांसाठी हा प्रयत्न करणं मला क्रमप्राप्त होतं.

म्हणूनच हे कथन...
तर, असं झालं...

प्रास्ताविक

विजय केळकर
अध्यक्ष, नॅशनल इन्स्टिट्यूट ऑफ
पब्लिक फायनान्स अँड पॉलिसी, पुणे

एक धाडसी उद्योजकता, जिद्द, अथक परिश्रमांतून तयार होणारा व्यवसाय आणि यशस्वीपणे राबवलेल्या योजना यांची ही कथा. एका अर्थानं प्रमोद चौधरी आणि प्राज यांची ही कथा आधुनिकीकरणाच्या दिशेनं होत असलेल्या भारताच्या प्रवासाचं ओझरतं दर्शनही घडवते. प्रमोद चौधरी यांनी हे पुस्तक अतिशय प्रामाणिकपणे लिहिलंय. पदरी आलेलं अपयश आणि त्यातून मिळालेले धडे यांचीही त्यांनी प्रांजळपणे कबुली दिलीय. त्यांनी केलेल्या दुःसाहसांबरोबरच प्राजला संकटकाळातून बाहेर काढण्यासाठी दाखवलेल्या असामान्य क्षमतेचं लख्ख दर्शनही या पुस्तकातून होतं.

ठरवल्याप्रमाणे जगता येईल ते आयुष्य कसलं? प्रमोद यांच्या आयुष्याला वळण देणाऱ्या महत्त्वाच्या प्रसंगांचं या पुस्तकातलं वर्णन वाचताना या उक्तीची प्रचिती येते. अनेक कल्पित किंवा अकल्पित घटनाक्रम आपल्या जगण्याला अनपेक्षित दिशा देत राहतात; पण सतत दक्ष राहण्याची वृत्ती आणि विश्लेषणात्मक बुद्धी यांमुळे प्रमोद यांच्याकडे भविष्याचा वेध घेण्याची कुवत आहे. अनिश्चिततेनं वेढलं असताना नव्या संधींचा शोध घेऊन, त्यांचं सुबोध विश्लेषण करून त्यांनी प्राजसाठी नवी ध्येयधोरणं अमलात आणली. त्यासाठी हवे असलेले योग्य सहकारी आणि भागीदार त्यांनी निवडले. कॉर्पोरेट कार्यपद्धतीसह प्रत्येक क्षेत्रात सर्वोत्तमाचा ध्यास घेणारे प्रमोद चौधरी हे नव्या युगातले उद्योजक आहेत, याची प्रचिती या पुस्तकातून येते. त्यामुळेच, रतन टाटा आणि विनोद खोसला यांच्यासारखे द्रष्टे त्यांच्याकडे आकर्षित झाले

आणि त्यांनी त्यांच्या नवकल्पनांमध्ये भागीदारी स्वीकारली, यात मुळीच आश्चर्य नाही.

मी प्रमोद चौधरींना गेल्या दशकापेक्षा जास्त काळ ओळखतो. नावीन्याचा स्वीकार आणि नवकल्पनांची जोपासना करण्याची त्यांची वचनबद्धता मला कौतुकास्पद वाटते. प्राज आणि भारताचं नाव जागतिक स्तरावर अव्वल व्हावं, यासाठी उद्योगपूरक नवतंत्रज्ञानातलं संशोधन आणि विकास यांमध्ये भरघोस गुंतवणूक करणाऱ्या आपल्या देशातल्या उद्योगक्षेत्रातल्या मोजक्या प्रमुख नेतृत्वांमध्ये त्यांचा समावेश होतो. एकविसाव्या शतकाला साजेसं असं 'प्राज मॅट्रिक्स' हे संशोधन व विकास केंद्र त्यांनी उभारलं आहे. तिथं संपूर्ण दिवस व्यतीत करण्याची संधी मला काही वर्षांपूर्वी मिळाली. दूरदृष्टी आणि गुणवत्ता यांचा सुंदर मिलाफ मी तिथं पाहिला. यातून एक जागतिक दर्जाची कंपनी साकारत असल्याची खात्री पटली. तिथला माझा वावर मलाच खूप प्रेरणा देऊन गेला.

वाचकांना हे पुस्तक खूप खिळवून ठेवणारं आणि प्रेरणादायी वाटेलच! नेतृत्व प्रेरणादायी असेल, तर सामान्य माणसंही जागतिक स्पर्धेला सामोरं जाऊन असामान्य उद्दिष्टं गाठू शकतात, हे या पुस्तकातून दिसतं. उद्योजकतेसाठीचे आडाखे आणि नेतृत्वगुण शिकवणाऱ्या प्रत्येक व्यवस्थापन महाविद्यालयामध्ये हे पुस्तक अभ्यासक्रमाचा अनिवार्य भाग ठरेल, याबद्दल माझ्या मनात शंका नाही.

माझा पिंड सरकारी अधिकाऱ्याचा! याउलट, प्रमोद चौधरींचा पिंड अस्वस्थ उद्योजकाचा, ज्यानं आयुष्यात कधीच रुक्षपणा अनुभवला नसावा, असा. माझ्यापासून दुसऱ्या टोकाचा. तरीही, त्यांच्यातल्या व्यावसायिकाचा उत्साह आणि इतरांनाही प्रेरणा देईल असा आशावाद या पुस्तकाच्या पानोपानी दिसतो आणि पिढ्यांमधलं अंतर किंवा पिंडामधला दुरावा यांवरही मात करून माझ्यासारख्या सरकारी अधिकाऱ्यालाही त्यातून प्रेरणा मिळते.

शेवटी, प्रमोद चौधरींनी त्यांच्या पत्नी परिमल यांचं त्यांच्या आयुष्यातलं आणि प्राजच्या यशातलं स्थान याला मनापासून पावती दिलेली वाचून मला अतिशय आनंद झाला. पुढील दशकात अजून अभिमान वाटावा अशी उंची प्रमोद, परिमल आणि प्राज यांनी गाठावी, अशी सदिच्छा मी व्यक्त करतो.

१ | कृतज्ञता

३० एप्रिल २००४. पुण्यातल्या 'ल मेरिडियन' हॉटेलचा 'मॅजेस्टिक हॉल' भरला होता. माझी 'प्राज' इथपर्यंत आणण्यात ज्यांचा छोटा-मोठा सहभाग होता, असे अनेक जण तिथं आवर्जून आले होते. काही हजर नव्हते, काही पडद्यामागे होते, तर काहींनी निवृत्ती स्वीकारली होती; पण ते सगळेच महत्त्वाचे होते, हे मात्र नक्की! त्या प्रसंगाचं नावच होतं, 'इन ॲटिट्यूड ऑफ ग्रॅटिट्यूड' (कृतज्ञता सोहळा)... माझ्या आणि प्राजच्या वाटचालीला साथ, बळ आणि शुभेच्छा देणाऱ्या सर्वांविषयीची कृतज्ञता व्यक्त करण्यासाठीचा तो पहिलाच औपचारिक प्रसंग. पुढं याच सर्वांनी अशी कृतज्ञता व्यक्त करण्याची संधी मला पुनःपुन्हा दिली; पण पहिलेपणाच्या आठवणींची खुमारी न्यारीच असते. त्यामुळेच आज मला तो दिवस आठवतोय.

जीवनाच्या या आनंददायी, चढउतारांनी भरलेल्या सफरीबद्दल मला स्वतःला आणि ज्यांनी प्राजला आकार दिला, त्या सर्वांना मनात असलेली कृतज्ञता व्यक्त करायची होती. आम्ही सर्वांनी मिळून व्यावसायिक उलाढालीचा एक अब्ज रुपयांचा जादुई आकडा पार केला होता! आमची स्वप्नं पूर्ण झाली होती. आमची आशा प्रत्यक्षात उतरली होती. स्वतःवरचा विश्वास सार्थ ठरला होता. प्राजसाठी हा महत्त्वाचा टप्पा होता. प्राज ही आता 'आंतरराष्ट्रीय' कंपनी झाली होती... पण तिथवर पोचायला मला वीस वर्षं लागली होती. खरं तर माझ्या स्वतःच्या कसोटीनुसार, आम्ही इथं पाच वर्षांपूर्वीच पोचायला हवं होतं!

प्रचलित व्यावसायिक निकष लावले, तर हा टप्पा गाठण्यात फार ढोल वाजवण्यासारखं काहीच नव्हतं; पण त्यापूर्वीचं 'महाभारत' विचारात घेतलं, तर मात्र इथवरच्या वाटचालीतला हा शेवटचा अंक उलगडतानाची बाजी मारल्याच्या आणि काहीतरी साध्य केल्याच्या भावनेचा उलगडा होतो.

‘व्हेअर डू आय गो फ्रॉम हिअर?’ असं जिम रीव्ह्जचं एक गाणं आहे. हाच प्रश्न मला या साऱ्या प्रवासात, निरनिराळ्या पेचप्रसंगांत, निरनिराळ्या कारणांमुळे छळत होता.

- आतापर्यंतच्या माझ्या महत्त्वाकांक्षा, आशा, स्वप्नं आणि भावना काय होत्या?
- त्या सर्व नेहमीच स्पष्टपणे, व्यवस्थितपणे मांडल्या होत्या का?
- त्या प्रत्यक्षात उतरवण्याआधी माझ्या दृष्टिपथात होत्या का?
- जे मिळवलं ते, या प्रवासात जे गमावलं त्या तोडीचं होतं का?
- तो एक जादुई आकडा गाठण्यापुरतंच हे स्वप्न होतं का?
- या सर्व काळात माझी गात्रं कुठल्या मोहिनीनं प्रभावित झाली होती?
- माझं सर्व आयुष्य व्यापून टाकणारं हे कुठलं जाळं होतं?

या प्रश्नांची उत्तरं काय असतील ती असोत; पण यापूर्वीची वर्षं म्हणजे, अथांग सागराचा तळ गाठल्यावर पुन्हा हातपाय मारत किनारा गाठण्यासारखंच होतं. खूप दमवणारं; पण तितकंच आनंद देणारं पोहणं! हा एक महत्त्वाचा क्षण होता. कारण आता प्राजनं निःसंदिग्धपणे मोक्याचं वळण ओलांडलं होतं आणि पाच वर्षांपूर्वी ज्याचं स्वप्नही आम्ही पाहिलं नव्हतं, ती वाट कंपनीच्या दृष्टिपथात आली होती. आमची कंपनी आता नव्या मार्गावरून जाऊ लागली होती. हा सगळा अनुभव आम्हाला आमच्या सामर्थ्याची जाणीव करून देणारा आणि त्याचबरोबर नम्रही बनवणारा होता.

मी मंचावर उभं राहून बोलत होतो. कंपनीचे अनुभव सांगत होतो. कंपनीच्या भवितव्याबद्दलचे माझे बेतही मांडत होतो.

- प्राजला इथनॉल तंत्रज्ञानात साऱ्या जगात आघाडीवर नेणं.
- पुढच्या पाच वर्षांत व्यवसाय पाच पटींनी वाढवणं.
- दैनंदिन कंपनी कामकाजात मी लक्ष घालायचं थांबवणं.
- आणखी उज्ज्वल भविष्यासाठी अधिक सक्षम व्यवस्थापकीय फळी घडवणं.

हे नियोजन, घोषणा, भविष्यासाठीचे डावपेच आणि भवितव्याचे निर्णय घेईपर्यंतची मजल मी कशाच्या जोरावर मारली होती?

विभाग १ | प्रस्थान

२ | बालपण

माझं बालपण थोडं पुसटसं आठवतंय मला आजही... महाराष्ट्राच्या अहमदनगर जिल्ह्यातल्या कोपरगावजवळच्या कोळपेवाडीत एका साखर कारखान्याची वसाहत होती. तिथं एका निवांत, रटाळशा रस्त्यावरच्या एका दगडी घरात आम्ही राहत होतो. उसाच्या ऐन हंगामात साखर कारखान्यातून ऐकू येणारी संथ लयीतली यांत्रिक नाद, वाळलेल्या ऊस-जळणाचा आणि खत शेणाचा वास, मळीचा उग्र दर्प, आणि ऊस वाहून आणणाऱ्या बैलगाडीच्या बैलांच्या गळ्यांतल्या घुंगरांचा घरघर अशा सगळ्या चिरपरिचयाच्या वातावरणातच रोज जाग यायची. त्या सगळ्या वातावरणाशी माझं रागलोभाचं, संमिश्र भावनांचं नातं जडलं होतं. माझे डोळे आणि कान माझ्याही नकळत माझ्या कारकिर्दीला आकार देणारी वृत्ती घडवत होते!

१९५८मध्ये, मी सुमारे नऊ वर्षांचा असताना आम्ही सातारा जिल्ह्यातल्या फलटणमधल्या श्रीराम साखर कारखान्याच्या वसाहतीत राहायला आलो. ते दिवस मात्र मला स्पष्ट आठवतात. माझे वडील मधुकर चौधरी हे कृषी पदवीधारक होते आणि तिथल्या कारखान्यात 'शेतकी अधिकारी' म्हणून काम करत होते. माझी आई शकुंतला हिनं इतिहास विषय घेऊन पदवी आणि शिक्षणशास्त्रात पदविका मिळवली होती. ती गावातल्या शाळेत शिक्षिका होती.

आयुष्य अगदीच निष्कंटक नव्हतं, तरीही आमचं घर मध्यमवर्गीय चाकोरीची आणि शिस्तबद्ध जगण्याची मांड असलेलं होतं. सकाळी लवकर उठायचं, अंघोळ-प्रार्थना उरकून शाळेत जायचं, चांगला अभ्यास करायचा, संध्याकाळी खेळून घरी आल्यावर जेवायचं आणि झोपायचं, असा दिनक्रम होता. मी आम्हा भावंडांमध्ये सगळ्यांत मोठा; त्यामुळे मी जे करेन तो भावंडांना अनुसरण्याजोगा आदर्श

ठरावा, ही अपेक्षा असे. लहान भावंडं म्हणजे माझ्या सख्ख्या बहिणी- माझ्यापेक्षा एका वर्षानं लहान असलेली सुनंदा आणि सात वर्षांनी लहान असलेली उषा याच नव्हेत, तर माझी चुलत आणि मामे-मावस भावंडंही! माझे आई-भाऊ त्यांच्या-त्यांच्या घरांत सगळ्यांत मोठे होते. त्यामुळे त्या दोन्हीकडच्या कुटुंबांत माझ्या पिढीत मीच मोठा होतो.

फलटणमधल्या घरी सुनंदा, आई, भाऊ (त्यांच्या कडेवर उशा) आणि मी.

गंमत असते ना, हे असं कुणी तुम्हाला उघडपणे सांगत नाही; पण कुटुंबाची धुरा वाहण्याची जबाबदारी आपल्या खांद्यांवर आहे, हे हळूहळू तुमच्यात रुजत जातं. त्या जबाबदारीचं ओझं वाटलं नाही, तर आयुष्य आपल्या वाटा धुंडाळू लागतं. माझ्या बाबतीत असंच घडलं. परिस्थितीमुळे आपल्या नशिबी सर्वार्थानं चांगलं जिणं आलं नाही, असं माझ्या आई आणि भाऊंना वाटायचं. आयुष्यात त्यांना मिळालेल्या संधी आणि पर्याय, त्यांच्या भौतिक गरजा आणि त्यांनी केलेल्या प्रत्येक धडपडीचं यशापयश अशा सर्वच आघाड्यांवर आपण वंचित राहिल्याची भावना त्यांच्यात होती. माझी आई नऊ भावंडांमध्ये सर्वांत मोठी. तिचे वडील रेल्वेत आडवळणी गावी स्टेशन मास्तर होते. रेल्वेलाईनवरची गावं आणि छोट्या शहरांत त्यांचं बहुतांश आयुष्य गेलं. माझे वडील चार भावंडांमध्ये सगळ्यांत मोठे. चार वर्षांच्या कोवळ्या वयात त्यांची आई गेली आणि अकराव्या वर्षी वडील गेले. माझे आजोबा कै. दादा चौधरी हे अहमदनगरचे प्रसिद्ध स्वातंत्र्यसैनिक. माझ्या वडिलांची सावत्र आई रुक्मिणीबाई म्हणजे धैर्य आणि धाडसी वृत्तीचं मूर्तिमंत

उदाहरण. तिनं जवळजवळ एकटीच्या बळावर स्वतःच्या दोन मुलांबरोबर भाऊंना वाढवलं. माझ्या आत्याचाही सांभाळ तिनंच केला. आपला देश स्वतंत्र झाल्यानंतरचा तो काळ. देशाची अर्थव्यवस्थाही अजून चाचपडत होती आणि माझ्या आई-वडिलांकडची कुटुंबं हातातोंडाची मिळवणी करतानाही ताठ मान ठेवून प्रतिष्ठेनं जगण्याचा आटोकाट प्रयत्न करत होती.

शाळेत जा आणि अभ्यासात गती मिळवा, हाच आयुष्यात भरभराट साधण्याचा एकमेव मार्ग आहे, हे माझ्या आई-भाऊंनी जाणिवा-नेणिवांमधून माझ्यात बिंबवलं होतं. अवाजवी मौजमजा, वडिलोपार्जित संपत्ती असलेल्या मित्रांची संगत, मन रिझवणं किंवा तब्येत सांभाळण्यापलीकडे खेळात रमणं म्हणजे चांगल्या दर्जाचं तांत्रिक शिक्षण मिळवण्यातले आणि चांगली नोकरी मिळवून आबदार जीवन जगण्यातले अडथळे आहेत, हे त्यात अध्याहृत होतं.

या जीवनदृष्टीचा मला आजवर खूप उपयोग जरी झाला असला, तरी त्यानुसारच्या काटेकोर जगण्यानं माझ्यावर बंधनंही आली. हा काटेकोरपणा माझ्यात भिनला आहे आणि आजच्या माझ्या कठोर, निग्रही व्यक्तिमत्त्वाचं मूळ बहुधा त्यातच आहे.

माझ्या या कर्तव्यकठोरपणाला माझे दोन्ही बालमित्र पुष्टी देतील. एक बालमित्र सुभाष - शाळेत बहुतेक इयत्तांमध्ये त्याचा नंबर माझ्यापेक्षा वरचा असे. दुसरा मित्र हमीद. रविवारच्या आठवडेबाजारात झाडाखाली तंबू उभारून धान्य विकणं, हा त्याच्या कुटुंबाचा व्यवसाय होता. त्याच्या दुकानात बसून धान्य विकणं, हा माझा रविवारचा वेळ घालवण्याचा छंद. धान्य विकण्याआधी व्यवस्थित मापणं, धंदा किती झाला याची मनात नोंद ठेवणं, त्या-त्या रविवारी बाजार कसा चालतो ते बघणं, प्रत्यक्षात व्यवहार झाल्यावर ग्राहकाकडून पैसे घेणं हे सगळं मला आवडायचं. एरवी माझ्यासारख्या मध्यम वर्गीय कौटुंबिक पार्श्वभूमीच्या मुलानं कुठल्या दुकानात आणि त्यातही एखाद्या मुस्लीम कुटुंबाच्या दुकानात बसण्याला तेव्हा सहसा परवानगी दिली जात नसे; पण या बाबतीत माझे आई-भाऊ मोकळ्या मनाचे आणि प्रागतिक विचारांचे होते.

धंद्याचा विचार आणि त्यासाठीच्या उचापती माझ्या डोक्यात नेहमीच यायच्या. एकदा आम्ही मित्रांनी मिळून चार दिवसांची कबुतराची पिलं प्रत्येकी २५ पैशांना विकत घेतली. ती पिलं आकाशात झेपावल्यानंतरही

खुराड्यात परत येतील, असं प्रशिक्षण त्यांना द्यायचा आमचा विचार होता. अशा प्रशिक्षित पिलांना प्रत्येकी एका रुपयाला विकता येईल, असं आम्हाला वाटलं होतं. शाळेतल्या सुतारकामाचा अनुभवही आमच्या कामी आला. आम्ही त्यांच्यासाठी श्वास घ्यायला मोठी छिद्रं असलेली लाकडी खोकी बनवली. खोक्यात ती सुरक्षित राहतील, असं आम्हाला वाटलं होतं... विकत घेतल्या रात्री आम्ही ती पिलं त्या सुंदर घरांमध्ये ठेवली आणि ती खोकी बागेत ठेवली; पण दुसऱ्या दिवशी सकाळी पाहतो तर काय, कबुतरं गायब! इतस्ततः काही पिसं तेवढी पडलेली दिसत होती. पिंजऱ्यातून बाहेर पडण्यासाठी त्यांनी किती निकराचा प्रयत्न केला असेल, याचा अंदाज त्यावरून येत होता. 'त्या श्वास घेण्यासाठी केलेल्या मोठमोठ्या छिद्रांतून मांजरीनं त्यांना खाल्लं असणार,' असं आमच्या शेजाऱ्यांना वाटलं होतं... ते काहीही असो, पशुपक्ष्यांची निगा राखण्याचा माझा तो पहिला प्रयत्न सपशेल फसला होता.

नाकासमोर चालणारा, सुरक्षित कोशात जगणारा मी; पण वयाच्या तेराव्या वर्षी मला एक जबरदस्त हादरा बसला. १९६२च्या त्या हिवाळ्यात चीननं भारतावर आक्रमण केल्यानं आपण देश म्हणून संकटाला सामोरं जात असतानाच, आमच्या फलटणमधल्या शांत आयुष्यावरही संकट आलं. एके दिवशी माझ्या भाऊंना अचानकच नोकरीवरून काढून टाकण्यात आलं. याचा फार मोठा परिणाम आमच्या छोट्याशा आयुष्यावर झाला. इतका, की अजूनही त्या आठवणी पुसल्या गेलेल्या नाहीत. कारखान्यानं त्यांच्या वसाहतीत दिलेला मोठा बंगला सोडून आम्हाला गावातल्या एका छोट्या घरात जावं लागलं. वडिलांची नोकरी आणि तिथलं स्थान यांतून आमच्यात एक प्रकारची सुरक्षिततेची भावना आली होती. त्याच जोडीला येणारे आनुषंगिक लाभ आणि समाजातलं स्थानही होतं. हे सगळं आम्ही आठवडाभरात गमावलं होतं... जीवनाची क्षणभंगुरता आणि नोकरीच्या जगातलं आळवावरचं पाणी यांचा अनुभवच आम्ही घेत होतो. आमचं आयुष्य सर्वार्थानं संकोचलं होतं आणि नेमकं काय घडलं, हे नंतरच्या काळात उमजण्याआधीच माझ्या आधीपासूनच असलेल्या गंभीर स्वभावावर त्या घडामोडींचा खोलवर परिणाम झाला होता.

आम्हा मुलांचं शैक्षणिक वर्ष पुरं होईपर्यंत आम्हाला फलटणमधल्याच एका छोट्या घरात दिवस काढावे लागले. ही अवनती अक्षम्य होती. घर छोटं

झालं होतं, नोकर-चाकर नव्हते. आत्मसन्मानाला टोचणी लागली होती. समाईक शौचालय-न्हाणीघर वापरावं लागत होतं... अखेर माझ्या भाऊंनी निकरानं नोकरीचा शोध सुरू केला आणि एका खत कंपनीत ते कामाला लागले. कंपनीची उत्पादनं विकण्यासाठी त्यांना संपूर्ण विदर्भात हिंडावं लागत असे. फलटणमधल्या या सहा महिन्यांच्या मान खाली घालायला लावणाऱ्या वास्तव्यात मला नेहमी वाटे, की आमच्यावर ओढवलेल्या लाजिरवाण्या प्रसंगाविषयी लोक आमच्या मागं कुजबुजताहेत. आम्ही पुण्याला येऊन राहू लागेपर्यंत हे काल्पनिक राक्षस माझा पाठपुरावा करत होते. आता भाऊंनी आम्हाला राहण्यासाठी पुण्यात घर शोधलं होतं.

३ | मानाचं पुणं

पुण्याला जाणं म्हणजे आम्हाला एक प्रकारे सुटकाच वाटली; पण तिथं आणखीनच आक्रसलेलं आणि खालावलेलं जिणं आमची वाट पाहत होतं. खूप प्रयत्नांनी भाऊंना आमच्या आर्थिक गणितांत बसेल असं घर सापडलं. नारायण पेठेत नदीकाठाजवळच्या मसुरकर वाड्यातलं हे घर दोन खोल्यांचं होतं. पानशेतच्या पुरानंतर नव्यानंच बांधलेलं. जेमतेम सहा फूट रुंदीच्या एका बोळातून या वाड्यात जायची वाट होती.

वाड्याच्या मालकांचा धोबीकामाचा कौटुंबिक व्यवसाय होता. ते घर नदीच्या इतकं जवळ होतं, की पुरात वाहून जाण्याचा धोका होता. पण, वाडामालकांच्या व्यवसायाच्या दृष्टीनं ती जागा आदर्श होती. त्यांचं कुटुंब मोठं होतं. विधवा आई, तिची चार मोठी मुलं, त्यांच्या बायका आणि प्रत्येकी तीन मुलं. वाड्यातल्या चौकात त्यांचं कपडे धुण्याचं काम चाले. बरोबर त्यासमोरच आमच्या खोल्या होत्या. कपडे धोपटणं, घासणं, आपटणं, धुणं दिवसभर चालू असे. त्या आवाजात लहान मुलांच्या किंकाळ्या, आयांचं ओरडणं यांची भरच पडत असे. शिवाय, नवरे दारू पिऊन घरी येत आणि गलिच्छ शिव्यांची लाखोली वाहत. या साऱ्या वातावरणात आम्हाला शिकून स्वप्नपूर्ती साधायची होती!

राहायची सोय झाल्यावर मला आणि सुनंदाला शाळेत प्रवेश मिळवणं, हे पुढचं उद्दिष्ट होतं. फलटणच्या शाळेतली माझी अभ्यासातली प्रगती कुठल्याही पित्याला अभिमान वाटावा अशीच होती. त्यामुळे नूतन मराठी विद्यालयात मला प्रवेश मिळणं सोपं जाईल, असं त्यांना वाटलं होतं (त्या काळी आपल्या पाल्याला नू.म.वि.मध्ये प्रवेश मिळावा, अशीच बहुतांशी पुणेकरांची इच्छा असे.); पण तसं नव्हतं. नू.म.वि.चे तेव्हाचे मुख्याध्यापक होते प्र.ना.जोशी. त्यांनी सरळ सांगितलं, 'तुमचा मुलगा फलटणच्या कुठल्याशा

मुधोजी हायस्कूलमध्ये भले पहिला आला असेल; पण पुण्यात आणि विशेषतः नू.म.वि.साठी ते फारसं महत्त्वाचं नाही...' या त्यांच्या स्पष्ट अभिप्रायामुळे तर माझ्या आधीच क्षीण होत चाललेल्या स्वाभिमानाला आणखी ठेच लागली. सरतेशेवटी न्यू इंग्लिश स्कूल, रमणबाग या शाळेला मी लायक विद्यार्थी वाटलो! या शाळेत 'न्यू' किंवा 'इंग्लिश' काहीच नव्हतं. खरं तर त्यांचं शिकवण्याचं माध्यम मराठीच होतं.

१९६४च्या मध्याला माझ्या भाऊंना पुन्हा एकदा एका साखर कारखान्यात नोकरी मिळाली. तेच तर त्यांचं आवडीचं ठिकाण होतं. ही नोकरी अहमदनगर जिल्ह्यातल्या टिळकनगरमध्ये होती. या नोकरीमुळे आम्हाला थोडंतरी आर्थिक स्थैर्य लाभलं. माझी आई त्यांच्याबरोबर तिकडे राहू लागली. तेव्हा उषा जेमतेम सात वर्षांची होती; त्यामुळे तीही आईबरोबर गेली. इकडे मसुरकर वाड्यात माझे आईकडचे आजी-आजोबा, माझा सर्वांत लहान मामा शरद, मी आणि माझ्या मागोमाग सुनंदा असे सगळे राहू लागलो.

जागा बदलणं, तिथं स्थिरस्थावर होणं या सगळ्या गडबडी असूनही माझा १९६४चा निकाल मनाला उभारी देणारा होता. पुण्याच्या रमणबाग शाळेत मी दहावीच्या वर्गात दुसरा आलो. वास्तविक, ती शाळा काही हुशार मुलं घडवणारी म्हणून प्रसिद्ध नव्हती. शाळेत अगदी वरचा क्रमांक मिळवूनही बोर्डात स्थान मिळेल, याची मला काही खात्री नव्हती. तरीही अकरावीत जाताना या निकालामुळे माझा आत्मविश्वास वाढला. तेव्हा अकरावीला 'एसएससी' म्हणत. कॉलेजमध्ये जाण्यापूर्वीचा तो एक महत्त्वाचा टप्पा असे. आमच्या शाळेत रामभाऊ लेले नावाचे क्रीडाशिक्षक होते. आंतरशालेय क्रिकेट स्पर्धांसाठी आमच्या शाळेचा संघ घडवायची जबाबदारी त्यांच्यावर असे. त्यांनी माझी या संघासाठी निवड केली. त्यांना बहुधा माझं या खेळाचं वेड जाणवलं असेल. दुसरंही एक कारण असू शकतं. एखाद्या तरी हुशार विद्यार्थ्याला निवडायचा त्यांचा होरा होता. त्यामुळे एक गोष्ट नक्की व्हायची, की ज्यांना अभ्यासात गती नाही, त्यांनाच संघात स्थान, असं चित्र तयार व्हायचं नाही!

ती सरावसत्रं, दोस्ती, त्या खेळाची शिस्त आणि ईर्षा आणि एकूणच सगळी ती धमाल म्हणजे, माझ्या पुण्यातल्या आयुष्यातले परमोच्च क्षण होते. आम्हा मित्रांची एक टोळीच होती आणि उत्तम गुण मिळवणं, कुटुंबाची जबाबदारी घेणं, आयुष्यात काय करावं किंवा स्वतःचं भविष्य कसं घडवावं,

अशा विषयांनी त्यातल्या कुणालाच फारसं पछाडलेलं नव्हतं! का कुणास ठाऊक, माझ्या दृष्टीनं ते मोठं दिलासादायक होतं. माझं स्वतःचंही आयुष्य आहे, ही मोकळीक मी त्यांच्या बरोबर पहिल्यांदा अनुभवली, अर्थात माझ्या छोट्याशा खिशाला परवडेल अशीच. बाहेरचं खाणं किंवा मित्रांबरोबर सिनेमा बघणं, ही आमची या स्वातंत्र्याची कल्पना आणि तेही सामना रद्द झाला किंवा पाऊस पडला तरच.

अंतिम सामन्यात नेहमी आमची श्री शिवाजी प्रिपरेटरी मिलिटरी स्कूलच्या (एसएसपीएमएस) संघाशी लढत व्हायची. लेले सरांनी त्यांच्या परीनं आम्हाला तयार करण्याची शिकस्त केली होती. एके दिवशी त्यांनी मला बाजूला घेतलं आणि म्हणाले,

"तुला काय चांगलं करता येईल, असं वाटतं?"

"मी क्षेत्ररक्षण उत्तम लावू शकतो," असं माझं त्यावरचं उत्तर होतं. थोडं वैचारिक वाटावं असं.

"तसं नाही. मी विचारतोय, खेळामधलं तुझं खास कौशल्य काय आहे?"

"मी अष्टपैलू आहे..." मी आत्मविश्वासपूर्वक सांगितलं. खरं तर क्रिकेटच्या मैदानावर येणाऱ्या प्रत्येक नवागताचं तेच तर स्वप्न असतं ना!

"बाळा, तुला एक सांगतो, तू मध्यम बांध्याचा आहेस. तुझ्या फिरकी गोलंदाजीत तुझ्या फटक्यांपेक्षा जास्त जोर आहे. त्यामुळे तू फिरकीकडं लक्ष द्यायला लाग," असा त्यांनी सल्ला दिला. हात हवेत जास्तीत जास्त उंच नेला आणि चेंडूला भरपूर फिरक दिली तर काय होतं, हेही त्यांनी मला समजावलं.

मला ही नवीनच ज्ञानप्राप्ती होती. मग प्रत्येक वेळी सराव करताना मला लेले सरांचा आवाज मंत्रासारखाच ऐकू यायचा... 'हात उंच ने, चेंडूला फिरक दे...' कधीकधी खूप वेळ सराव केल्यानंतर हात शक्य तेवढा उंच नेण्यानं आणि चेंडूला फिरक देण्यानं माझा उजवा हात एक-दोन इंच लांब झाल्यासारखंही मला वाटायचं.

पुण्यातल्या शालेय क्रिकेट विश्वात एसएसपीएमएससारख्या प्रथितयश संघाविरुद्धच्या सामन्यात रमणबाग शाळा क्वचितच यश मिळवू शकेल, असं समजलं जायचं. लष्करी भरतीची पूर्वतयारी करणाऱ्यांसाठी एसएसपीएमएस

शाळेचा अभ्यासक्रम आखलेला होता. तिथली मुलं शारीरिकदृष्ट्या तंदुरुस्त असत, आक्रमकपणे खेळत. त्यांना खेळाचं अधिक चांगलं मार्गदर्शन होतं. त्यांचा सरावही अधिक चांगला असे. याशिवाय, त्यांना खेळाचं साहित्यही चांगल्या दर्जाचं मिळत असे. त्यांचे छानपैकी शिवलेले गणवेश, त्यांचं चालणं, त्यांनी आत्मविश्वासपूर्वक मारलेले फटके यांतून ते सारं जाणवायचं. आमच्या मातकट, खडू लावलेल्या कॅनव्हास बुटांच्या समोर त्यांचे पांढरेशुभ्र क्रिकेटचे बूट दुपारच्या उन्हात चमकत असत. आमचे पांढरे गणवेश आणि त्यांचे खळ लावलेले पांढरे गणवेश म्हणजे दोन विशोभित पांढरे रंग एकत्र आल्यासारखं वाटे. आमच्या खेळाचं साहित्यच असं होतं, की विजय आम्हाला दुरापास्त वाटे!

ही सगळी शारीरिक-मानसिक आव्हानं असली, तरी आम्ही १९६४च्या शालेय स्पर्धेत त्या शाळेविरुद्धचा अंतिम सामना जिंकलो. आम्हालाही खूप आश्चर्य वाटलं. तेव्हा मी सांघिक विजयाची, संघभावनेची पहिल्यांदा चव चाखली. तुम्हाला स्वतःला अपेक्षा नसतानाही एका तगड्या, उत्तम खेळणाऱ्या स्पर्धक संघाविरुद्ध जिंकणं कसं साध्य होऊ शकतं, हेही तेव्हाच उमजलं. सामन्यानंतर अगदी थकून गेलो होतो, तरी ती सारी रात्र डोळ्याला डोळा लागला नाही माझा! यशाची धुंदी जणू माझ्या डोक्यात गेली होती...

१९६४-६५मधला आमचा रमणबाग शाळेचा क्रिकेट संघ. मी मागील रांगेत मध्यभागी.

अकरावीच्या पहिल्या सत्राचा निकाल जाहीर झाला. मी वर्गात दुसरा आलो. तेव्हा कुठं बोर्डाच्या परीक्षेत चांगले गुण मिळवण्याच्या महत्त्वाकांक्षेनं

मनात उभारी धरली. ऐंशी टक्के गुण मिळवतो तो हुशार, असं भाऊंना नेहमी वाटायचं. त्यात या परीक्षेतली टक्केवारी हा तर आमच्या घरी आणि आसपासच्या घरांतही हुशारीचा मापदंडच होता! पुढच्या आयुष्यात काय करायचं, यासाठी या परीक्षेचा निकाल म्हणजे एक दिशादर्शकच असे. त्यामुळे घरीदारी सगळीकडे या परीक्षेत उत्तम गुणांसाठीच्या प्रयत्नांवरच जोर दिला जाई. मी स्वतःही असंच ठरवलं होतं आणि त्या दिशेनं मनोभावे प्रयत्न करत होतो.

माझ्या या प्रयत्नांत म्हणजे ऐंशी टक्क्यांचं ध्येय गाठणं आणि त्यावरच लक्ष केंद्रित ठेवणं यात मला दोघांच्या शिकवण्याची मदत झाली. एक म्हणजे, माझ्या गणिताच्या शिकवणीचे अभ्यंकर सर. पुण्यात टिळक रस्त्यावर त्यांचे क्लासेस होते. दुसरे जॉन पॉल तोरणे नावाचे पाद्री. ते टिळकनगरच्या शाळेत शिक्षक होते. परीक्षेच्या आधीच्या सुटीत त्यांनी मला भौतिकशास्त्र आणि रसायनशास्त्राच्या प्रात्यक्षिकांसाठी मदत केली होती.

वाढत्या उन्हाळ्याबरोबरच परीक्षेचा ज्वरही चढू लागला होता. एकीकडे बाजूच्या दाट झाडीतून कोकिळेचं कुहू कुहू कानी पडत होतं आणि दुसरीकडे मात्र परीक्षेच्या ताणामुळे पोटात गोळा आला होता. तो हळूहळू अधिकच रुतत चालला होता. माझी आई, रोज दोन विषयांच्या परीक्षांच्या मधल्या सुटीत माझ्यासाठी रसदार द्राक्षं, लिंबू सरबत घेऊन येत असे. एकेक पेपर झाला, की परीक्षेविषयीची धास्ती कमी होऊन आशा पल्लवित होत होत्या; पण त्याचबरोबर पुढच्या पेपरच्या काळजीची भरही पडत होती... शेवटी एकदाची परीक्षा संपली. आता निकाल जाहीर होईपर्यंत मी परीक्षेचा ताण विसरून जाऊ शकत होतो. परीक्षा संपल्यासंपल्या पुढचे काही दिवस आम्ही मजा केली. तेव्हा 'मजा करणं' याचा आमच्यासाठी एकच अर्थ होता. त्यानुसार मी माझ्या क्रिकेट गँगबरोबर सिनेमाला गेलो. उधारीवर आणलेला सूट घालून माझा मित्र भागवतबरोबर छायाचित्र काढलं आणि बाहेर खाल्लं... त्यानंतर मी हैदराबादला माझ्या काकांकडं गेलो. काका रेल्वेमध्ये विभागीय विद्युत अभियंता होते. तिथून मी टिळकनगरला परतलो. पुढे पुण्याला जाईपर्यंत थोड्या संबद्ध-असंबद्ध वाचनात बुडालो. पुण्याला आल्यावर निकालाची वाट पाहताना पुन्हा पोटात गोळा आलाच!

निकालाच्या आधीचा दिवस होता. निकालाची वाट पाहून-पाहून मी कंटाळलो होतो. आकाशात ढग दाटून यावेत अन् तरीही पावसानं मात्र हुलकावणी द्यावी, असं काहीसं माझं झालं होतं. दुपारी उशिरा आमच्या

वाड्याच्या बंद दरवाजाबाहेरून मला कुणीतरी हाका मारल्या. वाड्यातल्या कुणीतरी दार उघडलं. मला हाक मारणारा दैनिक 'केसरी'चा वार्ताहर होता. बोर्डाच्या परीक्षेत गुणवत्ता यादीत स्थान मिळवणाऱ्या मुलाची त्याला मुलाखत घ्यायची होती. दुसऱ्या दिवशीच्या वर्तमानपत्रात ती प्रसिद्ध व्हायची होती. मी बोर्डात सत्ताविसावा आणि पुण्यात तेरावा आलो होतो, असं त्या वार्ताहरानं मला सांगितलं... आमच्या गरिबीच्या खुणा घरात सगळीकडे दिसतच होत्या. वाड्यातल्या दोन लहान खोल्यांचं घर, काळजी घेणारे आजी-आजोबा आणि त्या परिस्थितीत स्वतःच्या जोरावर यश मिळवणारा कष्टाळू, ध्येयप्रेरित मुलगा हा एकूणच त्यांच्यासाठी उत्तम बातमीचा मसाला होता. पण, वर्तमानपत्रात देण्यासाठी माझ्याकडे माझं छायाचित्रच नव्हतं. मग मी माझं आणि भागवतचं नुकतंच काढलेलं छायाचित्र दिलं. त्यातला मी कोण, तेही दाखवलं. तरीही गडबडघोटाळा झालाच. त्यांनी माझ्या नावासोबत भागवतचं छायाचित्र छापलं! माध्यमाशी झालेली माझी ही पहिली ओळख खऱ्या अर्थानं दिशाभूल करणारी ठरली. दुसऱ्या दिवशी त्या वृत्तपत्रानं या चुकीबद्दल दिलगिरी छापली; पण दिलगिरी कोण वाचतो?

माझ्यावरचं दडपण आता दूर झालं होतं आणि काही काळ मी या यशाच्या धुंदीत सुखेनैव, मोकळेपणानं आराम करू शकत होतो. मग आभारप्रदर्शन, सत्कार-समारंभ, भेटवस्तू-बक्षिसं, मुलाखती अशा कार्यक्रमांची लाटच आली. यातून कुटुंबीयांत आणि परिचितांमध्ये मिळालेलं नाव-स्थान यांमुळे मी केलेल्या कष्टांचं चीज झाल्यागत वाटू लागलं होतं. व्यक्तिशः माझं ध्येय राष्ट्रीय गुणवत्ता शिष्यवृत्ती मिळवण्याचं होतं. मला ती मिळाली. त्यामुळे फर्ग्युसन कॉलेजमध्ये विज्ञान शाखेत प्रवेश घेणं फारच सोपं गेलं.

'आता पुढं काय करायचं ठरवलं आहेस?' हा प्रश्न मला नेहमीच विचारला जायचा. माझं उत्तरही तयार असायचं, इंजिनिअरिंग.' या उत्तराचं कुणाला आश्चर्य वाटायचं नाही; कारण आमच्या पिढीला त्या वेळी डॉक्टर किंवा इंजिनिअर हे दोनच पर्याय उपलब्ध होते. विशेषतः मध्यमवर्गीय मराठी कुटुंबात - थोडीफार ऐहिक सुबत्तेची महत्त्वाकांक्षा असणाऱ्या घरात हेच चित्र दिसायचं... आणि ते आरामशीर आयुष्य तर हवं असे; पण तसं बोललं मात्र जायचं नाही! अगदी स्वतःशीसुद्धा! पैसा हवा असणं हा जणू घोर अपराध होता. पुढे आयआयटीमध्ये जेव्हा डाव्या विचारसरणीची मला भुरळ पडली, तेव्हा तर मला ही जाणीव आणखी प्रकर्षानं झाली.

४ | फर्ग्युसनज्वर

फर्ग्युसनच्या विज्ञान शाखेत मी प्रवेश घेतला, तेव्हा पौगंडावस्थेतला माझ्यातला जोश उफाळून येत होता. साठच्या दशकात फर्ग्युसनच्या 'एफ' डिव्हिजनमध्ये प्रवेश मिळणं म्हणजे तुमच्या बुद्धिमत्तेवर मोहोर उमटणंच मानलं जाई. त्यामुळे वर्गात तुमच्या शेजारी गुणवत्ता यादीत स्थान असलेले आणि राष्ट्रीय स्तरावर चमकण्याची कुवत असलेलेच कुणी मुलगे किंवा मुली असत... आणि स्त्रीकडे आकर्षित झालं नाही, तर ते वय कसलं? माझा स्वभाव मात्र येणाऱ्या-जाणाऱ्या मुलींकडे फक्त पाहत राहण्याचा. एखादी मुलगी आवडलीच, तरी स्पर्धाही तीव्र असे. १२० विद्यार्थ्यांच्या आमच्या वर्गात मुलींचं प्रमाण २:१ असं होतं.

पुण्याच्या अगदी मध्यातून वाहणाऱ्या नदीमुळे या शहराची सांस्कृतिक विभागणी केली आहे. मोकळ्या, मौज करणाऱ्या, छानछोके कपडे घातलेल्या मॉडर्न हायस्कूल किंवा डेक्कन जिमखाना भावे स्कूलमधल्या मुलींपुढे साध्या, अबोल, सुती लांब स्कर्ट घालणाऱ्या, सरळमार्गी आणि तेल लावून चापून बसवलेल्या लांब केसांच्या दोन वेण्या घातलेल्या हुजूरपागा किंवा अहिल्यादेवी शाळेतल्या मुली पाहिल्यावर तर हा फरक ठळकपणे जाणवायचा. कॅम्पातल्या मुली आधुनिकतेत एक पाऊल पुढंच असाव्यात, असं मला त्यांचे कपडे आणि मेकअप बघून वाटायचं. (तेव्हा 'आधुनिक' कशाला म्हणायचं, ते मला नीटसं कळायचं नाही.) विस्फारलेल्या डोळ्यांनी प्रा. भटांभोवती मुली गराडा घालत, ते पाहून मला त्यांच्याविषयी किंचितशी असूयाही वाटायची. त्या सर्वांची बौद्धिक पातळी चांगलीच होती; पण मला त्या भरवशाच्या वाटायच्या नाहीत. परीक्षेला जाताना कॉरिडॉरमध्ये बोलताना त्या आपली तयारी कशी झाली नाही आणि त्या कशा नापासच होणार, हेच बोलताना कानावर पडे. निकाल लागल्यावर मात्र त्यांना मुलांपेक्षा जास्त गुण मिळाल्याचं समजायचं! त्यांच्यापैकी कुणाशी बोलण्याचं धैर्य मला

कधीच झालं नाही; पण एका गोऱ्या, लांब केसांच्या, सायकलवरून येणाऱ्या मुलीच्या प्रेमात पडल्याचं मला आठवतंय. एकदा तिनं रसायनशास्त्राच्या प्रात्यक्षिकाच्या वेळी माझ्याकडे खोडरबर मागितलं होतं, त्या वेळी बाकीच्या मुलांना मी कुणीतरी विशेष वाटलो होतो. मग मीही सायकलवरून कॉलेजमध्ये जाऊ-येऊ लागलो, अर्थात तिच्या जाण्या-येण्याची वेळ गाठूनच! पण मुलींबरोबरची माझी बोलाचाली इथपर्यंतच! सुमारे चार महिने हे असं चाललं होतं. बहुधा नंतर ते सर्व उन्हाळी ढगांसारखं हवेत विरून गेलं. त्या कुमारवयात ही मुलगी सोडल्यास इतर मुलींबद्दल मला जास्त काही गंभीरपणानं आकर्षण वाटलं नाही.

बी-प्रमाणपत्र मिळवण्यासाठी मी एनसीसीत प्रवेश घेतला. तिथं माझी रग चांगली जिरत असे. एनसीसीमधलं शिस्तशीर वातावरण, स्टार्च-इस्त्री केलेला गणवेश, पॉलिश केलेले बूट, ती टोपी, छातीवर लावलेल्या दुरंगी फिती या सगळ्यांमुळे माझा आत्मविश्वास दुणावत असे. माझा मोठा घुरघुरीत आवाज कुठलीही मृदुभावना किंवा हळुवारपणा व्यक्त करायला योग्य नव्हता; पण आदेश देण्यासाठी परेडच्या वेळी तो उत्तमच ठरला. सरतेशेवटी, मला मोठ्यांदा ओरडायला अधिकृत कारणच मिळालं आणि प्रत्येक जण माझं ऐकायचाही. ते फारच छान वाटत होतं.

बहुतेक संध्याकाळी मी माझ्या मित्राच्या- मोहनच्या दुकानात जाऊन बसत असे. त्या साठच्या दशकात त्याच्या दुकानात तेव्हा नव्यानं झालेल्या लॅमिनेशन शीटचं फर्निचर विकायला होतं. नंतर काही काळानं लॅमिनेशन शीट्सनी फर्निचर उद्योग व्यापला आणि तसं फर्निचर म्हणजे मध्यमवर्गीय संस्कृतीचं प्रतीकच बनलं. त्या व्यापाराचं नियोजन, त्यातला व्यावसायिक दृष्टिकोन यांत मी माझं डोकं घातलं. त्याच्याकडे येणारे ग्राहक हे फर्निचर बघून काय प्रतिक्रिया देतात, कसं वागतात, याचा अभ्यास केला. त्यांचा विचार करून एक प्रचारपत्रकही तयार केलं. हा एक अनोखा अनुभव होता.

कधीकधी आम्ही रात्री उशिरापर्यंत अभ्यास करायचो. कधी रात्री वसंताच्या घरासारखं मोठं घर असेल तिथं जमायचो. कधी करंदीकर नावाच्या भाऊंच्या मित्राकडे जायचो. करंदीकर माझ्या अभ्यासामुळे प्रभावित झाले होते. त्या वर्षी आम्ही पुढं कॉलेजातही एकत्र आलेले आणि न आलेलेही शाळेतले सगळे मित्र अभ्यासाच्या बहाण्यानं तिथं भेटत असू. खरं तर, अशा भेटी म्हणजे घरापासून थोडी मोकळीक, थोडा एकांत, थोडा निवांतपणा आणि

जास्त करून दोस्ताना अशासाठीच असत. तेव्हाची मौज म्हणजे थर्मासम धला गरमागरम चहा आणि क्वचित त्याबरोबर बटाटेवडा, इतकीच होती.

'कॉलेजमध्ये जाणं' म्हणजे एक वेगळंच स्वातंत्र्य असायचं. तुम्ही अधिकृतपणे गणेशोत्सवात रात्री उशिरापर्यंत बाहेर राहू शकायचा. मोकळ्या मनानं आणि मोकळ्या पावलांनी रात्रीची भटकंती करण्याची आमच्यासाठी ती परिसीमा असे. पण, तेव्हा पुण्यात एका गणपतीच्या मूर्तीची विटंबना झाल्यामुळे हिंदू-मुस्लिम दंगा झाला होता. त्यामुळे गणेशोत्सवातील मौजमस्तीवर मर्यादा आल्या होत्या. पुण्यावर काही दिवसांसाठी संचारबंदीही लावली होती. याचबरोबर ऑगस्ट १९६५च्या सुमारास पाकिस्तानी छुपे सैनिक काश्मिरात घुसले होते. त्या कारणानं भारत-पाकिस्तान युद्धाला सुरुवात झाली होती. युद्धाच्या वेळी पुणंसुद्धा शत्रूचं लक्ष्य असू शकतं, हे समजून (कारण तेव्हा पुण्यात मोठा सैनिकी तळ होता.) इथं ब्लॅकआउट जारी करण्यात आला होता. सारं पुणं अंधारात बुडून जात असे. युद्धाच्या कथांमुळे देशभक्तीची भावना चेतवली जात होती, तसंच मनात भीतीही पैदा होत होती. मी स्वतः तेव्हाचे पंतप्रधान लालबहादूर शास्त्री यांच्या नेतृत्वाचा प्रशंसक होतो. माझ्या मते, त्यांच्यात कणखरपणा, निश्चयीपणा आणि अव्यक्त ताकद होती. त्यांनीच त्या युद्धात भारताला विजयाच्या मार्गावर नेलं... अगदी सोव्हिएत रशियाच्या मध्यस्थीमुळे १० जानेवारी १९६६चा ताश्कंद करार होईपर्यंत. चीनच्या अतिक्रमणामुळे भारतानं गमावलेली आत्मप्रतिष्ठा त्यांनी परत मिळवून दिली होती, असं मला वाटे. अगडबंब अफझलखानावर (इथं पाकिस्तानच्या बाबतीत अयूब खान त्याचं प्रतीक होते) हल्ला करणाऱ्या छोट्या शिवाजीसारखेच ते मला वाटायचे. त्यांच्यामुळेच भारताला गौरव प्राप्त झाला. त्यांच्या मृत्यूचं गूढ आमच्या पिढीचा अजून पिच्छा पुरवतं...

१९६६च्या शैक्षणिक वर्षाच्या शेवटी कुठल्या इंजिनिअरिंग कॉलेजमध्ये प्रवेश घ्यायचा, या प्रश्नानं मला घेरलं. इंडियन इन्स्टिट्यूट ऑफ टेक्नॉलॉजीविषयी (आयआयटी) माझा आतेभाऊ दिलीपमुळे मला माहिती मिळाली होती. आयआयटी ही भारतातील अतिशय नावाजलेली संस्था होती. त्यांची प्रवेशपरीक्षा खूप अवघड असे. दिलीप ती पास झाला नव्हता. ती परीक्षा मे महिन्यात कधीतरी असे. मला हे निमित्त हवंच होतं. या सबबीखाली साखरवाडीला आई-भाऊंकडे न जाता पुण्यातच मित्रांबरोबर राहता येणार होतं. तेव्हा भाऊंची नुकतीच साखरवाडीला बदली झाली होती.

पुण्यात माझं स्वातंत्र्य आणि एकांतही अबाधित राहणार होता. भौतिकशास्त्र आणि गणितासाठी मी नाना दीक्षितांचा क्लास लावला. उजळणीसाठी स्वतः काही उदाहरणं सोडवायचो. संध्याकाळी दुकानात बसायचो किंवा क्वचित मनावरचा ताण हलका करण्यासाठी एखादा मॅटिनी सिनेमा पाहायचो... आयआयटीची प्रवेशपरीक्षा फारच उत्तम आणि सोपी गेली. मी जर अधिक प्रयत्न केले असते, तर मला पहिल्या पन्नासांमध्येच स्थान मिळालं असतं!

मला आयआयटीकडून मुलाखतीसाठी बोलावणं आलं. माझा फलटणचा मित्र सुभाषही परीक्षेत पास झाला होता. मग आम्ही दोघं मिळूनच मुलाखतीला गेलो. आयआयटीचा मुंबईतला कॅम्पस पवईला आहे. दाट हिरव्या झाडीत वसलेला. तिथून पवई तलावाचं विहंगम दृश्य दिसतं. त्या संस्थेचं प्रथमदर्शनच माझ्यावर जादू करून गेलं. ते लांबलचक कॉरिडॉर्स, जिन्याखाली निळ्या पाण्यात पोहणारे चमचमते केशरी मासे, कार्यालयं, शिक्षकांची निवासस्थानं आणि वर्गाच्या मध्ये असणारे हिरवेगार गवताचे गालिचे. मी पाहिलेलं ते सर्वांत सुंदर आखीवरेखीव ठिकाण होतं. शैक्षणिक गुणवत्तेचा पुरस्कार करण्यासाठी आणि मूलभूत संशोधन, अभियांत्रिकी कौशल्यांच्या पाठपुराव्यासाठी आणि भारताला तंत्रयुगात नेण्यासाठी समाजवादी विचारसरणीच्या नेहरू सरकारनं ज्या संस्थांची निर्मिती केली, त्यापैकी आयआयटी ही सर्वोत्कृष्ट होती, याची तेव्हा मला कल्पना नव्हती... माझी तिथली मुलाखत औपचारिक होती. माझं प्राधान्य मेकॅनिकल शाखेला होतं. तीच शाखा मला मिळाली. त्यामुळे आयआयटीमध्ये प्रवेश घेण्याबद्दल आता कुठलीच अडचण नव्हती; पण माझ्या आई-भाऊंचा वेगवेगळ्या कारणांसाठी त्याला विरोध होता. दोघांचा मिळून एक प्रश्न असा होता, "पुण्यातच चांगलं अभियांत्रिकी महाविद्यालय असताना मुंबईला, इतक्या लांब कशाला जायचं? आयआयटीचं असं काय मोठं माहात्म्य आहे?" माझे विनूकाका आमच्या कुटुंबातले एकुलते परदेश-प्रशिक्षित अभियंता. शेवटी तिथं निवड होणं म्हणजे सन्मान असतो, हे त्यांनी माझ्या आई-भाऊंना समजावून सांगितलं. ते जिंकले आणि मी आयआयटीकडे निघालो!

अशा रीतीनं शेवटी एकदाचा १९६६ च्या जुलैत मी आयआयटी नावाच्या संस्थेत दाखल झालो. इथपासून माझ्या आयुष्यात एक नवीन पर्व सुरू होणार होतं, माझ्या आयुष्यात मूलगामी परिवर्तन करणारं...

५ आयआयटीतले ते दिवस!

आपला वर्गमित्र किंवा जोडीदार कोण असावा, याची आयआयटीत फारशी निवड करता येत नव्हती. तो नशिबाचा भागच म्हटलं, तरी चालेल. मला होस्टेल क्रमांक चार मिळालं. तिथं विद्याशाखेनुसार रूममेट राहत नसत. सुदैवानं सुबोध आणि मी एकमेकांचे जोडीदार झालो. सुबोध मला पुण्याच्या आमच्या एका मित्रामुळे माहीत होता. आम्हाला तळमजल्यावरची खोली मिळाली. तिथं जास्त हिरवाई होती. त्यात सुबक पायवाटा होत्या. एवढंच नव्हे, तर तिथले शॉवर्स वापरता यायचे. स्वच्छतागृहात कड्यासुद्धा होत्या! वरच्या मजल्यावर जास्त उजेड, कमी डास आणि अधिक एकांत होता; पण तिथं जाण्यासाठी वय आणि परिपक्वतेची एकेक पायरी चढावी लागे.

संभाव्य मित्रांची अगदी नम्रपणे चौकशी करतानाही तुमच्या अहंकाराला सहजच टाचणी लागत असे. भेटणारी प्रत्येक दुसरी व्यक्ती बोर्डात किंवा विद्यापीठात क्रमांक मिळवलेली किंवा राष्ट्रीय शिष्यवृत्ती मिळवलेली असायची. शैक्षणिक प्रगतीचं वलय सर्वांच्याच भोवती होतं. त्यामुळे तुमच्या आधीच्या शैक्षणिक कामगिरीचा डंका वाजवावा, असं तिथं फारसं काही उरतच नव्हतं.

आम्ही जेव्हा तिथं प्रवेश घेतला, तेव्हा रॅगिंग अगदीच कमी होतं. सुमारे दोन वर्षं आधी एका मुलानं रॅगिंगमुळे आत्महत्या केल्याची घटना घडली होती. ब्रिगेडियर बोस (आमच्याकरता ब्रिगी) तिथले प्रमुख होते. काही अघटित घडू नये, यासाठी ते कॅम्पसमधल्या सर्व घडामोडींवर बारकाईनं नजर ठेवत. वरिष्ठ विद्यार्थी जिथं-तिथं आमची बिनधास्त टर उडवण्याचा प्रयत्न करत. त्यांचा वट कसा चालतो, याचीही आम्हाला त्यातून कल्पना येई आणि मग त्या 'राज्यात' त्यांच्या आश्रयाला जाण्याची संधीही दिली जाई! तिथल्या पुणेकर वरिष्ठ विद्यार्थ्यांना पुण्याची ओळख देऊन निष्ठा व्यक्त

करणं, ही एक चांगली चाल होती. त्यामुळे त्यांची आमच्यावर मेहेरबानी होई. महाविद्यालयीन निष्ठा ही दुसरी उपयुक्त चाल होती. त्या दोन्ही मिळून संघर्ष कमी होत असे आणि कनिष्ठ म्हणून आमची मानहानीही पुष्कळ कमी होई. आमची समोरासमोर गाठ फक्त मेसमध्ये किंवा करमणुकीच्या खोलीतच पडत असे. तेव्हा टीव्ही नव्हतेच; त्यामुळे नव्यानं प्रवेश घेतलेली मुलं हाच करमणुकीचा उत्तम आणि जिवंत स्रोत होता...

आयआयटीमधली अभ्यासाची पद्धत पूर्णपणे वेगळीच होती. प्रत्येकाला 'का?' आणि 'का नाही?' अशा प्रत्येक गोष्टीचं उत्तर माहीत असावंच लागे. यालाच आयआयटीच्या भाषेत फंडा, म्हणजेच मूलभूत शिक्षण म्हणत. प्रत्येकाकडे एक जिज्ञासू, चौकस वृत्ती आणि उत्तरं शोधण्याचा निर्धार आवश्यकच होता. आतापर्यंत न समजताही पाठांतर करणं आणि परीक्षेत ते कागदावर उतरवणं, अशी पद्धत होती. त्यानं अर्थातच परीक्षेत चांगले गुण नक्की मिळत; पण आता तसं चालणार नव्हतं! आम्हाला सर्वगुणसंपन्न बनवण्यासाठी इथल्या अभियांत्रिकीच्या अभ्यासक्रमात तर्कशास्त्र, नीतिशास्त्र, मानवव्यविद्या, नैतिकता अशाही विषयांचा समावेश असे. आमच्या व्यक्तिमत्त्वविकासात या विषयांमुळे नेणिवेच्या पातळीवर सूक्ष्म परिणाम झाला असेलही; परंतु वैचारिक पातळीवर आम्ही त्यामुळे समृद्ध झालो का, हे मात्र सांगता यायचं नाही. त्या विषयांनी आमच्या कल्पना आणि रात्रंदिवस चालणाऱ्या चर्चांना खाद्य मात्र नक्कीच पुरवलं.

नाडकर्णी माझ्यापेक्षा एका वर्षानं पुढं होता. माझ्या आयआयटीमधल्या संपूर्ण अभ्यासात मी त्याच्याकडचीच पुस्तकं आणि वह्या वापरल्या. आधी वापरलेल्या पुस्तकांचा भयंकर फायदा असतो. त्यात अधोरेखनं, टिपा असतात. महत्त्वाचे मुद्दे तारांकित केलेल्या खुणा असतात. त्यामुळे तुमचं लक्ष नेमकं त्याकडे वळतं. थोडक्यात, नवीन पुस्तकापेक्षा जुनं, हाताळलेलं पुस्तक वापरणं कमी कष्टाचं असतं! आयआयटीमधलं अफलातून शिक्षण नाममात्र अशा वार्षिक तीनशे रुपयांमध्ये उपलब्ध होत असे. ते तीनशे रुपयेही आठ हप्त्यांत द्यायचे असत! याशिवाय, मेसचं बिल दरमहा साधारण शंभर रुपये येई.

इथं मैत्रीही निरनिराळ्या निकषांवरून होऊ लागली. भाषा, प्रांत, पैसा, कौटुंबिक मूल्यं, सामाजिक वादविषय, बौद्धिक व्यासंग, विचारसरणी, फावला वेळ कसा घालवावा याबद्दलच्या कल्पना आणि अर्थातच

'मुंबईकर नसणं'... आठवड्याच्या शेवटी आयआयटीच्या आवारात कुणीही मुंबईकर नसायचे. एखाददुसरा निकष जुळवला, की मित्र व्हायचेच. आमची मध्यमवर्गीय मूल्यं आणि पालनपोषणाचे धागे आम्ही छान विणले होते. पुढं जाऊन कुटुंबाची जबाबदारी घेणारे आम्ही 'सुपुत्र' होतो. आमची भाषा मराठी होती. तिच्याबरोबर येणाऱ्या सर्व सांस्कृतिक अपरिहार्यताही होत्याच! भविष्याची स्वप्नं जरा धूसर, तरीही त्यांच्यावर स्वार होण्यालायक होती. मला वाटतं, या अशाच साऱ्या कारणांनी सदानंद, अजित, सुभाष, नागेश, माधव, शेखर, प्रभाकर, जयंत, सुबोध आणि मी असे मैत्रीनं जोडले गेलो. आम्हा मित्रांचा गुलदस्ता तयार झाला.

आम्ही आयआयटीत आलो, त्याच वर्षी मुंबईत पाण्याचा दुष्काळ पडला होता. मुंबई ओस पडेल, असा धोका दिसत होता. जुलैअखेरपर्यंत पाण्याची समस्या फारच उग्र झाली; पण मॉन्सून उशिरा का होईना, आलाच आणि धुवाधार बरसला. आम्ही शॉर्ट्स-गमबूट घालून, छत्र्या-रेनकोट घेऊन पवईच्या जंगलात आणि तलावावर रात्री उशिरापर्यंत हिंडत असू. लवकरच आम्ही घाटकोपरवरही स्वारी केली. तिथं एखाददोन सिनेमे बघणं, आतापर्यंत आमच्या परिघाबाहेर असलेले मांसाहारी पदार्थ कुठल्याही किंतुविना खाणं, असेही उद्योग केले.

पहिलं सत्र मध्यावर आलं असताना, एका वस्तुस्थितीनं मला खडबडून जाग आली. मी इंग्रजीमध्ये दोन गुणांनी नापास झालो होतो. मी प्रोफेसर मोकाशींकडे धावत गेलो. डोळ्यांत पाणी आलं होतं. मी आतापर्यंत कधीही कुठल्याच विषयात नापास झालो नसल्याचं त्यांना सांगितलं. त्यांनी माझी उत्तरपत्रिका हातात घेतली आणि सहानुभूतीचे तुकडे फेकावेत, तसे मला दोन गुण वाढवून दिले. ज्यांना इंग्रजी भाषेविषयी काही फिकीर नाही, तिचा योग्य उपयोग करावा अशी जे तसदीही घेत नाहीत, अशा 'स्कॉलर' मुलांना शिकवून मोकाशींना किती निराश वाटत असेल, याची मला तेव्हा कल्पनाच नव्हती... माझ्या दिशेनं फेकलेले ते दोन गुण खूपच अवहेलना करून गेले. मी अगदीच काठावर पास झालो होतो. माझ्या आत्मविश्वासाला तडा गेला. माझा बौद्धिक आत्मसन्मान पणाला लागला होता. या अभ्यासक्रमातून मी पास होईन का नाही? मी भाऊंना पत्र लिहून विचारलंही, पुढच्या परीक्षेला बसून नापास होऊन मान खाली घालण्यापेक्षा मी घरी येऊ का? पण त्यांनी

मला प्रोत्साहन दिलं. 'वर्षभर प्रयत्न कर. नंतरच काय तो निर्णय घे,' असं ते म्हणाले. त्यांच्या सांगण्यामुळे मला खूप बरं वाटलं...

भाऊ साखरवाडीतल्या नोकरीत बऱ्यापैकी स्थिरावले होते. दर महिन्याच्या एक तारखेला ते नित्यनेमानं मला दीडशे रुपयांचा डिमांड ड्राफ्ट पाठवत; पण त्या रकमेसाठीसुद्धा त्यांनी बँकेचं कर्ज काढलं होतं. त्यामुळे मला मात्र न चुकता वेळेवर पैसे मिळत असत. मेसचं बिल, राहण्याचं भाडं, शिक्षणाची फी असे सर्व मिळून वर्षाला अठराशे रुपये इतकी घसघशीत रक्कम होत असे!

सहामाही परीक्षेपर्यंत मात्र माझा आत्मविश्वास पुष्कळसा परत आला. परीक्षेतही मला चांगलं यश मिळालं. पहिल्या सत्राच्या अखेरीस मी खूपच आजारी पडलो. मला आयआयटीच्या दवाखान्यात दाखल करावं लागलं. तेव्हा मला जेवढं एकाकी आणि भयाण वाटलं, तेवढं एरवी कधीच वाटलं नव्हतं. ते आजारपण, औषधं, बरोबर कुटुंबातलं कुणी नसणं यांमुळे आयुष्याविषयी आणि माझ्या परिस्थितीविषयी सखोल विचार करायला वेळ मिळाला. याच काळात आणखी एका वस्तुस्थितीचं मला भान आलं. त्या संपूर्ण दवाखान्यात मराठी बोलणारा एकही माणूस नव्हता. डॉक्टर्स, नर्सेस किंवा अगदी वॉर्डबॉयसुद्धा अजिबातच मराठी बोलत नव्हते. जणू काही मी भारताच्या अगदी वेगळ्याच राज्यात होतो, ही मुंबई नव्हतीच! मुंबईतील मराठी माणसांना नोकरी आणि इतर बाबतींत सोसाव्या लागणाऱ्या अन्यायाविरुद्ध लढण्याचं शिवसेनेनं का जाहीरपणे ठरवलं, ते तेव्हा मला समजू शकलं. पुढच्या वर्षी झालेल्या व्ही. के. कृष्ण मेनन यांच्या पराभवाची बीजं याच मुद्द्यामध्ये होती. त्याचे आम्ही साक्षीदार होतो. आजही असंच चित्र आहे. हे शहर निरनिराळ्या क्षेत्रांतल्या जाणकार व्यावसायिकांचं आहे; कुठल्या एखाद्या ठराविक प्रांताचं नाही. या शहरानं एक महानगर म्हणून मिळवलेला तो गुण आहे.

तब्येत सुधारल्यावर परत कॉलेजमध्ये आलो. मेकॅनिकल शाखा निवडल्याबद्दल मला निश्चिंत वाटू लागलं. हीच शाखा माझ्या मूळ स्वभावाला अनुरूप आहे, याविषयी कुठलीही शंका उरली नाही. आम्हाला भौतिकशास्त्र आणि गणित का शिकवतात, याचा अचानक उलगडा होऊ लागला! जेव्हा मी शिकलेल्या तंत्रज्ञानाचा प्रत्यक्ष उपयोग करता येई, तेव्हा त्या अभ्यासात मला जास्त मजा यायची.

याच सुमाराला डाव्या विचारसरणीचा साम्यवाद आणि समाजवाद असे दोन आयआयटीच्या प्रांगणात रुंजी घालू लागले. त्या विचारांचा स्वीकारही मोठ्या प्रमाणावर होऊ लागला. त्यातच नक्षलवादी चळवळीच्या पुष्कळ कथाही कानी पडत. माझ्या पुष्कळशा मित्रांना सांपत्तिक आणि सामाजिक असमानता, वंचित वर्गाच्या व्यथा किंवा इतरही असमानता यांचा अभ्यास करणं हेच सर्वांत महत्त्वाचं वाटू लागलं. या सर्व परिस्थितीत सुधारणा घडवणारी म्हणून ती विचारसरणी आकर्षक वाटत होती. ती इतकी मोहवणारी, भारून टाकणारी होती, की प्रस्थापितांविरुद्ध बंड करणं हेच त्या परिस्थितीला उत्तर आहे, असं त्यांना वाटे. चर्चा मंडळं तयार केली गेली. भेटसत्रं होऊ लागली. पत्रकं वाटली जाऊ लागली. पुस्तकं एकमेकांकडं जाऊ लागली! सत्रं पहाटेपर्यंत चालू असत. मी या साऱ्यांपासून स्वतःला दूर कसा ठेवू शकलो, याचं मला अजून आश्चर्य वाटतं.

१९६७ च्या डिसेंबरमध्ये एका मोठ्या भूकंपानं महाराष्ट्राला दणका दिला. कोयना नदीवरचं धरण हादरलं. आमच्या संस्थेच्या मदत गटात मी सामील झालो. कोयना परिसर पुन्हा उभारण्याच्या मदतकार्यात सहभागी होण्याचं आम्ही ठरवलं. आपत्कालीन व्यवस्थापनाच्या नेतृत्वासाठी हे संकट म्हणजे आव्हानच होतं. आम्ही तिथं पूर्णतः आमच्या प्रयत्नांतून लहान मुलांसाठी शाळा बांधली. या सर्व कामामुळे आम्हाला श्रमांची किंमत कळली. हळूहळू आधुनिक होत असलेल्या ग्रामीण भारताच्या अर्थव्यवस्थेसाठी आम्ही अभियंते काय करू शकतो, याचीही जाणीव झाली. या साऱ्या घटनांमधून डाव्यांचे सामान्य जनतेबद्दल असलेले दावे खरे असल्याच्या मुद्द्याला पुष्टी मिळाली.

मला वाटतं, मी जबाबदारीचं जे ओझं वागवत होतो, त्याच्यामुळेच डाव्या चळवळीत सामील झालो नाही. भाऊंनी माझ्या शिक्षणासाठी कर्ज काढलं होतं, मला अभियांत्रिकीचा अभ्यासक्रम यशस्वीपणे पूर्ण करायचा होता, हे सारं माझ्या मनावरचं दडपण होतं. डावी चळवळ ही संपूर्णपणे 'नाही रे' वर्गाचे मुद्दे लावून धरण्यासाठी होती. या 'नाही रे' वर्गापैकीच एक असणं ही माझ्यासाठी काही प्रमाणात वस्तुस्थिती होती. त्यांचा कैवार घेणं म्हणजे, मी पूर्वी जिथं होतो, तिथंच राहणं ठरलं असतं. हे काही मला भावलं नाही. मला संपन्न, सधन परिस्थितीमध्ये जगणं अनुभवायचं होतं. त्या अर्थानं मी भौतिकवादाचा पुरस्कर्ता होतो. कदाचित, म्हणूनच ते आव्हान माझ्या जबाबदाऱ्या आणि महत्त्वाकांक्षा संपवू शकलं नाही किंवा मी त्यांना झटकूनही

टाकलं नाही. आमच्या वेळी आयआयटीमध्ये खूपच जणांच्या डोक्यात कार्ल मार्क्सचा 'दास कापिटाल' आणि इतर लेखनाचे विचार चढले होते. त्यांनी शिक्षण अर्धवट सोडून खालच्या वर्गाच्या लोकांचं जीवन सुकर करण्याचंच काम हाती घेतलं होतं. मी अशा तऱ्हेचा, परोपकारी वृत्तीचा नव्हतो. त्यांची हे साध्य करण्याची पद्धतही मला मान्य नव्हती.

आयआयटीच्या तिसऱ्या आणि चौथ्या वर्षाच्या उन्हाळ्याच्या सुटीत आम्हाला प्रशिक्षण घ्यावं लागत असे. पहिल्या सुटीत मी पुण्याच्या कूपर इंजिनिअरिंग कंपनीत सुमारे सहा आठवड्यांचं प्रशिक्षण घेण्याचं ठरवलं. बाहेरच्या जगातल्या खऱ्याखुऱ्या उद्योगसमूह आणि औद्योगिक विश्वाला माझी ही पहिलीवहिली सलामी होती. 'शेपर्स' आणि 'प्लेनर्स' यांसारख्या यांत्रिकी उपकरणांचं व्यावसायिक उत्पादन माझ्या डोळ्यांदेखत होत होतं. ही सगळी वेगळीच अनुभूती होती. पुस्तकातली यंत्रं माझ्यापुढं जिवंत होऊन आपली रहस्यं उलगडून दाखवतायत, असंच मला वाटे. कामाच्या ठिकाणी कामांची मांडणी, कामाबद्दलचं ज्ञान, नेमकेपणा, कार्यक्षमता यांची गरज असते, हे मला समजू लागलं. आतापर्यंत मारिओ मिरांडांच्या चित्रात किंवा हॉलिवूडच्या सिनेमात पाहिलेले सुटाबुटांतले अधिकारी, त्यांच्या काचेच्या खोल्या, त्यांच्या स्कर्ट्स घालणाऱ्या स्वीय सचिव हे मी प्रत्यक्ष बघत होतो. मी या चित्रानं मोहित झालो. मला असंच आयुष्य हवं, हे त्याक्षणी मला कळून चुकलं.

पुढच्या सुटीत मी परत पुण्यातच भारत फोर्जमध्ये गेलो. तिथलं वातावरण कूपरच्या अगदीच विरुद्ध होतं. हा उद्योग कमी झगमगाटी, कमी अवडंबराचा, स्त्रीविरहित होता! एवढंच काय; पण त्यांचं मुख्यालयसुद्धा एका जुन्या गोडाउनमध्ये होतं; पण तिथं मिळालेलं प्रशिक्षण हे जास्त समग्र, पूर्ण होतं. तिथं प्रत्यक्ष हातांनी काम करण्याचा जो अनुभव मिळाला, त्याचा पुढं मी बजाज टेम्पोत काम करू लागल्यावर खूपच उपयोग झाला.

आता दोन्ही कंपन्यांचा विचार करता, भारत फोर्ज इतरांपेक्षा कितीतरी पुढे गेली असल्याचं जाणवतं. भारत फोर्ज आंतरराष्ट्रीय बाजारपेठेतलं मोठं नाव बनलं आहे. याउलट, कूपरचा कुणी त्या पातळीवर विचारही करत नाही. उद्योगाचा वारू खूप काळ दौडत ठेवण्याचे धडेच मला या कंपन्यांत मिळाले.

६ मित्र, खेळ, वाचन, सिनेमा, नाटक

सुभाष माझा फलटणपासूनचा मित्र. माझा शाळासोबती. खेळणं, शाळेत जाणं, अभ्यास करणं, छोटे-छोटे हेवेदावे, भांडणं, मारामाऱ्या आणि सरतेशेवटी दिलजमाई असं सगळंच आम्ही एकत्रित करायचो. त्या शाळेच्या दिवसांत आम्ही एकत्रच अभ्यास केला. अव्वल क्रमांक मिळवण्यात आम्ही दोघंच एकमेकांचे प्रतिस्पर्धी होतो! पण त्यावरून आमच्या कधी मत्सर किंवा वैरभाव असल्याचं मला आठवत नाही. तो खूपच हुशार, एकाग्र चित्ताचा होता. त्यानं मला वर्गात पहिला येण्याची संधी कधीच दिली नाही; पण आमचं एकमेकांशी छान जुळायचं. मी धीट आणि आक्रमक होतो, तर तो मृदुभाषी. शिवाय, त्याच्यात कलाकाराची एक झलक दिसायची. तो खूप चांगली चित्रं काढायचा. मला ते कधीच जमलं नाही. आम्ही पुण्याला आल्यावर त्याच्याशी संपर्क तुटला; पण पुढे दोघंही आयआयटीत गेलो आणि आमचे सूर पुन्हा जुळले.

सदानंद आयआयटीमध्ये माझा जिवलग मित्र बनला. तो अगदी दिलदार होता. आमचं भावनाविश्व त्याच्यापुढे आम्ही खुलेपणानं उलगडायचो. स्वप्नं आणि भावना मोकळेपणानं बोलण्यासाठी तो आदर्श मित्र होता. आयआयटीच्या मुख्य इमारतीच्या हिरवळीवर बसून आम्ही पुष्कळ स्वप्नं पाहिली आणि त्यांपैकी बहुतेक प्रत्यक्षात उतरलीही नाहीत; पण त्याखेरीजही आमच्या आवडी सारख्या होत्या. त्यांपैकी एक म्हणजे, आम्हा दोघांना जे-जे 'जर्मन' असेल त्याबद्दल प्रेम वाटायचं; पण त्याला ॲडॉल्फ हिटलरसुद्धा भावायचा! जर्मन गाड्या हाही आमचा आवडीचा विषय होता. भारतात स्वतःचं मर्सिडीज कार सर्व्हिस सेंटर असावं आणि तिथं जगातल्या सर्वोत्तम गाड्यांचं सर्व्हिसिंग व्हावं, असंही माझं एक स्वप्न होतं. अर्थात, मी कधीच या स्वप्नांच्या जवळपासही पोचू शकलो नाही; तो विषय अलाहिदा. मला संगीताचा कान मुळीच नाही; पण सदानंदानं आशा भोसले यांना

त्यांच्या सर्व मराठी, हिंदी, भोजपुरी, शास्त्रीय, फिल्मी, गझलांसह माझ्या विश्वात दाखल केलं. त्यानं जणू माझं बोट धरूनच मला त्यांच्या गाण्यांची, त्यातल्या खाचाखोचांची ओळख करून दिली.

वादविवाद करण्यात आणि एखाद्या गोष्टीच्या नियोजनात जयंत मला सर्वांत जास्त आव्हान देत असे. आम्ही तासन् तास वाद घालायचो; पण आमच्यापैकी कोण जास्त वाद घालतो, याचा निष्कर्ष मात्र निघायचा नाही! म्हणून मुसळधार पावसात लोणावळ्याच्या ड्युक्स नोजवर सहली काढणं असो की पवईहून पुण्याला सायकलनं जाणं, त्याबद्दल आमचं नियोजनही सर्वांत जास्त व्हायचं आणि वादही.

सदानंद, अजित, माधव, प्रभाकर, सुबोध, नागेश, सुभाष असे इतर सगळे वादविवाद भरपूर मस्त तापल्यावर ती धग सोसेनाशी होऊन तिथून बाजूला होत असत. जवळजवळ नेहमीच सुबोध काहीतरी उचकावणारं, झोंबणारं, विवाद्य असं बोलायचा. एखादा शेरा, एखादं वाक्य किंवा ऐकीव काहीबाही बोलून आग लावून द्यायचा. ती तशीच पेटती राहील, याचीही 'काळजी' घ्यायचा! पुणं आणि पुणेकरांबद्दल काहीतरी उणंदुणं बोलणं, ही एक तत्काळ परिणाम करणारी ठिणगी होती. या सगळ्या गलबल्यानं इतरांचं मात्र मनोरंजन होत असे. मला आठवतं, एकदा जयंत म्हणाला, 'पुण्यात इंग्रजी सिनेमे चालत नाहीत, कारण पुणेकरांना इंग्रजी भाषाच समजत नाही. त्यांच्या आकलनाच्या पलीकडची गोष्ट आहे ती!' यावर मी तासन्‌तास पुणेकरांच्या बाजूनं त्याच्याशी वाद घातल्याचंही आठवतंय! अलीकडे मात्र मी अशा विधानाला सहमती देतो...

अजित आम्हा सगळ्यांत शैक्षणिकदृष्ट्या वरचढ होता. त्याला मिळालेल्या शिष्यवृत्त्या आणि अव्वल क्रमांकांचा हिशेब ठेवणंही अवघड होतं. तो अभ्यास करतो तरी कधी, असा आम्हाला प्रश्न पडायचा. कारण, दिवस-रात्री कुठल्याही वेळी तो कुणाबरोबरही टेबल टेनिस किंवा कॅरम खेळायला तयारच असायचा. जेव्हा आम्ही सगळे भराभर नोट्स काढत असायचो, तेव्हा तो 'ऑपरेशन्स रीसर्च'च्या वर्गात शेवटच्या बाकावर बसून पेरी मेसन वाचत असायचा. पण, दिवसाच्या शेवटी आम्ही त्याच्या खोलीवर जायचो आणि त्याच्याकडूनच वर्गात काय शिकवलं ते समजून घ्यायचो!

सुबोधमध्ये साहित्याची रुची फार लवकर तयार झालेली. तो भेटेपर्यंत माझं मराठी वाचन हंस, मोहिनी, आवाज आदी दिवाळी अंकांतल्या मासिकांतून

येणाऱ्या पु. ल. देशपांडे, वि. आ. बुआ, रमेश मंत्री यांच्या चटपटीत विनोदी लिखाणापुरतंच मर्यादित होतं. हे माझे आवडते लेखक होते. फुरसतीच्या वेळी वाचण्यासारखी दुसरी पुस्तकं म्हणजे गुन्हेगारीच्या थरारक गोष्टी. त्याही मराठीतून. मग बाबूराव अर्नाळकरांशिवाय दुसरा कोणता लेखक? त्यांनी मला माझ्या वयाच्या बाराव्या वर्षापासून मोहित केलं. अगदी मी केस कापायला जायचो, तेव्हाही वाटायचं; कुणीतरी कुठंतरी मला पकडण्यासाठी दबा धरून बसलंय! मला पकडून तो भाऊंकडे खंडणी मागणार! सुबोधमुळे माझी साहित्यिक आवड खूप उंचावली. त्यानं माझी ओळख 'सत्यकथा', 'ललित' यांसारखी मासिकं, त्यांतली 'ठणठणपाळ'सारखी सदरं यांच्याशी करून दिली. असं काही अस्तित्वात असतं, हेही तेव्हा मला ठाऊक नव्हतं!

कालांतरानं आम्ही विविध भाषक विद्यार्थी इंग्लिश वाचनाकडे वळलो. मी पुन्हा आपला मुख्य प्रवाहातल्या जगन्मान्य लेखकांना चिकटून राहिलो; म्हणजे ॲलिस्टर मॅक्लिन, पी.जी. वुडहाऊस, जेम्स हॅडली चेस, ऑर्थर हेली वगैरे. याशिवाय शृंगारिक वाचन करणं तर भागच होतं. या सर्व प्रकाराहून वेगळ्या आणि अतिशय प्रभावी अशा दोन स्त्री लेखिका होत्या. एक म्हणजे आयन रँड आणि तिचं 'ॲटलास श्रग्ड', 'फाउंटन हेड', 'वुई द लिव्हिंग' अशा पुस्तकांतून पुढं येणारं विषयवादाचं तत्त्वज्ञान! दुसरी मार्गारेट मिशेल आणि तिची यादवी युद्धामुळे चिरफाळ्या झालेल्या अमेरिकेवरची अप्रतिम कादंबरी 'गॉन विथ द विंड'. या दोन्ही लेखिकांनी स्त्री हे मुख्य पात्र धरून निश्चय, हिंमत, तग धरून राहणं, आपल्या जीवननिष्ठांना जाणीवपूर्वक चिकटून राहणं यांबद्दल गोष्टी लिहिल्या. त्याचा माझ्या मनावर सखोल परिणाम झाला.

मग आम्ही इंग्रजी सिनेमेही बघू लागलो. हॉलिवूडमध्ये ज्याची निर्मिती झाली असेल, ते आमच्यासाठी अद्‌भुत, भव्यदिव्य असायचं. कारण, आम्हाला त्याहून चांगलं काही माहीतच नव्हतं. तारास बुल्बा, व्हेअर ईगल्स डेअर, द ग्रेट एस्केप, द समर ऑफ ४२, गन्स ऑफ नॅव्हेरॉन, सम लाइक इट हॉट वगैरे आमच्या वेळच्या साहसकथा आणि प्रणयकथांवर मी खूप लट्टू होतो...

सदानंदप्रमाणे सुबोधलाही संगीताचा कान होता. हिंदुस्थानी शास्त्रीय संगीत ही त्याची मुख्य आवड होती. एकदा माधवनं 'ज्याची इच्छा असेल तो हिंदुस्तानी संगीत शिकू शकतो,' असा दावा केला. सुबोधचं आव्हान त्यानं

स्वीकारलं. या संगीताची प्राथमिक जाणकारी तो सहा महिन्यांतच मिळवेल आणि एखाद्या उत्तम रसिकाप्रमाणे सर्व राग ओळखून दाखवेल, अशी पैजच लावली त्यानं! या चुरशीत उतरण्याचं धाडस मी मात्र केलं नाही; पण शिंपीच्या औदार्यामुळे मी एका गोष्टीचा मात्र आनंद उठवला, तो म्हणजे सिनेसंगीताचा. शिंपीच्या हातात रोख पैसा होता. तो अनिवासी भारतीय नागरिक होता. त्याला स्टिरिओ सिस्टीम परवडत होती आणि ग्रामोफोन रेकॉर्ड प्लेअरवर तो सिनेसंगीत लावत असे. आता या वस्तू भूतकाळात जमा झाल्या आहेत...

आयआयटीच्या प्रांगणात पुष्कळ खेळ रंगत. जवळजवळ सगळे खेळ तिथं खेळता यायचे. टेबल टेनिसची टेबल्स होती आणि व्हॉलीबॉलची मैदानं; पण होस्टेलच्या कॉरिडॉरमध्ये आम्ही जे क्रिकेट खेळायचो, त्याला मात्र तोड नव्हती. मर्यादित जागेमुळे क्रिकेटचे नवनवीन नियम तयार झाले होते. त्यामुळे या जुन्या खेळाला नवीनच चव प्राप्त झाली होती. भारताचा क्रिकेट संघ आपल्या प्रतिस्पर्ध्याविरुद्ध कुठंतरी फलंदाजीला उतरलेला असायचा आणि आकाशवाणीवरून विजय मर्चंट आपल्या समालोचनातून त्या सामन्याचं शब्दचित्रच रेखायचे, तेव्हा तर या खेळातली रंगत पराकोटीला जायची.

पावसाळ्यात बाहेर खेळता येत नसे, तेव्हा आम्ही पत्ते खेळायचो. ब्रिज आणि बुद्धिबळ कायमच सगळ्यांचे आवडते खेळ होते. मी बुद्धिबळात बऱ्यापैकी पुढे होतो; पण हा खेळ पूर्णपणे आंतरिक आहे. तुम्ही अगदी एकलकोंडे असाल, तरीही या खेळाची मजा लुटू शकता. नुसती एखादी चाल आधीच ओळखायची, बेसावध प्रतिस्पर्ध्याच्या पुढच्या कितीतरी चालींचा आधीच विचार करायचा आणि सोंगटी उडवायची, असा हा खेळ. याच्याविरुद्ध ब्रिजमध्ये तुम्हाला जोडीदार लागतो आणि जिंकण्यासाठी संघभावना गरजेची असते. हा खेळ कधीच नुसता योगायोगाचा किंवा नशिबाचा नसतो. इथं तुम्हाला सुरुवातीलाच उद्दिष्ट जाहीर करावं लागतं. अज्ञाताला सामोरं जाताना डावपेच आखावे लागतात आणि प्रतिस्पर्ध्याच्या चाली ओळखून त्यांचं विश्लेषण करावं लागतं. अर्थ लावावा लागतो. या खेळाची परिणती वादावादीत व्हायची! उद्दिष्टं ठरवणं आणि त्यांच्याही पुढं जाणं म्हणजे मेंदूला झिणझिण्याच यायच्या... अगदी व्यवसायात होतं तसंच. खेळ संपल्यावरही त्यातल्या एखाद्या चालीबद्दल वाद सुरूच राहायचा आणि

तोच डाव खेळण्याच्या नवीन क्लृप्त्या शोधल्या जायच्या. विश्लेषण तर अनंत काळ चालू राहायचं. सुबोध आणि मी, आमची जोडी जास्त चांगली जमायची. आम्ही आपसात सामंजस्याचे नवे मार्ग शोधले होते आणि पुढे तर ते जणू नियमच ठरले. मासिकात छापून येणारा एखादा खेळही आम्ही सोडवत असू. ज्याच्यात बुडून जावं, असं तेव्हापासून या खेळाशिवाय दुसरं काहीच मला सापडलं नाही... अर्थात, माझा स्वतःचा व्यवसाय सोडून!

सांस्कृतिक उन्नतीसाठीही आयआयटी उत्तम संधी पुरवत असे. कॉन्व्होकेशन हॉल, लेक्चर थिएटर हे कायम जिवंत, गजबजलेले असत. तिथं अलेक पदमसी, गिरीश कर्नाड, विजया मेहता, सत्यदेव दुबे, महेश एलकुंचवार यांच्यासारख्यांचं सादरीकरण होई. सत्यजित रे यांचा 'पथेर पांचाली' (त्रिकुट) आणि 'अरण्ये दिन रात्री', 'प्रतिद्वंदी', 'महानगर'; ऋत्विक घटक यांचे सिनेमे आणि इतरही दिग्गजांचे सिनेमे अशी मांदियाळीच असे. 'उसकी रोटी', 'सारा आकाश', 'भुवन शोम' हे सगळे आम्ही आयआयटीत पाहिले. या सिनेमांतून विविध जीवनकथा अगदी वेगळ्याच पद्धतीनं मांडल्या होत्या. त्यांच्यामुळे आमच्यात एक निराळी संवेदनशीलता जागृत झाली. त्या सिनेमांत भारतीय जीवनातल्या प्रत्येक स्तरावर असलेल्या भ्रष्टाचारावर, शहरीकरणामुळे तयार होणारी गरिबी, त्यातून निर्माण होणारे सामाजिक स्तर आणि या सर्वांच्यात असलेलं मध्यमवर्गीयांचं दुःख यांवर भाष्य होतं. वावटळीत व्यक्त होऊ पाहणाऱ्या कोमल भावनांचे ते आविष्कार असत. भावनिक आणि बौद्धिक संभ्रमाच्या आणि उत्कंठांचा अनुभव देणाऱ्या दिवसांच्या स्मरणरंजनाची चमत्कारिक जाणीव मला या चित्रपटांमुळे व्हायची.

मुख्य प्रवाहातले चित्रपट हाही या पर्यायी जीवनदृष्टीचा एक भाग होता. एरवी आशा पारेख आयआयटीत आल्या नसत्या, तर त्या अभिनय कसा करतात आणि प्रत्यक्षात कशा वागतात, हे मला कसं समजलं असतं? किंवा उषा उथ्थप आयआयटीत आल्या नसत्या, तर त्यांच्या गाण्याएतकंच त्यांचं व्यक्तिमत्त्वही मोहिनी घालणारं आहे, हे तरी मला कसं समजलं असतं? पुढं १९७३ मध्ये या कार्यक्रमाला 'मूड इंडिगो' नावानं एक स्वरूप मिळालं आणि आता तर तो कार्यक्रम म्हणजे आयआयटीची 'ओळख'च बनला आहे.

पुढं आयआयटीतलं शिक्षण संपल्यावर मी पुण्याला परतलो. फिल्म अर्काइव्हनं सुरू केलेल्या फिल्म क्लबचा सदस्य झालो. मी अगदी भक्तिभावानं तिथं जात असे. त्या अंधाऱ्या थिएटरची जादूच संमोहित करणारी असते; पण तिथं परदेशी सिनेमाची सबटायटल्स वाचणं आणि त्याच वेळी कलाकारांच्या चेहऱ्यावरचे सूक्ष्म भाव टिपून अमूर्त, अनाकलनीय अर्थ शोधणं, हे मला जरा त्रासदायक वाटू लागलं.

परिमल माझ्या आयुष्यात आली; त्या वेळी मला आर्ट फिल्मच्या सिनेचळवळीची दखल घ्यावीच लागली. त्यामुळेच मला थर्ड वेव्ह, किंवा फेलिनीसारखा सिनेनिर्माता आणि त्याचा '८.१/२' सिनेमा कळला! (अगदी आजही ती मुक्तकंठानं या सिनेमाची स्तुती करत असते, तेव्हा मला मात्र त्यातली कल्पनारम्य प्रसंगांची मालिकाच आवडते आणि मी मार्सेलो मॅस्ट्रिओनी असतो तर किती छान झालं असतं, असं वाटतं.) गोदार्द, फ्रान्सिओ त्रुफा, इंगमार बर्गमन, कुरोसावा, ओझू आणि इतरही जगप्रसिद्ध सिनेनिर्मात्यांची ओळखही करून घेणं मला तिच्यामुळे भाग पडलं. तोपर्यंत मी स्वैरपणे सिनेमे पाहत होतो. त्याला आता एक विशिष्ट आकृतिबंध आला.

अलीकडे मी लांबवरच्या विमानप्रवासात एखादा सिनेमा बघतो किंवा पुस्तक वाचतो. त्यातली कथा आणि पात्रांची माझ्या डोक्यात गल्लत होते. आश्चर्य वाटतं, की आता आपलं मन वेगळ्याच माहितीनं भरलं आहे... आपण फिकीर करण्याचे; महत्त्वाचे विषयही वेगळे आहेत. ज्यानं एके काळी आपलं प्रभावोत्सुक मन घडवलं, तेच मन आता अशा क्षुल्लक गोष्टींमुळे प्रभावित होत नाहीये! पण, तेव्हा मित्रांबरोबर मी जे सखोल आणि परिणामकारक अनुभव घेतले, ज्ञान मिळवलं, आयआयटीमध्ये शिक्षण मिळवलं, त्याची आता कशाशीच तुलना होऊ शकत नाही.

नंतर आम्ही सगळे वेगवेगळ्या दिशांना उडून गेलो आणि प्रत्येकानं आपल्या आयुष्याचा वेगळा खोपा बांधला.

- सदानंदनं अमेरिकेतून एरोनॉटिक्समध्ये डॉक्टरेट मिळवली आणि चेन्नई आयआयटीमध्ये एका दशकापेक्षा जास्त काळ एरोनॉटिक्स विभागात प्राध्यापक म्हणून काम केलं. त्या प्रांगणातला तो 'सर्वोत्तम विद्यार्थी समुपदेशक' म्हणून ओळखला जायचा. सध्या तो जयपूरमधील 'एलएनएमआयआयटी' संस्थेचा डीन आहे.

- मला सुदैवानं अजितबरोबर दोनदा काम करायला मिळालं. रॅपिकट आणि नंतर प्राजमध्ये आम्ही एकत्र काम केलं. शेवटी, तो महिंद्रा कंपोझिट्समधून निवृत्त झाला.
- सुभाष त्याच्या कलागुणांना चिकटून राहिला. त्यानं एक डिझाईन आणि प्रोजेक्ट कंपनी सुरू केली. ही कंपनी कागद-उत्पादक उद्योगांना सल्ला देते.
- प्रभाकरनं त्याच्या जन्मगावी नाशिकमध्येच राहण्याचं ठरवलं. तो आता शिक्षण व अध्यात्म या दोन्ही क्षेत्रांत काम करतो.
- जयंतनं औद्योगिक समूहात राहणं पसंत केलं. लार्सन अँड टुब्रोमध्ये एकनिष्ठा दाखवल्यानं तो वरिष्ठ पदापर्यंत पोचला. त्यानं एकदाही नोकरी बदलली नाही. तो लार्सन अँड टुब्रोमधून निवृत्त झाला.
- माधवनं प्रामाणिकपणे त्याची साम्यवादी विचारधारा प्रत्यक्षात तपासली. त्यावर सर्व प्रयोग करून पाहिले.
- सुबोधनं भोपाळमध्ये झालेल्या युनियन कार्बाइड कंपनीतल्या वायुगळतीच्या भयंकर आणि दुःखी प्रसंगावर मराठीत एक काल्पनिक विज्ञानकथा लिहिली. त्याला एक प्रतिष्ठेचा पुरस्कारही मिळाला.
- शेखर दसनूरकर हा माझा अजून एक वर्गमित्र. सध्या तो प्राजला 'आयएसओ २६०००' मिळवून देण्यास मदत करत आहे. तो के. के. नागमधून निवृत्त झाला.

आयआयटीतले माझे वसतिगृह क्रमांक चारमधले मित्र. मी पुढील रांगेत सर्वांत डावीकडे.

मागे वळून पाहता, मित्रांची निवड मी अगदी काळजीपूर्वक केली. माझी स्वतःची भाषा व समाज यांच्या पलीकडं मी गेलो नाही. ट्रेकिंग, पावसाळी सहली, सायकलवरून भटकंती यांपलीकडे साहस केलं नाही. कुठल्याही विचारसरणीत मी फार काळ अडकलो नाही. माझं शिक्षण झालं त्या आयआयटीनं मला माझ्या आवडीच्या विषयात नैपुण्य दाखवण्यासाठी घडवलं. माझ्या मते, माझं आयुष्य घडवण्यात, माझ्या स्वप्नांना आणि पंखांना बळ देण्यात माझे मित्र आणि आयआयटी यांचा मोठा वाटा आहे.

विभाग २ | निश्चयाचं दशक

७ धिमी गती

मी खरोखरच नोकरी करणाऱ्यांतला नव्हतो; पण त्याची जाणीव मला नोकरी करतानाही नव्हती. आयआयटीच्या शेवटच्या वर्षात झालेल्या मुलाखतींच्या दुसऱ्या फेरीमध्ये असोसिटेड सिमेंट कंपनीच्या (एसीसी) अभियांत्रिकी क्षेत्रातील उपकंपनीत पदवीधर प्रशिक्षणार्थी म्हणून माझी निवड झाली. कर्नाटकातली 'शहाबाद हेवी इंजिनिअरिंग' हे या कंपनीचं नाव. त्याच कंपनीनं अजित आणि शोभन या माझ्या वर्गमित्रांचीही आधीच निवड केली होती. दूरवरच्या ठिकाणी मित्रांसोबत राहायला मिळणार म्हणून मला आनंदच झाला. नंतर एनआयटीईच्या (नीटी) प्रशिक्षणासाठी मुंबईत गेल्यावर त्यांनी माझी निवड बिहारच्या खमरियामधल्या 'प्लँट मेंटेनन्स' विभागासाठी केल्याचं समजलं. अशा कुठल्या तरी ठिकाणी या प्रकारचं काम करणं मला कल्पनेतही शक्य नव्हतं, तेही पहिल्याच नोकरीत. मी रुजू झाल्यावर २४ तासांत राजीनामा देऊन टाकला. एसीसीच्या इतिहासात एवढ्या कमी काळाच्या नोकरीची नोंद केल्याबद्दल त्यांच्या मनुष्यबळ विभागानं मला कधी माफ केलं नसेल! अशा तऱ्हेनं माझ्या नोकरदार जीवनाच्या सुरुवातीलाच माशी शिंकली.

अहमदनगरच्या दिवसांपासून माझ्या वडिलांचे फिरोदिया कुटुंबाशी संबंध होते. त्यांनी शब्द टाकल्यावर मला पुण्यातल्या बजाज टेम्पो (आता फोर्स मोटर्स) इथं मुलाखतीची संधी देण्यात आली. मी उत्पादन व्यवस्थापन विभागात व्यवस्थापन प्रशिक्षणार्थी म्हणून दाखल झालो. त्यांच्या कर्मचाऱ्यांमध्ये बहुधा मी पहिला आयआयटीयन होतो. सुदैवानं, माझ्या डोक्यावर छप्पर होतं. कारण भाऊंनी नारायण पेठेतल्या दुसऱ्या एका वाड्यात दोन खोल्या भाड्यानं घेतल्या होत्या.

काही महिन्यांनी सर्व विभागांतलं प्रशिक्षण घेतल्यावर माझी नेमणूक 'न्यू मशिन शॉप'मध्ये झाली. इथं इंजिनाचे क्रँकशाफ्ट, कॅमशाफ्ट, कॉन रॉड हे वेगवेगळे भाग बनवले जायचे. दुसऱ्या महायुद्धात वापरलेली जुनी जर्मन यंत्रं पुण्यात आणून इथं त्यांची फेरजोडणी केली गेली होती. इथं कामाच्या पाळ्या होत्या. मला आयुष्याच्या इतर बाबतींतही एक साधारण कामगार असल्यासारखं वाटे. या पाळ्यांमधलं आयुष्य आणि बाहेरची दुनिया यांचा काही ताळमेळच नव्हता. तरीही एका वर्षानंतर माझ्या कामगिरीमुळे मला बढती मिळाली. ओव्हरऑल इनचार्ज म्हणून मी जनरल शिफ्टमध्ये काम करायला लागलो. माझ्यावर जास्त जबाबदाऱ्या आल्या; पण माझ्या दिवसाची सुरुवात आणि शेवट इतरांच्याच वेळेप्रमाणे व्हायचे.

१९७१ ते १९७५ अशी चार वर्षं मी बजाज टेम्पोत होतो. या काळात वाहननिर्मितीच्या उत्पादन विभागातला अनुभव माझ्या गाठीशी आला. त्याचा आयुष्याच्या पुढच्या काळात खूपच उपयोग झाला. कारण, मनुष्यबळ व्यवस्थापनाचं मूलभूत प्रशिक्षण आणि कायमस्वरूपी गाठीशी असावेत, असे अनुभव इथंच मिळाले.

टेम्पोमध्ये माझ्या अखत्यारीत असलेल्या बहुतांश यंत्रांमध्ये हायड्रॉलिक्स किंवा पॉवर पॅक्सच्या देखभालीची समस्या असायची. या नवीन विभागावर वेळेवर माल पुरवण्याचा दबाव होता. 'मेटॅडोर'च्या इंजिनाच्या सुट्या भागांच्या निर्मितीशी संबंधित हे काम असल्यानं या नव्या विभागावर जबाबदारीचं दडपण खूप असे. हवा अडकून बसणं, यंत्र बंद पडणं अशा घटना वारंवार घडत. यात भर म्हणजे ही सर्व स्पेशल पर्पज मशिन (एसपीएम) होती. मल्टि स्टेशन आणि मल्टि स्पिंडल अशी त्यांची अंतर्रचना होती. त्यांच्या प्रणाली एकमेकांशी मेळ होऊन सर्वांशानं प्रस्थापित झालेल्या नव्हत्या. निर्मितीची सर्व लक्ष्यं गाठताना उपलब्ध मालाच्या मर्यादित साठ्याची तोंडमिळवणी करावी लागे. यंत्रांसारखीच कामगारांचीही परिस्थिती होती. मुबलक असं काहीच नव्हतं. काहीही वाया जाऊ दिलं जात नव्हतं. उद्योग जगतातल्या अर्थशास्त्राचा मला मिळालेला तो सर्वोत्तम धडा होता.

नोकरीतली सगळी धांदल आणि कामाचा ताण असूनही, माझ्या आयआयटीच्या मित्रांचा सहवास आणि त्यातून मिळणारं बौद्धिक खाद्य यांची उणीव भासतच असे. किती गोष्टी गृहीतच धरल्या होत्या मी! एक दिवस

परिमल (तेव्हाचं नाव आशा) माझ्या आयुष्यात येईल, याची मी वाट बघत होतो; पण ते कधी घडणार, याची मलाही कल्पना नव्हती... पूर्व बंगाल स्वतंत्र होऊन बांगलादेशाची निर्मिती करण्यासाठीच्या युद्धात भारत उतरला, तेव्हा १९७१ च्या डिसेंबर महिन्यात अधिकृतरीत्या ब्लॅकआउट जाहीर करण्यात आल्यामुळे पुणं रात्रीच्या अंधारात गुरफटून गेलेलं असे. तेव्हा आकाशवाणीच्या विविध भारती केंद्रावरून सुमधुर सिनेसंगीताचा 'बेला के फूल' कार्यक्रम प्रसारित व्हायचा.

युद्ध संपल्यानंतर काही महिन्यांतच बँकेकडून कर्ज काढून मी मोटारसायकल विकत घेतली. माझी पहिलीवहिली कोरी करकरीत जावा. तेव्हा स्वातंत्र्याची जी जाणीव झाली, ती अजूनही माझ्या गात्रांतून जाणवते. तो वेग, चेहऱ्यावर येणारा वाऱ्याचा झोत आणि भटकण्याचं पूर्ण स्वातंत्र्य. मला खरोखर पंखच लागले होते! मी ताबडतोब जर्मन शिकण्यासाठी मॅक्सम्युलर भवनाच्या संध्याकाळच्या वर्गात प्रवेश घेतला. (जर्मन गोष्टींविषयीचं हे आकर्षण म्हणजे माझी आणि सदानंदची समाईक आवड. त्याच्या आठवणीच या निमित्तानं जाग्या झाल्या.)

तारुण्यस्वप्नांना पंख देणारी जावा मोटरसायकल.

बजाज टेम्पोमध्ये काम करणं हे माझ्याकरिता एक आव्हान होतं. यंत्र हाताळणाऱ्या माणसांच्या भावभावनांशी माझा यानिमित्तानं पहिल्यांदाच परिचय झाला. सर्व स्तरांवर ताणतणाव होतेच. 'कुशल' विरुद्ध 'अकुशल' हा असाच

मोठा तणावाचा मुद्दा होता. मी तर एक अननुभवी उच्चशिक्षित तरुण अभियंता होतो. माझ्या हाताखाली काम करणारे लोक माझ्यापेक्षा वयानं मोठे होते आणि त्यांचा यंत्रांवर कामाचा अनुभवही दांडगा होता. एका तऱ्हेनं यंत्रांविषयीचं ज्ञान आणि त्या यंत्रांकडून काम करून घेण्याचं कौशल्य-क्षमता यांतल्या वर्चस्वासाठीचं ते आभासी मुष्टियुद्ध होतं. आमच्या विभागात एक डिसूझा नावाचे कामगार होते. टूल सेटिंगमध्ये ते अगदी तरबेज होते. त्यात प्रशिक्षित नसले, तरी त्यांना कामाचा अनुभव होता. ते कामगार-संघटनेचे नेतेही होते. त्यामुळे त्यांच्याकडे दुहेरी ताकद होती, यंत्राचं ज्ञानही आणि राजकीय ताकदही. ते एक स्पेशल पर्पज मशिन चालवायचे. त्यात वीसपेक्षा जास्त टूल्स बसवावी लागायची. त्यांच्या यंत्राबाबतच्या कसबामुळे हळूहळू त्यांना कुणी पर्यायच नाही, असं झालं. त्यामुळे ते लहरीपणानं वागायचे. हे सातत्यानं घडू लागलं. सामोपचारानं किंवा गोड बोलूनही काही उपयोग होत नव्हता. त्यांच्या अहंकाराची भूक वाढतच जाऊ लागली होती. मी याबद्दल खरोखरच अस्वस्थ होतो... ते सर्व मोडून काढायचं मी ठरवलं. मी एसपीएमवर अधिक वेळ घालवून टूल्स वापरण्याची प्रक्रिया स्वतःहून शिकलो.

एके दिवशी डिसूझांनी असाच आपला तोरा दाखवत उत्पादन संथ गतीनं करायचं ठरवलं, तेव्हा मी त्यांच्यापाशी गेलो आणि अक्षरशः त्यांची कॉलरच पकडली.

"तुम्ही काम करणार आहात की नाही?" मी धमकावणीच्या सुरातच विचारलं.

"नाही करणार, जा! काय कराल तुम्ही?" त्यांनी उद्धटपणे उत्तर दिलं.

"तुम्ही नाही केलंत तर मी करेन. तुमच्याशिवायही आम्ही हे काम करू शकतो," असं मी त्यांना बजावलं.

यावर, "तुम्ही कालची पोरं, मला धमकावू नका. करूनच दाखवा," असं त्यांनी आव्हान दिलं.

आत्तापर्यंत आमच्याभोवती घोळका जमला होता. एक-एक करून सारी यंत्रं बंद झाल्याचं माझ्या कानांनी टिपलं. शॉप-फ्लोअरवरचे सगळे जण आता काहीतरी स्फोटक घडणार, असं वाटून एकत्र जमले. मी परत

एकदा डिसूझांची कॉलर ओढली आणि त्यांना बाजूला ढकलत माझ्या बाह्या सरसावल्या. यंत्र चालू करू लागलो.

त्यासाठी त्यांना लागली असती त्यापेक्षा मल थोडीशीच जास्त मिनिटं लागली; पण मग सर्व जुळणी सुरळीतपणे झाली. मी यंत्र सुरू केलं आणि उत्पादन सुरू झालं. मी जमलेल्यांकडे वळून ओरडलो, ''तमाशा संपला. जा, आपल्या कामाला लागा.'' त्या दिवशी डिसूझा संध्याकाळी लवकर घरी गेले. मी त्यांच्या विरोधात काही तक्रारही केली नाही; मात्र या नाट्यानंतर त्यांनी मला कुठल्याच बाबतीत कधीही त्रास दिला नाही. मी इतरांना जेव्हा त्या एसपीएमबद्दल प्रशिक्षण द्यायला लागलो, तेव्हाही त्यांनी मला अडवलं नाही. कामगारांच्या मनातला माझ्याबद्दलचा आदर वाढला, कारण मी सक्रिय पद्धतीनं त्यांच्या कौशल्यात भर घालत होतो.

कामगारांना हाताळणं हे नेहमीच एक आव्हान होतं. त्यांच्यापैकी काही तर उघडउघड गुंड असत. विभागांतर्गत स्पर्धा किंवा हितसंबंध, वैयक्तिक विश्वासार्हता किंवा निष्ठा हे वादाचे विषय असत. कुठल्याही समूहाचं नेतृत्व करताना कणखर, अप्रिय असे निर्णय घ्यावे लागायचे; तरीही वेळेवर काम तयार ठेवायचं, हा उत्पादनक्षेत्रातला एक मोठाच धडा होता माझ्यासाठी. मला इतर काही यंत्रांवरही अशाच जाणकारांसोबत काम करावं लागलं तेव्हा कुठं माझ्या मागं अधिक कामगार उभे राहू लागले. दुसरे एक फिलिप नावाचे पर्यवेक्षक माझ्या नंतरच्या पाळीत काम करत असत. काही कारणानं त्यांना मी आवडत नव्हतो. ते टूलिंगमध्ये अशी काही गडबड करून ठेवायचे, की नेमक्या माझ्या शिफ्टमधलंच उत्पादन पुष्कळसं नाकारलं जाई. माझं रेकॉर्ड खराब होई. त्यांच्याशीही मी असाच वागलो. माझं कार्यक्षेत्र निष्कलंक राहील, याची पूर्ण काळजी घेतली.

फक्त हाताखालचे किंवा सहकारीच नव्हेत, तर साहेबांचा विश्वास संपादन करण्यासाठीही काम करावं लागायचं. माझे वरिष्ठ गरम डोक्याचे आणि धडाकेबाज होते. आततायीपणात मीही त्यांच्याच जातकुळीचा. रागाच्या भरात तोंडाला येईल ते बोलणारे, अशी त्याची ख्याती होती. त्या दिवशी उत्पादनाच्या उद्दिष्टपूर्तीत काहीतरी गडबड झाली होती. एक यंत्र जवळपास सहा तास बंद होतं. मी ऑपरेटरबरोबर ते दुरुस्त करण्यासाठी झगडत होतो. संध्याकाळी साहेब खवळले. तिथं आले आणि समस्या काय आहे, हे जाणून न घेताच ते सगळ्यांवर ओरडू लागले.

माझ्यापाशी येऊन म्हणाले, ''चौधरी, तुम्हाला जर ही समस्या सोडवता येत नसेल, तर तुम्ही राजीनामा देऊन घरी का जात नाही?''

सगळे कामगार, सुपरवायझर्स, ऑपरेटर्स, सगळ्यांच्या देखत ते मला बोलले. सगळे अवाक् झाले. एकदम शांतता पसरली. त्यांचं बोलणं मूर्खपणाचं होतं, हे उघडचं होतं! शिवाय, ते बोलणं त्या समस्येशी जोडल्या गेलेल्या प्रत्येकाचीच मानहानी करणारं होतं. मी यंत्रावर काम करत होतो. तिथल्या तेलानं माझे हात माखले होते. मी हाताशी आला तो स्वच्छ कागद घेतला आणि लिहिलं,

'डिअर सर,

तुमच्या सूचनेवरून मी आत्तापासून राजीनामा देत आहे.'

खाली नाव लिहून मी सही करून तिथल्या तिथं सर्वांच्या देखत साहेबांच्या हातात राजीनामा ठेवला. साहेबांनी आश्चर्यानं 'आ' वासला. त्यांच्या विस्फोटाचा असा परिणाम होईल, असं काही त्यांना वाटलं नव्हतं. ते चकित होऊन गांगरून गेले. काय करावं ते त्यांना सुचेना. आपल्या केबिनमध्ये निघून जाऊन त्यांनी मला तिथं बोलावणं पाठवलं. माझी माफी मागितली आणि राजीनामा मागे घ्यायला सांगितला. या प्रसंगानंतर आमच्यात कुठलीच धुसफूस झाली नाही.

या प्रसंगानंतर आमच्या संपूर्ण विभागात आणि शेजारपाजारच्या काही विभागांतही मी काही क्षणांसाठी 'हिरो' झालो. त्या क्षणी आणि त्या संध्याकाळी माझ्या या अविचारी धाडसातच मी धुंद होतो. साहेबांनी माझा राजीनामा स्वीकारला असता, तर काम बंद होऊन घरी बसायची वेळ आली असती, हे नंतर घरी गेल्यावर मला उमजलं.

तुम्ही साहेब असा की त्यांच्या हाताखालचे; अशा अवाजवी रागाला थारा देऊ नये, हा धडा मला त्या प्रसंगानं दिला... नवशिक्षितांसाठी बजाज टेम्पो मोठी प्रशिक्षणाची जागा होती. चांगले अनुभवाचे धडे तिथं मिळाले.

या सर्व शिक्षणात अहमदाबादच्या आयआयएममधून बजाज टेम्पोत नुकत्याच भरती झालेल्या चंद्रमौळीशी माझी छान मैत्री झाली. आयआयटी सुटल्यानंतर पुष्कळ दिवसांनी ज्याच्याशी काही देवाणघेवाण होऊ शकेल, असं कुणीतरी भेटलं. आमच्या दोघांच्या डोक्यांत असंख्य कल्पना होत्या. दोघांना या जगात बदल घडवून आणायचा होता. जग अधिक

चांगलं बनवायचं होतं. तारुण्याचा जोश आपल्या सगळ्यांतच असतो. तो आमच्यातही होता. जग बदलण्याची जबाबदारी आमच्या समर्थ खांद्यावरच आहे, असं आम्हाला अगदी प्रामाणिकपणे वाटायचं! चंद्रमौळीनं माझ्या उद्योगव्यवस्थापनाच्या धूसर कल्पना स्पष्ट केल्या. पुण्यात जेव्हा 'रुग्णालय व्यवस्थापन' अशी गोष्ट अस्तित्वात नव्हती, तेव्हाच आम्ही दोघांनी केईएम रुग्णालयाला व्यवस्थापनाबद्दल सल्ला देऊ लागलो. चंद्रमौळीच्या इंडियन इन्स्टिटयूट ऑफ मॅनेजमेंटच्या माजी विद्यार्थ्यांच्या मेळाव्यात मी सहभागी झालो. तिथं पहिल्यांदा रोहिंग्टन आगा, अरुण मायरा अशांना ऐकलं. दोघंही आपापल्या संस्थांमधले दिग्गज होते. व्यवस्थापनाच्या नवनव्या कल्पना त्यांनी श्रोत्यांना ऐकवल्या.

नंतर आम्ही दोघांनी मिळून आयआयटीत प्रवेश मिळवू इच्छिणाऱ्या मुलांसाठी प्रवेश परीक्षेचे क्लासेस चालू केले. बौद्धिक उद्योजकतेचा हा आमचा पहिलाच प्रयत्न.

गिरीश कर्नाड हे फिल्म अँड टेलिव्हिजन इन्स्टिटयूटचे संचालक असताना आम्ही तिथं जाऊन धडकलो. काही मूलभूत व्यवस्थापकीय तंत्रं त्यांच्या अभ्यासक्रमात समाविष्ट करावीत, असा आमचा प्रयत्न होता! व्यावसायिक दृष्टिकोनाच्या अभावामुळे अभ्यासक्रमात अशी कौशल्यं समाविष्ट करता येणार नसल्याचं त्यांनी आम्हाला समजावून सांगितलं. आज मात्र तीच व्यवस्थापनकौशल्यं अभ्यासक्रमात आणि सिनेमाच्या क्षेत्रात वापरात असलेली दिसून येतात आणि त्यामुळेच वेगळ्या धाटणीच्या सिनेमांची निर्मिती होताना दिसत आहे.

बजाज टेम्पोमध्ये असतानाच 'सेंट्रल मॅन्युफॅक्चरिंग टेक्निकल इन्स्टिटयूट', बेंगळूरू (सीएमटीआय) इथं माझी प्रशिक्षणासाठी निवड केली गेली. धातूकामातील कौशल्यं अधिक सुधारण्यासाठी आणि मशिन टूल उद्योगाचा आवाका कळण्याचं हे प्रशिक्षण होतं. आमच्यासाठी असणाऱ्या औद्योगिक भेटीमध्ये मी विडियाला (इंडिया) भेट दिली. तिथं मला श्रीनिवासन भेटले. त्यांनी मला टंगस्टन कार्बाइड तंत्रज्ञानातल्या ताज्या प्रवाहांची माहिती दिली; पण त्यातून माझ्या आयुष्याचा नवा अध्याय सुरू होईल, अशी पुसटशी कल्पनाही मला आली नव्हती.

८ | विडियाचे पंख

उत्पादन किंवा निर्मिती क्षेत्रात करिअर घडवावं, असं मला बजाज टेम्पोत काम करतानाही वाटत नव्हतं. ज्या संस्थेत काम करायचो, तिथल्या व्यवस्थापनाच्या आंतरिक वर्तुळाजवळ पोचण्यास मी उत्सुक असायचो. मेकॅनिकल शाखेच्या शिक्षणामुळे इंडस्ट्रीयल इंजिनिअरिंग हा मला मी नियोजलेल्या कारकिर्दीसाठी जोडणारा एक पूलच वाटला. हे सारं मनात घेऊन मी 'सँडविक एशिया' या पुण्यातल्या स्वीडिश कंपनीत अर्ज केला. तिथल्या कामाची रूपरेषा अगदी स्वप्नवत होती. सँडविक ही नामांकित बहुराष्ट्रीय कंपनी होती. मी तोवर काम केलेल्या कंपन्या अगदी पारंपरिक मार्गानं जाणाऱ्या आणि मालकांचं काटेकोर नियंत्रण असणाऱ्या होत्या. व्यवसायांचं स्वरूपही कौटुंबिक होतं. गुणवत्ता आणि उद्यमशीलतेला महत्त्व असणाऱ्या आधुनिक व्यवस्थापन संस्कृतीचा भाग बनण्याची माझी इच्छा होती. टाइम मोशन स्टडीज, व्हॅल्यू इंजिनिअरिंग, उत्पादन तंत्र हे सारं अशा कंपन्यांना अधिक प्रिय असेल, याचा मला विश्वास होता. तेव्हा नुकत्याच आलेल्या संगणकांमुळे साध्य होऊ लागलेल्या इलेक्ट्रॉनिक डेटा प्रोसेसिंगच्या संकल्पना हे या उद्योगांचं भविष्य होतं, याची जाणीव मला झाली होती. त्या सर्वांत मला सहभागी व्हायचं होतं आणि इंडस्ट्रीयल इंजिनिअरिंग हा त्याला जोडणारा दुवा होता. दुर्दैवानं, मला ही संधी नाकारण्यात आली.

मे १९७४मध्ये सरतेशेवटी माझ्या कुटुंबीयांना राजी करून मी १७ वर्षांच्या आशाशी लग्न केलं. तिचं नाव बदलून 'परिमल' ठेवलं. मी तिच्या प्रेमात पडलो होतो. लग्न आणि त्यासोबत येणाऱ्या जबाबदाऱ्यांमुळे पैशाला नवनव्या वाटा फुटत होत्या. मला परिमलचं शिक्षण पुरं करायचं होतं. माझी बहीणही आमच्यासोबतच राहत होती. माझे आई-भाऊ माझ्यावर अधिकाधिक आर्थिक जबाबदाऱ्या टाकत होते आणि त्यासाठी आणखी पैसा मिळवण्याला प्राधान्य देणं मला भाग होतं... मग उत्पन्न वाढवण्यासाठी

दिवसभर बजाज टेम्पोत दमणूक करणारं काम झाल्यावरही, एका लघुउद्योगाचा 'सल्लागार' म्हणून मी काम करायचो. त्याचे मला दरमहा अडीचशे रुपये मिळायचे. लग्नानंतर सुरुवातीच्या काळात या जास्तीच्या कामामुळे आम्हाला एकमेकांसोबत घालवायला वेळच मिळायचा नाही; पण लग्नानंतर पहिली दिवाळी साजरी करण्यासाठी त्या जास्तीच्या पैशांचा खूपच उपयोग झाला.

आता मी दुसरी नोकरी शोधायला पद्धतशीर मार्गानं सुरुवात केली. नाशिकची मायको, पुण्याची बजाज ऑटो आणि बेंगळुरूची विडिया या कंपन्यांमध्ये मी अर्ज केले. बजाज ऑटो आणि मायको या दोन्ही कंपन्यांत माझ्या अगदी सविस्तर मुलाखती झाल्या. दोन्ही ठिकाणी माझी निवड झाली. मायकोनं इंडस्ट्रीयल इंजिनिअरिंगमध्ये संधीही देऊ केली; पण त्यासाठी मला सगळं घरदार नाशिकला हलवावं लागलं असतं. त्यामुळे तो पर्याय सोयीचा नव्हता. बजाज ऑटोमध्ये तर मला आधीचंच काम करावं लागणार होतं.

बेंगळुरूची विडिया ही जर्मनीच्या क्रुप कंपनीची उपकंपनी होती. तिनं मला तंत्रज्ञान आणि व्यवसाय यांची सांगड घालता येणाऱ्या नोकरीची संधी पुण्यातच देऊ केली. बजाज टेम्पोमधल्या काळात माझी ओळख झालेल्या जैन यांच्याकडं मुलाखतीची पहिली फेरी झाली. ते पुष्कळदा विडियाचे प्रतिनिधी म्हणून टेम्पोमध्ये येत असत. पुढं जाऊन आयुष्यात मी जे काही केलं, त्याची पायाभरणीच विडियानं केली, हे निःसंशय. या कंपनीनं मला नवनवीन संधी आणि खोलात जाण्याची दृष्टी दिली.

मी विडियामध्ये 'विक्री अभियंता' म्हणून दाखल झालो. नंतर पुण्याची 'टेल्को' ही माझी कर्मभूमी बनली. विडियाची टूलिंग्ज तिथल्या यंत्रांवर बसवण्याचं कसब मला तिथं सिद्ध करायचं होतं. तिथलं उत्पादन वाढल्यामुळे पुष्कळ नवीन मशिन टूल्स बसवण्याचं काम येत होतं आणि भारतीय बनावटीची कटिंग टूल्स वापरण्यावर टेल्कोचा भर होता.

विडियाच्या नोकरीत मी ग्राहकाभिमुखतेची संकल्पना आत्मसात केली. मी जर उत्पादनाच्या क्षेत्रातच राहिलो असतो, तर मला हे कधीच शिकता आलं नसतं. विडियाच्या नोकरीत मी कल्पनाही केली नव्हती अशी आव्हानं पुढे यायची. तोवर दिवसाचा ठराविक वेळच कामाला बांधील असणारा मी आता माझ्या कामाचा वेळ स्वतः ठरवू शकत होतो; पण नऊ ते पाचच्या ठरलेल्या वेळेऐवजी २४ तास ग्राहकांच्या समाधानासाठी मी उपलब्ध

असावं, अशी माझ्याकडून अपेक्षाही होती. यासाठी आमच्या कंपनीच्या सर्वच उत्पादनांची तांत्रिक आणि व्यावसायिक स्वरूपाची माहिती ठेवणं भाग होतं. टेम्पोमध्ये मी ज्याचं उत्पादन करण्यात मदत करत असे, त्याची किंमत किंवा उत्पादन-खर्च याच्याशी माझा काडीचा संबंध नसायचा. विडियामध्ये माझ्यावर सोपवलेली जबाबदारी आणि मला दिलेलं स्वातंत्र्य हे दोन्ही माझ्या कामातल्या कौशल्याशी निगडित होतं... आणि कामगिरीचं मूल्यमापन हे थेटपणे तुमच्याकडून काय अपेक्षित आहे, याच्याशी जोडलेलं होतं. त्यामुळे जबाबदारी योग्यरीत्या पार पाडली नाही, तर तुम्ही प्रवाहातून बाजूला फेकले जाणार, हे उघड होतं. त्याची दुसरी बाजू म्हणजे चांगली कामगिरी केली, तर त्याची दखलही त्वरेनं घेतली जाणार होती.

या नोकरीत आम्ही ज्यांच्यासाठी काम करायचो, त्या कंपन्यांतल्या कामगारांपासून मुख्य कार्यकारी संचालकापर्यंत प्रत्येकासोबत काम करण्याची संधी मला मिळाली. त्यामुळे व्यवस्थापनाचा प्रत्येक पदर माझ्यापुढे उलगडला आणि संस्थांतर्गत उतरंडीमधल्या वेगवेगळ्या स्तरांवरच्या व्यावसायिक दृष्टिकोनात होणारे सूक्ष्म बदलही टिपता आले. कटिंग टूल्स लागणाऱ्या लघुउद्योगांपासून टेल्कोसारख्या महारथींशी माझा व्यवहार होता. त्यामुळे अशा प्रत्येक ठिकाणच्या व्यवस्थापनशैलींमधले टोकाचे बारकावे टिपायला मिळणं, ही मला संपन्न करणारी संधी होती. राव, राममूर्ती, जकातदार आणि इतरही काही मोठी नावं म्हणजे टेल्कोचे सत्तरच्या दशकातले 'हिरो'. (आता टेल्को 'टाटा मोटर्स' नावानं ओळखली जाते.) वाहन उद्योगातल्या कुणाही व्यावसायिकाला भुरळ पडावी, अशी ही फळी टेल्कोमधल्या तांत्रिक आघाडीचं नेतृत्व करत होती.

मला वाटतं, माझं व्यवसायचातुर्य प्रखर होत चाललेला तो काळ होता; परंतु उद्यमशीलतेची कळी उमलणं बाकी होतं. लवकरच मी माझ्या ग्राहक कंपन्यांच्या विस्तार योजनांना अनुरूप अशी माझ्यासाठीची विक्रीची उद्दिष्टं स्वतःच ठरवू लागलो. कंपनीनं माझ्यासाठी ही उद्दिष्टं ठरवण्याआधीच मी ती कंपनीपुढे मांडू लागलो. विडियात अशा गोष्टींना प्रोत्साहन मिळे. ही मला दैवदयेनं मिळालेली संधीच वाटली. तेव्हा आमच्या कंपनीचे जर्मन व्यवस्थापकीय संचालक रेनट्रूप विन्टरगालेन होते. मला त्यांचा सहवास मिळे. त्यांनी माझ्यातली कंपनीचा धंदा वाढवण्याची ईर्षा आणि वृत्तीही तीव्र करण्याला मदत केली. नकळत याच वृत्तीमुळे आमचं मेतकूट घट्ट जमलं. ती वृत्ती जणू माझ्यावर स्वार झाली... पछाडलंच तिनं मला.

रेनट्रुप विंटरगालेन आणि विडियामधले माझे १९७८ मधले सहकारी; त्यापैकी काही सपत्नीक.

आज त्या दिवसांचा विचार करताना वाटतं, सँडविकनं मला नोकरीत न घेतल्यामुळे त्यांच्याविरुद्ध स्पर्धा करण्याचा माझा निश्चय अधिकच धारदार बनला होता आणि माझ्या कंपनीचं क्षेत्रीय कार्यालय पुण्यातच असल्यानं मी त्यांच्याच कार्यक्षेत्रातल्या स्पर्धेत उतरलो होतो. जणू काही युद्धच होतं ते! मला स्वतःसाठीच लढायचं होतं. एखाद्या कंपनीच्या शाखेला लागणारा प्रत्येक आधार मला मिळत होता. या विषयात खुद्द विन्टरगालेनही सखोल-सक्रिय रुची घेत होते. ते पुष्कळदा पुण्याला येऊन इथल्या शाखेनं वाढवलेल्या ग्राहक कंपन्यांच्या मुख्य कार्यकारी अधिकाऱ्यांशी संपर्कात राहात. पुणे कार्यालयातून मी प्रस्थापित केलेल्या संबंधांना त्यामुळे बळ मिळे. विडियाचे तांत्रिक व्यवस्थापक गुप्ता हा आमचा दुसरा आधारस्तंभ होता. जेव्हा-जेव्हा ग्राहकाला गरज असेल, तेव्हा-तेव्हा त्यांचा सहकार्याचा हात पुढे असे. कंपनीतल्या सर्व पातळ्यांवरच्या या अशा बहुआयामी, बहुधारी भागीदारीमुळे आमच्या उत्पादनांची गुणवत्ता आणखीनच सरस ठरायची. हे कुणा एका व्यक्तीचं काम नव्हतं. कंपनीसाठी काम करणाऱ्या प्रत्येक व्यक्तीमागे कंपनीचा सगळा संच एकदिलानं उभा असायचा.

या प्रयत्नांच्याच जोडीनं परिषदा-प्रदर्शनं भरवणं, माध्यमांसाठी पत्रकार परिषदा आयोजित करणं, कार्यशाळा घेणं, पार्ट्या आयोजित करणं या सगळ्यांची हातोटीही आवश्यक ठरायचीच. त्याच्या जोडीनं थोडं शिळोप्याच्या गप्पा मारणं आणि मैत्रीचे धागे जोडणं, हेही ओघानं यायचंच.

वेगवेगळ्या बाजारपेठांमध्ये शिरण्याची संधीही मला विडियानं दिली. सत्तरच्या दशकात सरकारचं प्रोत्साहन मिळत असलेल्या, अजून अडखळणारी

पावलं टाकणाऱ्या लघुउद्योगांकडंही माझं लक्ष होतंच. माझ्या काही मित्रांचे असे लघुउद्योग होते. आम्ही विकत असलेल्या कार्बाइड तंत्रज्ञानाचं प्रशिक्षण या संपूर्ण लघुद्योग क्षेत्राला देणं गरजेचं असल्याचं माझ्या लक्षात आलं. जरी त्यांनी आमची टूल्स विकत घ्यायचं ठरवलं, तरी थेट व्यवहार करावा, एवढ्या या कंपन्या मोठ्या नव्हत्या. तरीही, एकत्रित म्हणून ती बऱ्यापैकी मोठी बाजारपेठ होत होती, म्हणून मी परिषदा आणि कार्यशाळा भरवून या कार्बाइड तंत्रज्ञानाची माहिती देऊ लागलो. ही टूल्स बाजारपेठेत उपलब्ध होतील अशी यंत्रणा उभारली. त्यातून कंपनीसाठी महसुलाचा एक अगदी नवीन स्रोत निर्माण झाला.

कटिंग टूल्सच्या जोडीनं विडियानं खाणकामाच्या टूल्सची एक नवीन श्रेणीही बाजारपेठेत आणली होती. या उत्पादनांच्या श्रेणीनं विक्रीच्या आघाडीवर नवचैतन्य आलं; धडाडी दाखवण्याची आणखी एक संधी मिळाली. आम्हाला बोअरवेल्स खणणाऱ्यांबरोबर दुर्गम ठिकाणी जाऊन आमच्या नवीन उत्पादनांची पारख करून पाहावी लागत असे. बजाज टेम्पोमधल्या अनुभवातून मला यंत्र आणि कामगारांना हाताळण्याबद्दल बऱ्यापैकी आत्मविश्वास आला होता. त्यामुळे टेल्कोमध्ये मशिन टूल्सची चाचणी घेणं असो की कुठं बोअरसाठीचं उत्खनन, मी त्यात धडाडीनं भाग घेत असे आणि त्याच्या 'निकाला'च्या प्रतीक्षेतला आनंद पुरेपूर उपभोगत असे. आम्ही भूजल सर्वेक्षण आणि विकास यंत्रणेसारख्या (जीएसडीए) संस्थांबरोबरच 'ॲक्शन फॉर ॲग्रीकल्चरल रिन्यूवल इन महाराष्ट्र' सारख्या (अफार्म) स्वयंसेवी संस्थांबरोबरही काम केलं. विहीर खणण्याच्या चाचण्यांमुळे महाराष्ट्रातल्या पाण्याचं दुर्भिक्ष्य असलेल्या विभागांशी, तिथल्या जनतेच्या यातनांची मला कल्पना आली आणि विहीर खणल्यावर पाण्याचं प्रथम दर्शन होतानाचा परमानंद मी पाहिला. जमिनीत अशा प्रकारे खोदकाम करणं ही माझ्या उद्योजकतेची पहिली पायरीच होती, याची तेव्हा मला पुसटशीही कल्पना नव्हती!

निरनिराळ्या आघाड्यांवरील माझ्या प्रयत्नांना विडियानं प्रोत्साहनच दिलं. तिथल्या माझ्या सात वर्षांच्या काळात एकाआड एक वर्षी मला बढती मिळाली. १९७९मध्ये माझी जर्मनीतल्या ब्रेमेन शहरात घेण्यात आलेल्या प्रशिक्षणासाठी निवड झाली. हेलर या कंपनीसोबत डीप होल ड्रिलिंगच्या तंत्रज्ञानाचं ते प्रशिक्षण होतं. वाहन उद्योगातल्या मशिनिंग प्रक्रियेत, विशेषतः टेल्कोमध्ये या तंत्राचा उपयोग करायचा होता.

१९८० च्या सुमारास मीच पुढाकार घेऊन पुणे विभागाचा दूरगामी व्यवसायवृद्धी अहवाल कंपनीला सादर केला. या अहवालात पुढील पाच वर्षांची संभाव्य उलाढाल, त्यासाठीचं मनुष्यबळ, कार्यालयीन व्यवस्था, खर्च आदी बाबींचा अंदाज दिला होता. अचानक मी आतापर्यंत शिकलेली व्यवस्थापकीय तत्त्वं कुठंतरी वापरात आणता येत होती, माझं पुस्तकी पांडित्य प्रत्यक्षात उतरवता येऊ शकतं, याचं भान मला आलं होतं. ही जाणीव महत्त्वाची होती. ज्ञान आणि व्यवहार यांतलं अंतरही आता जाणवत होतं आणि आणखी व्यावहारिक धडे गिरवण्याची माझी आसही वाढतच चालली होती...

पुणे विभागातला विडियाचा व्यवसाय कितीतरी पटींनी वाढला होता. मी कंपनीत आलो, तेव्हा कंपनीचा बाजारपेठेतला हिस्सा सुमारे पाच ते दहा टक्के होता. मी कंपनी सोडली, तेव्हा तो पन्नास टक्क्यांपर्यंत वाढला होता. या काळातली कंपनीची उलाढाल पंधरा लाख रुपयांवरून अडीच कोटी रुपयांपेक्षा जास्तच झाली होती.

विडियातील नोकरी हा माझ्या आयुष्यातला संस्मरणीय प्रवास होता. आधी मी केवळ विशिष्ट जबाबदारीपुरतं मर्यादित काम करणारा व्यवस्थापक होतो; पण आता मी या पदाची व्याप्ती वाढवून संपूर्ण धंद्याचं आकलन येण्याइतपत माझ्या कक्षा रुंदावल्या होत्या. हळूहळू मी काम करत असणाऱ्या व्यवसायाबरोबरीनं एकूणच उद्योगाच्या राष्ट्रीय आणि आंतरराष्ट्रीय स्तरांवरच्या कामगिरीचाही विचार करू लागलो होतो. विडियामधल्या या प्रवासामुळे माझा रोजगारसंधी शोधणाऱ्यापासून अशा संधी निर्माण करणाऱ्यापर्यंतचा कायापालट धिम्या गतीनं, पण निश्चितपणानं घडला. या अवस्थेला 'इन्त्राप्रेन्युअर मनोवस्था' असं म्हणतात. म्हणजे, उद्योजकतेची कौशल्यं वापरणारा नोकरदार व्यावसायिक.

माझं यश पूर्णतः माझंच होतं, असं म्हणणं चुकीचं ठरेल. पुण्याचं उत्तम औद्योगिक वातावरण मला मिळालं, ही वस्तुस्थिती मी कधीच नजरेआड करू शकणार नाही. उद्योग बहरत होता, कामगारांची परिस्थिती उत्तम होती, विजेची स्थिती आजच्या तुलनेत आदर्श म्हणावी अशी होती आणि अर्थातच 'ब्रिक्स'च्या जगातले (उत्पादन कंपन्यांसाठीचे) ते सर्वोत्तम दिवस होते. 'क्लिक्स' (तंत्रज्ञान क्षेत्र) अजून पुढं यायच्या होत्या... ज्या क्लिक्समुळे 'ब्रिक्स'चं जग खुजं आणि छोटं होणार होतं.

९ आळवावरचं पाणी

१९८० च्या मध्यावर विन्टरगालेन विडियाच्या जर्मनीतल्या मुख्यालयात परत गेले. श्रीनिवासन यांनी व्यवस्थापकीय संचालक म्हणून सूत्रं हातात घेतली. १९८१च्या सुरुवातीला जी विक्री प्रतिनिधींची परिषद झाली, तिला विन्टरगालेन हजर नव्हते. त्या परिषदेमध्ये त्यांच्या नेतृत्वातलं चैतन्य आणि धडाडी यांची उणीव मला भासली. 'कुठलंही तंत्रज्ञान किंवा उत्पादनाच्या बाबतीत जागतिक बाजारपेठेचा विचार करा; स्थानिक यश हे पुरेसं नसतं,' असा सल्ला विन्टरगालेन कायम द्यायचे. हा सल्ला मला नेहमी आठवत असे. माझ्या प्रगतीच्या आकांक्षा जास्तच तीव्र व्हायला लागल्या होत्या. जागतिक बाजारपेठेच्या दृष्टीनं वाढण्याची क्षमता विडियामध्ये मला दिसत नव्हती. माझ्यापुरतं बोलायचं तर मला तिथं राहून इन्त्राप्रेन्युअरसारखं काम करण्याची संधीही धूसर वाटू लागली. पुणे विभागाचा प्रमुख म्हणून विडियातून मला जे मिळणं शक्य होतं, ते सर्व मला आधीच मिळालं होतं. आमचं पुण्याचं कार्यालय नवकल्पनांनी भरलेलं होतं. विक्री विभागात नव्यानं भरती झालेल्यांच्या प्रत्यक्ष प्रशिक्षणासाठी ते वातावरण सर्वांत पूरक मानलं जात होतं. तिथं नेहमीच उत्तम कार्यालयीन व्यवस्थापन-प्रणाली आणि ग्राहकांचा 'फॉलो-अप' घेण्यासाठी पद्धतीशीर रीती वापरल्या जायच्या. माझ्या शिस्तशीरपणाचा आणि प्रोत्साहनपर बोलण्याचा तिथं खूप फायदा झाला. खरं तर मला तिथं पुष्कळदा 'आयजीपी' (इन्स्पेक्टर जनरल ऑफ पोलीस) म्हटलं जायचं; पण कंपनीतल्या या परिस्थितीत ही सुखासीनता शोधणं शक्य असूनही मी अस्वस्थ होतो. आता पुढची संधी शोधण्याची वेळ आली असल्याचं मला जाणवू लागलं... पण आता आणखी नोकरी करण्याची मानसिकता राहिली नव्हती.

याच काळात माझा चुलतभाऊ संजय (त्याला आम्ही प्रेमानं 'राजू' म्हणायचो.) पश्चिम आशियाई देशातून काही पैसा गाठीला घेऊन परत आला

होता. तोही आयआयटीत शिकलेला स्थापत्य अभियंता होता. त्याचा आणि माझा पैसा वापरून दोघांनी एकत्रितपणे काही नवीन व्यवसाय सुरू करावा, अशी इच्छा त्यानं व्यक्त केली. आम्ही आमचे पैसे भोसरीतल्या महाराष्ट्र औद्योगिक विकास महामंडळाच्या (एमआयडीसी) जागेत भूखंड घेण्यात गुंतवले. हा जे-४४ क्रमांकाचा भूखंड होता. आमच्या उद्योगाचं नावही आम्ही 'प्राज इंजिनिअरिंग' असं निश्चित केलं. 'प्रमोद' आणि 'राजू' या दोन नावांमधली अक्षरं घेऊन 'प्राज' नाव ठरवलं. हे नाव आम्हाला सुटसुटीत, आकर्षक आणि लक्षवेधी वाटलं. संजयच्या मनात लगेचच नवा उद्योग सुरू करण्याची योजना मात्र नव्हती. त्याला पुन्हा पश्चिम आशियात परतायचं होतं. तो दोन वर्षांनी पुन्हा येणार होता; त्यामुळे प्राज ही परिमल आणि संजयची भागीदारी कंपनी म्हणून आकारास आली आणि मी त्या कंपनीत नंतर दाखल होणार, असं निश्चित झालं.

इंडिकार्ब, ड्रिलको, रॅपिकट यांसारखे बरेच छोटे-मोठे व्यावसायिक कार्बाइड तंत्रज्ञानाच्या विविध वापरांसाठी तोवर स्पर्धेत उतरले होते. यांच्यापैकी पुष्कळ कंपन्यांचे प्रमुख हे सँडविक एशिया सोडून आलेले होते. त्यांच्या विक्रीव्यवस्थेची जबाबदारी मी आणखी वरच्या अधिकारपदावर जाऊन स्वीकारावी, असं काहींनी सूचितही केलं; पण माझ्या मनाचा मात्र निश्चय होत नव्हता.

१९८१च्या मध्यावर आम्ही बिबवेवाडीत दोन बेडरूम्सचं अपार्टमेंट विकत घेतलं. ते आमचं पहिलं घर. माझी धाकटी बहीण उषा हिचंही तोवर लग्न झालेलं होतं. त्यामुळे कौटुंबिक जबाबदाऱ्यांतून मी बव्हंशी मोकळा झालो होतो. म्हणूनच असं काही धाडस स्वतःच्या हिमतीवर मी करू शकेन, असं मला वाटलं.

ऑक्टोबर १९८१मध्ये मी कंपनीच्या कामासाठी बेंगळुरूला गेलो होतो. पुण्याला परतण्याआधी मी श्रीनिवासन यांच्याकडं वैयक्तिक चर्चेसाठी वेळ मागितली. त्याच संध्याकाळी त्यांनी मला त्यांच्या घरी बोलावलं. तिथं काय बोलायचं, याचा मी पुष्कळदा सराव केला होता. एक लांबलचक, भावपूर्ण पत्रही त्यांना देणार होतो. मोठा खटाटोप करून मी ते लिहिलं होतं. हे माझ्या स्वभावाच्या विपरीत होतं... त्या संध्याकाळी मी सांगून टाकलं, "मला विडिया सोडायची आहे." सोबत राजीनामा आणि ते भावपूर्ण पत्र त्यांच्या हाती दिलं. त्यांना अर्थातच धक्का बसला. विडियामध्ये मी 'उगवता

तारा' होतो. माझ्या राजीनाम्यानं त्यांना आश्चर्यच वाटलं असणार. त्यांना कदाचित त्या वेळी माझं कंपनी सोडून जाणं मूर्खपणाचं वाटलं असेल...

"चौधरी, तुम्हाला काय झालंय? तुम्ही आता कंपनी का सोडत आहात?" त्यांच्या बोलण्यात आश्चर्य होतं.

"सर, मला माझ्या वैयक्तिक प्रगतीचे मार्ग शोधायचे आहेत..." मी संदिग्ध उत्तर दिलं.

"आतापर्यंत तुमची पुरेशी प्रगती झाली नाही का?"

"प्रगती झाली आहे; पण पुरेशी नाही..." मी सावधपणे उत्तर दिलं. त्यांच्याशी बोलताना मी नेहमीच सावध असायचो.

"तुम्हाला आणखी काय हवं आहे?" त्यांनी विचारलं.

एक आवंढा गिळून मी पुढे बोलायला लागलो, "सर, मला तुमच्या खुर्चीत बसायचं आहे आणि त्या खुर्चीत आपल्यापैकी एकच कुणीतरी बसू शकतो. त्यामुळे मी बाहेर पडणं इष्ट..." माझ्या आवाजात आत्मविश्वास होता.

श्रीनिवासन त्यानंतर जास्त काही बोलले नाहीत. आमच्या दोघांत पसरलेल्या अस्वस्थ शांततेचा फायदा घेऊन मी त्यांना अजून एक अस्वस्थ करणारी बातमी दिली. मी आमचा प्रतिस्पर्धी रॅपिकट कार्बाइडमध्ये दाखल होणार होतो.

"सगळ्या कंपन्या सोडून रॅपिकटच का चौधरी?" त्यांनी विचारलं. त्यांच्या आवाजातून कळकळ जाणवत होती.

"हा मूर्खपणा आहे. विचारपूर्वक निर्णय घ्या," असा त्यांनी मला सावधगिरीचा इशारा दिला.

"मी तो धोका पत्करणार आहे सर!" मी उत्तरलो.

विडियासारख्या चांगल्या कंपनीकडून अपेक्षित असलेल्या सन्मानानं त्यांनी मला जाऊ दिलं. प्रतिस्पर्ध्याला मिळालो, याबद्दलही त्यांनी माझ्याविरुद्ध कारवाई न करण्याचं ठरवलं. अशा तऱ्हेनं माझ्या जीवनातल्या एका महत्त्वाच्या पर्वाची सांगता झाली.

चिगतेरींनी माझ्यावर जादूच केली होती. त्यांनी मला जणू संमोहित करूनच त्यांच्या कंपनीत, म्हणजे रॅपिकट कार्बाइडमध्ये येण्याबद्दल माझ्यात

विश्वास निर्माण केला. मी चिगतेरींना बरीच वर्षं ओळखत होतो. सँडविक-एशियासारख्या आंतरराष्ट्रीय कंपनीतल्या उच्च पदाच्या आणि सुरक्षित नोकरीवर लाथ मारून, कष्ट करून स्वतःचं विश्व उभारण्याच्या त्यांच्या धाडसानं मी नेहमीच प्रभावित होत असे. भारतीयत्व आणि भारतीय उत्पादनं यांवर त्यांचा विश्वास होता. त्यातून मीही प्रेरित झालो होतो. त्यांच्या विश्वासार्हतेची खात्री ते मला इतक्या सहज कशी पटवू शकले आणि मी त्याला कसा बळी पडलो, याचं आजही मला राहून-राहून आश्चर्य वाटतं. बनवेगिरी त्यांच्या स्वभावातच होती, हे नंतर माझ्या लक्षात आलं... पण त्याआधीच मी एक प्यादं बनलो त्यांच्यासाठी!

रॅपिकट कार्बाइड तेव्हा एक लिस्टेड कंपनी होती. चिगतेरींनी माझ्यापुढे त्या कंपनीचा सहप्रवर्तक आणि सहमालक होण्याचा प्रस्ताव ठेवला. मी तो मान्यही केला. सँडविकमधून बाहेर पडलेल्यांपैकी पाच व्यावसायिकांनी मिळून ही कंपनी काढली होती; पण त्यांच्यापैकी दोघांनी ही नवजात कंपनी सुरू झाल्यानंतरच्या पाच वर्षांच्या आत सोडूनही दिली होती. तरीही, अशा कंपनीत जाण्याचे काय परिणाम होतील, याची मला तिळमात्र शंका आली नव्हती...

मार्केटिंगची सूत्रं मी हाती घेतली. तिथं मुळात मार्केटिंग विभाग जणू अस्तित्वातच नव्हता. होता तो माझ्या पूर्वसूरींनी वाऱ्यावर सोडून दिलेल्या अवस्थेत वाटावा, इतपतच. जवळजवळ शून्यातून सगळ्याची सुरुवात करायची होती. कोटेशन कसं द्यायचं हे ठरवणं, चौकशीचा पाठपुरावा करणं, कुठं भेट दिल्यास त्याच्या अहवालाचं स्वरूप ठरवणं, क्षेत्र आणि विभागनिहाय ग्राहकवर्ग कोण असावा याचा विचार करणं इतक्या प्राथमिक बाबींपासून सगळं उभारायचं होतं. हा पाया तयार करण्यात माझ्या विक्री-व्यवस्थापकीय आणि नियोजनाच्या सर्व क्षमता खर्ची पडल्या.

संपूर्ण भारत देशच विक्रीचं कार्यक्षेत्र म्हणून मी उद्दिष्ट ठेवलेलं; पण एखाद्या बहुराष्ट्रीय कंपनीतली तांत्रिक अंगाची माहिती असलेली चतुर आणि जाणकार मंडळी आता माझे ग्राहक नव्हते. त्यांच्यापैकी पुष्कळसे ग्राहक नागदेवी बाजारपेठेतले छोटे दुकानदार किंवा मुंबईत इतरत्र विखुरलेल्या टपऱ्यावजा वर्कशॉप्सचे व्यापारी किंवा लघुउद्योजक होते. अशाच प्रकारचे ग्राहक दिल्ली, कोलकता, चेन्नई, हैदराबाद, कोइमतूर, अहमदाबाद, बडोदा, लुधियाना, जमशेदपूर या शहरांच्या उपनगरांतही होते.

कटिंग टूल्सव्यतिरिक्त रॅपिकटनं मायनिंग टूल्ससाठीच्या कार्बाइड्सवरही मोठ्या प्रमाणावर लक्ष केंद्रित केलं होतं. त्यामुळे आमच्या विक्रीच्या कार्यक्षेत्रात कोलारच्या सोन्याच्या खाणी, नेविली लिग्नाईट अशा खाण व्यवसायाशी संबंधित सरकारी आणि खासगी संस्था येत.

व्यवसायानिमित्त निरनिराळ्या स्तरांतल्या लोकांना भेटणं, त्यांचं ताळतंत्र सांभाळणं, आमच्या उत्पादनासाठी नवीन बाजारपेठा शोधणं हे सगळे अनुभव तेव्हा अगदी घेण्यासारखेच वाटले. माझ्या सहकाऱ्यांचा प्रतिसाद निरुत्साही होता; पण माझ्या स्वभावानुसार मी माझं काम गांभीर्यानं आणि मनापासून करत होतो. तरीही अनेक आघाड्यांवर मर्यादा नजरेस पडू लागल्या. रॅपिकटचं उत्पादन केंद्र गुजरातमधल्या अंकलेश्वरला होतं; पण त्यांच्या अनेक विभागप्रमुखांचा कुटुंबकबिला पुण्यात होता. त्यामुळे अंकलेश्वरला काम करणं आणि पुण्यात राहणं, अशी या लोकांची कसरत चालू असायची. परिणामी, उत्पादन आणि विकास यांचं नुकसान होत होतं. अंकलेश्वरला औद्योगिक वसाहत नव्यानंच उभी राहत होती. तिथं उपलब्ध असलेले कामगार कौशल्य आणि तांत्रिक कसब झटपट शिकू शकत नव्हते आणि आमची उत्पादन श्रेणी तर तांत्रिकदृष्ट्या फारच पुढारलेली होती.

आमच्या उत्पादनाच्या तांत्रिक आणि दर्जात्मक प्रश्नांची घरघर लागल्यावर मात्र मला त्याहून मोठा धक्का बसला. इथं गुणवत्तेविषयीची जागरूकता दिसत नव्हती. प्रश्न सोडवण्याच्या क्षमता थिट्या पडत होत्या. प्रकल्प आणि यंत्रसामग्रीची निवड सदोष आणि बेभरवशाची होती. त्यामुळे उत्पादित मालात खोट येणं अनिवार्य होतं. अशा परिस्थितीत आम्ही स्वतःला आणि ग्राहकांना दिलेलं जागतिक दर्जाबद्दलचं वचन कधीच पूर्ण करू शकणार नव्हतो. आम्ही एका दुष्टचक्रात अडकलो. पैसे नव्हते म्हणून तंत्रज्ञान वापरू शकणार नव्हतो आणि तंत्रज्ञान परिणामकारक उत्पादन देत नसल्यानं पैसे मिळत नव्हते! जगदीश भाटिया हे आमचे वित्तीय जबाबदारी सांभाळणारे संचालक पैशाच्या तुटवड्याची जबाबदारी नेहमी स्वतः उचलायचे आणि स्वतःच्या खिशातून तजवीज करायचे. प्रश्न हाताळला जायचा; पण उत्तर कधीच शोधलं जायचं नाही. खेळता पैसा नाही, हा आपल्या कंपनीचा दोष नाही, तर आपलं तंत्रज्ञान आणि उत्पादन यांत दोष आहे, हे मी भाटियांना पटवून द्यायचा प्रयत्न केला. पण, त्यातून तांत्रिक गुणवत्ता आणि नियोजनातील दोष आणि उणिवा उघड्या पडल्या. यामुळे चिगतेरी प्रचंड

चिडले. त्यातून पडद्याआड काय नाट्य घडू लागलं होतं, त्याची मला काहीच खबरबात नव्हती. या सगळ्या घडामोडींत मी अत्यंत अश्लाघ्य आणि अपमानास्पद पद्धतीनं ढकलला गेलो, तेव्हाच मला ते सारं कळलं.

रॅपिकटच्या १९८३च्या वार्षिक सर्वसाधारण सभेत माझं संचालकपद नियमित करण्याचा मला शब्द देण्यात आला होता; पण प्रत्यक्षात कंपनीत काय शिजत होतं, याविषयी जगदीश आणि मी दोघंही अनभिज्ञ होतो. सारंकाही विनासायाय पार पडावं, यासाठी सभेतल्या सभासदांच्या उपस्थितीची आखणी करण्यात आली होती आणि तसं घडलंही. पण, जेव्हा संचालक मंडळावर माझ्या नियुक्तीच्या मुद्द्यावर मतदानाची वेळ आली, तेव्हा त्याच लोकांनी हरकत घेऊन मला संचालक करण्याविरोधात मतदान केलं. या सगळ्या नाट्यात 'गुजरात इंडस्ट्रीयल इन्व्हेस्टमेंट कॉर्पोरेशन' (जीआयआयसी) या वित्तीय संस्थेच्या प्रतिनिधीलाही सामील करून घेण्यात आलं होतं. इतक्या नियोजनबद्ध रीतीनं हे सारं घडवून आणलं होतं, की मी अवाक्, थक्क, अपमानित आणि दिङ्मूढ झालो होतो. माझ्यात काही उणिवा होत्या, तर मला त्यांबद्दल मोकळेपणानं आधीच का सांगितलं गेलं नाही किंवा कुठल्याही कारणांसाठी असेल; पण मी तिथं नको होतो हे का सांगितलं गेलं नाही, याचं मला अधिक आश्चर्य वाटत होतं. अशा पद्धतीनं संस्थात्मक स्वरूप देऊन मला बाहेरचा रस्ता दाखवण्यासाठी तमाशा करण्याचं काय कारण होतं?

रॅपिकटची नोकरी मी उद्यमशीलतेची चालून आलेली संधी म्हणून स्वीकारली होती आणि एक वर्ष, सात महिन्यांतच अचानक तिचा शेवट झाला होता...

माझ्या जबाबदाऱ्या ताबडतोब काढून घेण्यात आल्या. मी बाहेर पडण्याविषयीच्या वाटाघाटी करताना जगदीश आणि कुलदीप नावाचे दुसरे एक संचालक माझ्यापेक्षा कंपनीच्या हिताविषयीच जास्त भर देत होते; हा सारा प्रसंग माझ्यावर किती अन्याय करणारा होता, ते माहिती असूनही! यातलं त्यांनी किती दबावाखाली आणि किती स्वेच्छेने केलं, हे मला माहीत नाही; पण कॉर्पोरेट जगताची ही आणखी एक कटू बाजू मला अशा प्रकारे समजली.

सप्टेंबर १९८३मध्ये माझ्याकडं नोकरी नव्हती. पुढचे सहा महिने जगता येण्याइतकेच पैसे हाती होते.

माझ्या रॅपिकटमधल्या तथाकथित गैरवर्तनाच्या कल्पित-अकल्पित कथा चिगतेरीच पसरवत होते, असं पुढे मला समजलं. पण, तेही त्यांच्या स्वतःच्या मनोविकारग्रस्त वृत्तीच्या फक्त हिमनगाचं टोक होतं. कालांतरानं पुष्कळशा गोष्टी घडल्या. तात्या पेंडसे हे रॅपिकटचे आणखी एक सहप्रवर्तक होते. मृत्यूपूर्वी त्यांनी मला त्यांच्या घरी बोलावून घेऊन त्यांनी चिगतेरींशी हातमिळवणी केली होती, असं सांगितलं. मला तिथं मिळालेल्या वागणुकीविषयी त्यांनी खेदही व्यक्त केला. चितगेरींनी पसरवलेल्या गोष्टींमुळे डोळ्यांवर पट्टी ओढली गेल्याची कबुली त्यांनी दिली. त्यांच्या डोळ्यांत त्या वेळी पाणी आलं होतं. लहान मुलासारखे आविर्भाव करून बोलणारे तात्या सर्वांचे लाडके होते.

नंतर चिगतेरींचं मनःस्वास्थ्य ढळल्याबद्दल त्यांना रुग्णालयात दाखल करावं लागल्याचं आणि ते खूप आजारी असल्याचंही मला समजलं...

रॅपिकटच्या संचालक मंडळावर येण्याचं आमंत्रण मला १९९७मध्ये पुन्हा एकदा मिळालं, तेव्हा आयुष्याचं एक वर्तुळ पूर्ण झालं. जगदीश दोन्ही हात उंचावून तेव्हा एखाद्या तत्त्वचिंतकानं बोलावं, अशा आविर्भावात म्हणाला होता, ''नशिबात असेल तेच होतं.'' माझ्यापाशीसुद्धा याव्यतिरिक्त दुसरे शब्द नव्हते!

विभाग ३ | खंदकात उडी

१० प्रवाहस्पर्श

रॅपिकटचा अध्याय म्हणजे माझ्यासाठी एक जबरदस्त धक्का होता. काही महिने पोटभर जेवता येईल इतपतच पैसे माझ्यापाशी होते. स्व-करुणेत रमणं किंवा दुखावलेला अहंकार चुचकारत बसणं मला मुळीच परवडण्यासारखं नव्हतं; पण परिस्थिती अशी नाउमेद करणारी असूनही परत नोकरी बघावी, या विचाराचा मोह पडला नाही. सुदैवानं मी 'विडिया किंवा रॅपिकटमध्ये राहिलो असतो तर आज कुठं असतो,' अशा तऱ्हेच्या कल्पितांच्या मानसिक जोखडांमध्ये अडकलेलो नव्हतो. ज्या पद्धतीनं रॅपिकटमध्ये घडामोडी घडत होत्या, त्यांवरून मी आज ना उद्या ती कंपनी सोडलीच असती. आता मला पुढं जायच्या दृष्टीनं उपलब्ध पर्याय कुठले, माझ्या जमेच्या बाजू कुठल्या, हे बघायचं होतं.

महिनाअखेरीस मिळणारा पगाराचा धनादेश ही माझी काम करण्याची ऊर्जा नव्हती; पण सप्टेंबर १९८३च्या महिनाअखेरीस तो धनादेश मिळणार नाही, हेही कटू सत्य होतं. त्याचबरोबर भत्ते, परतावे असे कॉर्पोरेट जगतातले वरकड फायदेही निघून गेले होते. माझ्या व्यावसायिक आयुष्यात प्रथमच महिन्याच्या शेवटी पगार माझी वाट बघत नव्हता...

उद्योजकतेच्या धास्तावून जावं अशा जगाला सामोरं जाण्यासाठी मी धैर्यानं सज्ज झालो. परत एकदा प्रत्येक बाबतीत काटकसर सुरू झाली. कार वापरण्याऐवजी मी मोटारसायकल वापरू लागलो...

रॅपिकटच्या दिवसांत विडियामधल्या माझ्या दोन सहकाऱ्यांना कार्बाइड विक्रीचे स्वतःचे व्यवसाय उभे करून देण्याची संधी मला मिळाली होती. रॅपिकट हा त्यांचा प्रमुख आधार होता. त्यांना दरमहा ठराविक रक्कम मानधन स्वरूपात दिली जायची. कार्बाइडच्या विक्रीतून मिळालेल्या कमिशनचं समायोजन त्यातून केलं जाई. विक्री झाली नाही, तरी ठराविक रक्कम त्यांना

मानधन स्वरूपात नक्कीच मिळायची. ज्यांच्याकडे मोठं पायाभूत भांडवल नाही, अशा नव्यानं व्यवसाय सुरू करणाऱ्यांसाठी ती एक चांगली व्यवस्था होती.

नरुमलानी हा रॅपिकटच्या काळातला एक सहकारी याच प्रकारे मुंबईत 'जेम्स इंजिनिअरिंग' या नावाची एक मशिन टूल्स विकणारी एजन्सी चालवत होता. त्याला महाराष्ट्रात त्याचं प्रतिनिधित्व करणारा कुणी हवा होता. त्यानं मला तसं विचारलं. लवकरच आम्ही पुणं आणि आसपासच्या लघु आणि मध्यम आकाराच्या उद्योगांना मशिन टूल्स विकू लागलो. कुरुक्षेत्राच्या अभियांत्रिकी महाविद्यालयामधून नुकताच अभियंता होऊन बाहेर पडलेला अभय चौधरी माझा चुलतभाऊ विक्री अभियंता म्हणून आमच्यासोबत आला. (माझ्याप्रमाणेच अभयनं थोडा काळ, म्हणजे सहा महिने बजाज टेम्पोमध्ये काम केलं आणि मग तो माझ्याबरोबर आला. तेव्हापासून तो प्राजमध्येच होता.) जेम्स इंजिनिअरिंग तेव्हा मला रुपये दोन हजार रुपये मानधन देत असे. त्यातून जेमतेम अभयचा पगार आणि वरखर्च भागत असे.

खूपशी स्वप्नं डोळ्यात घेऊन आमचा प्रकल्प सुरू करण्याच्या उद्देशानं माझा चुलतभाऊ संजय पुन्हा पुण्यात परतला. 'जेव्हा एखादं दार बंद होतं, तेव्हा पुष्कळ खिडक्या उघडतात,' असं म्हटलं जातं. ती परिस्थिती यासाठी एकदम अनुकूल होती. लवकरच माझ्या 'जयंती अपार्टमेंट्स, फ्लॅट क्र. ३०५' मधली बाहेरची खोली हे आमचं कार्यालय बनलं. घराचं 'घरपण'च गायब झालं. फ्रंट ऑफिसच्या कामासाठी म्हणून श्रीधरन आमच्याकडे दाखल झाले. अगदी झटून कामाला सुरुवात झाली. एका डगमगत्या टेबलावर परिमलचा पोर्टेबल ऑलेव्हेटी टाइपरायटर ठेवून त्यावरच सर्व पत्रव्यवहार टाइप व्हायचा. जेवणाच्या टेबलाचा सगळेच जण वापर करीत. सकाळ, दुपार, रात्री उशिरा लोक यायचे आणि तिथंच बसून चहा, नाष्टा किंवा जे काय असेल ते घ्यायचे. दिवसाच्या कुठल्याही वेळी कुणी ना कुणी यायचंच. कुठली ना कुठली मीटिंग नेहमीच सुरू असायची. वातावरण अपेक्षा आणि उत्साह यांनी भरून गेलं होतं.

दरम्यान, परिमलनं तिच्या पत्रकारितेतल्या नोकरीच्या जोरावर विशेष कोट्यातून दूरध्वनीजोड मिळवला होता.

मी आणि संजयनं कमीत कमी वेळात पूर्ण होणारे आणि लवकरात लवकर पैसे मिळतील, असे प्रकल्प शोधायला धोरण म्हणून सुरुवात

केली. आमच्या भोसरीतल्या 'जे-४४' वर वर्कशॉप उभारण्यासाठी पैसा जमा करायचा होता. विहीर खणण्यासाठी ड्रिलिंग रिग खरेदी करून भूजल सर्वेक्षण आणि विकास यंत्रणेची कंत्राटं मिळवणं हा यासाठीचा चांगला मार्ग होता, हे आमच्या शोधकार्यातून निष्पन्न झालं. या काळात ड्रिलिंग रिगच्या संदर्भातल्या कामांसाठी हैदराबाद ही 'मक्का' होती. १९८३च्या नोव्हेंबरच्या शेवटी बँक ऑफ महाराष्ट्रकडून कर्ज मिळवून आमच्या 'फ्लोमोअर ट्यूबवेल्स' या नव्या कंपनीच्या नावे आम्ही हैदराबादहून एक रिग खरेदी केली. याच सुमारास माझा मित्र दिवाकर निमकर याला मी आमच्याबरोबर भागीदार म्हणून येण्याचं आमंत्रण दिलं. तो व्यवसायानं बांधकाम कंत्राटदार होता. बांधकामाच्या ठिकाणी दांडग्या कामगारांना हाताळण्याची त्याला माझ्यापेक्षा जास्त सवय होती. नवीन उद्योगासाठी हे माणसं हाताळण्याचं कौशल्य आवश्यक असल्याचं आम्हाला वाटलं. ही व्यवस्था छानच झाली. त्यामुळे आमचं वैयक्तिक आर्थिक उत्तरदायित्वही निश्चित झालं. गुंतवणुकीतल्या धोक्याचीही सम प्रमाणात विभागणी झाली. रिग खरेदी केल्यावर आम्ही खासगी कामांचा शोध घेऊ लागलो, कारण सरकारी कंत्राटं केवळ जानेवारीतच मिळणं अपेक्षित होतं.

'प्राज कन्सल्टेक' या नावाखाली आम्ही आमच्या वैयक्तिक कौशल्यांवर आधारित सेवाही पुरवण्याचं ठरवलं. जेम्स इंजिनिअरिंगचं काम मी बघायचो, तर संजय त्याचं बांधकाम प्रकल्पांचं नियोजन आणि विकासाची कौशल्यं उपलब्ध करून देऊ लागला. त्यातून पैसे मिळू लागले. किर्लोस्कर कन्सल्टंट्सनं त्याला एका प्रकल्पाची आखणी व उभारणी करण्याचं काम दिलं.

'जे-४४' चं काम मला त्याच वेळी सुरू करायचं होतं; पण भांडवल नसल्यामुळे ते मागं पडलं. 'जे-४४' ची जागा नुसतीच पडून होती. तिथं काहीतरी सुरू होणं आवश्यक होतं. आमचे एक दूरचे नातेवाईक सुरेश भोंडे केनियाहून परतल्याचं मला समजलं. सुरेशकडे थरमॅक्सच्या उत्पादन विभागातल्या कामाचा अनुभव होता. पुढे तो स्वतंत्रपणे विविध कामं करीत असे. तो अधिक उच्च दर्जाच्या उत्पादनासाठी एखाद्या शेडची टेहळणी करतच होता. 'जे-४४' वर त्याचं वर्कशॉप उभारण्यासाठी तो तयार झाला.

जे-४४, एमआयडीसी-भोसरी. आमचं पहिलं वर्कशॉप.

भूजल सर्वेक्षण आणि विकास यंत्रणेची महाराष्ट्रातल्या विविध नियोजित ठिकाणांवर विहिरी खोदण्याची कंत्राटं आम्हाला जानेवारी १९८४ च्या सुरुवातीस मिळाली. लगेच आम्ही आयआयटीमधून आलेल्या वैशंपायनची नेमणूक त्या कामांवर देखरेखीसाठी केली. तसं केलं नसतं, तर आम्हाला आमची हाती घेतलेली कामं सांभाळत रिग फायदेशीरपणे चालवणं अशक्यच झालं असतं. एखाद्या झर्रकन पुढं जाणाऱ्या व्हिडिओ फिल्मप्रमाणं ते दिवस होते. दिवस-रात्रीचं चक्र भराभर फिरत होते. शब्दशः आम्ही रस्त्यावर उतरलो होतो. दिवस-दिवस आम्ही महाराष्ट्रातल्या सह्याद्रीच्या रांगांपासून समुद्रकिनाऱ्यापर्यंत आणि इतर ठिकाणीसुद्धा पृथ्वीचे स्तर भेदून 'पाणी' नावाची अमूल्य चीज शोधण्यासाठी लांबवर प्रवास करत होतो. १९८४च्या उन्हाळ्यात आम्ही जास्तीत जास्त कंत्राटं प्रत्यक्षात आणणं, या एकमेव आणि साध्यासोप्या उद्दिष्टावर लक्ष केंद्रित केलं!

जेव्हा रिग सरकारी कामात गुंतलेली नसे, तेव्हा आम्ही खासगी कामं शोधायचो. नव्यानं विकसित होणाऱ्या गृहरचना संस्था, खासगी शेत किंवा बंगले अशी कामं यात मोडायची. तुम्हाला पाण्याच्या स्रोताला हात घालता येण्यावर यश अवलंबून होतं; पण पाण्याचा स्रोत गवसणं हे काही फारसं आमच्या हातात नव्हतं. जमिनीत खोलवर खणूनही पाणी लागलं नाही, तर आम्ही काम थांबवत होतो. तोपर्यंत ग्राहक पुरताच वैतागलेला असे. पाणी तर मिळालं नाही आणि बिल तर चुकतं करायचं आहे, यानं तो बिथरून

जाई. शेवटचे पैसे देताना त्याच्या नाखुषीतून शाब्दिक चकमकीही उडत असत. त्यामुळे खासगी कामात नगद पैसा मिळायला बेहद्द वेळ लागत असे. त्यात प्रचंड ऊर्जा खर्चावी लागे.

सरकारी कंत्राटात पाणी लागलं नाही, तरी पैसा मिळण्याची खात्री असे. या बाबतीत मी आधीच्या नोकऱ्यांतून मिळवलेलं जास्तीत जास्त वेळ मशिन वापरात राहील अशी व्यवस्था करण्याचं ज्ञान, त्याची वेळेवर देखभाल करणं, विडियाच्या काळात ड्रिलिंगच्या वेळी तासन्‌तास उभं राहण्याचा अनुभव, बेभरवशाचे आणि बदलते कामगार कसे हाताळावेत याची जाण या सर्वांची मदत झाली. पण, महत्त्वाचा भाग म्हणजे; आम्ही तिघंही आयआयटी इंजिनिअर्स हे काम करत होतो. असं काम करणाऱ्या बाकीच्या कंपन्या किंवा माणसं अभियांत्रिकी पार्श्वभूमीची नव्हती. त्यामुळे आम्ही नवोदित असूनही 'फ्लोमोअर ट्यूबवेल्स'च्या वर्षभरातल्या कामगिरीविषयी आश्चर्य वाटण्याजोगं काही नव्हतं. आम्ही जवळपास शंभर टक्के कार्यक्षमतेने काम करत होतो. आमच्या व्यवसायाच्या वर्तुळात त्या वर्षीची सर्वोत्तम कामगिरी करणारे म्हणून गणले जाऊ लागलो होतो.

या उद्योगातून मिळणाऱ्या पैशाची खुळखुळ मोहक होती. त्या मोसमात 'फ्लोमोअर ट्यूबवेल्स'नं सहा लाख रुपये निव्वळ नफा कमावला. त्यापैकी काही पैसा आम्ही एमआयडीसी भोसरीतील आमचा जे-४४ भूखंड विकसित करण्यात गुंतवला. १९८४च्या दुसऱ्या तिमाहीत आम्ही तिथं शेड बांधायला सुरुवात केली. तिथं आम्ही नक्की काय करणार, हा विचार चालूच होता. मध्यंतरीच्या काळात सुरेशनं माइल्ड-स्टीलच्या फॅब्रिकेशनचं काम सुरू केलं होतं. हे काम त्याला पुण्यातल्या किर्लोस्कर न्युमॅटिक्सनं दिलं होतं. तो ते काम आमच्याबरोबर प्राजच्या नावाखाली करेल आणि नफ्यातला हिस्साही आम्हाला देईल, असा समझोता आम्ही त्याच्याशी केला होता.

११ | जे-४४, भोसरी

एखादं जॉब-शॉप किंवा एखाद्या मोठ्या कंपनीवर अवलंबून राहणारं युनिट म्हणून परत एकदा लघुउद्योग उभा करणं मला नक्कीच नको होतं. पूर्णपणे स्वतः उभारलेली, या देशातच निर्मिती केलेली आणि उद्योगांच्या थेट कामी येईल अशी उत्पादनव्यवस्था मला हवी होती. मी तयार केलेल्या उत्पादनात उच्च प्रतीचं तंत्रज्ञान वापरलेलं असावं, अशी प्रतिमा कायम माझ्या मनात असे. मी जे करेन ते मोठंच असायला हवं, अशी माझी धारणा होती. कदाचित, सुरुवातीला ते मोठं नसेल; पण सरतेशेवटी मी ते मोठं करेन! आता उद्योग कुठला असेल, नक्की कोणता माल 'जे-४४'मध्ये तयार होईल, या बाबी अजूनही निश्चित होत नव्हत्या. संजय आणि मी दोघंही या 'अनिर्वचनीय' उत्पादनाचा माग काढत होतो!

आम्ही अनेक व्यावसायिक शक्यतांचं सर्वेक्षण केलं. थेऊर कारखान्याचे व्यवस्थापकीय संचालक तनपुरे यांना आम्ही भेटलो. त्यांच्याशी आम्ही स्वयंचलित वजनकाटे (साखरेची पोती मोजायचा काटा), साखरेची भुकटी गोळा करणारी उपकरणं अशा साखर उद्योगाच्या संभाव्य गरजांबद्दल चर्चा केली. त्या उद्योगातल्या अल्कोहोल निर्मिती प्रकल्पातल्या (डिस्टिलरी) कंटिन्युअस फर्मेंटेशन प्रक्रियेनं आमचं लक्ष वेधून घेतलं. 'जे-४४'वर जे फॅब्रिकेशन शॉप तयार होत होतं, त्याच्याशी हे अगदी जुळणारं काम असल्यानं डिस्टिलरीसाठी प्रकल्प व यंत्रसामग्री बनवणं, हा पर्याय आम्हाला सुयोग्य वाटला. आता दान पडलं होतं...

साखर उद्योगक्षेत्रातल्या आणखी एका ओळखीच्या व्यक्तीकडून आम्हाला कुणकुण लागली, की अप्पा काडादींच्या सोलापूरच्या सिद्धेश्वर कारखान्याला डिस्टिलरी प्रकल्प पुरवणारं कुणीतरी हवं आहे. अप्पांच्या हातून पैसा सहज सुटायचा नाही; पण 'धाडसी आणि राजकारणापासून दूर असलेला माणूस'

अशी त्यांची ख्याती होती. आम्ही आमच्या सादरीकरणासाठी त्यांची वेळ मागून घ्यायचं ठरवलं.

मी सोबत काम करण्यासाठी योग्य माणसांची फळी उभारायला सुरुवात केली. अपेक्षित काम विश्वासार्ह रीतीनं करू शकणारे सहकारी मला हवे होते. मला वाटतं, इथंच मी मशिन टूल्स आणि कार्बाइडच्या दुनियेतून बाहेर पडलो आणि सहकाऱ्यांची कौशल्यं फुलण्याची संधी देणाऱ्या संचाची उभारणी करण्याकडं लक्ष देऊ लागलो. आमच्या या संचात एका प्रक्रिया अभियंत्याची उणीव होती. मी त्याच्या शोधात होतो. म्हणजे मग आमचा संच संपूर्ण झाला असता. संजयनं त्याचा मित्र शशांक इनामदारशी माझी ओळख करून दिली. शशांक आयआयटीचा रासायनिक अभियंता होता. या प्रकल्पासाठी त्याचं प्रावीण्य वापरावं, यासाठी मी त्याला विचारणा केली. तेव्हा शशांकची एका भागीदाराबरोबर सल्लागार कंपनी होती. तो तयार झाला; पण त्याला डिस्टिलरीचा आराखडा तयार करण्याबाबत नेमकी माहिती नव्हती. त्याच्या ओळखीतले भिडे एका डिस्टिलरीमध्ये व्यवस्थापक होते. ते अधिकृतपणे 'बॅच टाइप' प्रकारच्या डिस्टिलरीचा आराखडा बनवण्यासाठी सल्ला देत असत.

अशा तऱ्हेने आमचा संच तयार झाला. मोहरोनी डिस्टिलरीच्या बांधकामात भाग घेतलेला आणि फॅब्रिकेशनमधला जाणकार असलेला सुरेश, प्रकल्प अभियांत्रिकी आणि नियोजनातला जाणकार संजय, भिडे यांच्या जोडीनं या प्रकल्पाची सर्व तांत्रिक आघाडी सांभाळणारा आणि रासायनिक अभियंता असलेला शशांक आणि मी. प्रकल्पासाठी समन्वय साधून तो मार्गी लावणं, हे माझं काम होतं.

आमच्यापैकी कुणालाच या संचाच्या दीर्घकालीन भविष्याचा अंदाज नसल्याने आम्ही कुठलाही औपचारिक करार अथवा व्यवसायाच्या शर्ती ठरवणं, असं काही केलं नव्हतं. त्या कामाच्या प्रेमातून विचारपूर्वक आम्ही एकत्र आलो होतो. परस्परांमध्ये औपचारिक बांधिलकी नव्हती; पण ग्राहकाला व्यावहारिकदृष्ट्या आकर्षक असं काम करून देण्याची बांधिलकी होती.

सगळी आकडेवारी आणि कागदोपत्री काम झाल्यावर आम्ही अप्पांपुढे एक सादरीकरण केलं. आमचा सळसळता उत्साह आणि प्रकल्प प्रस्तावाची चित्तवेधक आखणी यांची मोहिनी अप्पांवर पडली, हे अगदी उघडपणे दिसत होतं. पण, कुठल्याही कामाचा अनुभव आमच्या गाठीशी नव्हता. मग आम्ही

हा प्रकल्प तडीस नेऊ का, याची कसोटी म्हणून त्यांनी आम्हाला तीन महिन्यांत काही अशक्यप्राय गोष्टी करायला सांगितल्या. त्या अशा :

१. या प्रकल्पाच्या पतपुरवठ्यासाठी पतसंस्थांकडून मंजुरी मिळवणं.

२. डिस्टिलरी उभारण्यासाठी साखर संचालनालयाकडून परवाना मिळवणं.

३. या प्रकल्पासाठी अनुमती असल्याचं ना-हरकत प्रमाणपत्र प्रदूषण नियंत्रण मंडळाकडून मिळवणं.

आमचा संच अनुभवी आणि जाणकारांचा असला, तरी आजवरच्या कारकिर्दीत आमच्यापुढे असं आव्हान कधीच उभं राहिलं नव्हतं. तरीही मी हे आव्हान निर्धारपूर्वक स्वीकारलं आणि झपाट्यानं काम सुरू केलं. जरुरी असलेले सर्व परवाने आणि कागदपत्रं मिळवण्यासाठी आम्हाला ज्या-ज्या नोकरशाहीच्या आणि संस्थात्मक चक्रव्यूहातून जावं लागणार होतं, त्यात मदत करू शकणारे मित्र, परिचित, नातेवाईक यांची एक यादीच मी तयार केली. तुम्ही उद्दिष्टांप्रति आवश्यक तेवढे प्रामाणिक, स्पष्ट, रोखठोक आणि जाणकार असाल, तर आपल्या देशातली व्यवस्थाही आपल्यासाठी काम करते, याचा आश्चर्यकारक अनुभव आम्हाला आला. अर्थात, इथं सततच्या पाठपुरवठ्यासाठी लागणाऱ्या चिकाटीला मी अजिबात कमी लेखत नाहीये.

'राजा'नं आपल्या मुलासाठी वधूसंशोधनाकरिता आम्हाला तीन महिने देऊ केले होते... आम्ही तर फक्त दोनच महिन्यांत 'राजा'पुढे वधू हजर केली!

अप्पांनीही त्यांचा शब्द पाळला आणि आमच्या या पहिल्यावहिल्या प्रकल्पाची 'वर्क ऑर्डर' आम्हाला दिली. १९८५ च्या एप्रिलमध्ये प्रकल्पाचं काम सुरू झालं. 'प्राज कन्सल्टेक' आणि 'प्राज इंजिनिअरिंग' या दोन्ही कंपन्यांच्या नावाखाली केवळ दहा महिन्यांत आम्ही प्रकल्प पूर्ण केला. हा प्रकल्प म्हणजे, आमच्या विश्वासार्हतेचा उत्तम परवानाच होता. असा परवाना आम्हाला कधीच मिळालेला नव्हता. गुणवत्तेच्या बाबतीत पुरवठादारांबरोबर तडजोड न करणारे म्हणून साखर उद्योगात अप्पांचं नाव होतं. त्यामुळे महाराष्ट्राच्या सर्व साखर कारखान्यांच्या साखर संघातही आम्हाला नाव मिळालं.

इतर शिखर संस्थांप्रमाणं महाराष्ट्रातल्या साखर कारखान्यांसाठीही प्रश्नांवर मार्ग काढण्यासाठी किंवा नव्या व्यवसायसंधी शोधण्यासाठीचं समाईक व्यासपीठ आहे, ते म्हणजे साखर संघ. सामान्यतः नवीन तंत्रज्ञान परजून पाहण्यासाठी किंवा निरनिराळ्या बाह्यसंस्थांशी वाटाघाटी करण्यासाठीचं व्यासपीठ म्हणून हा संघ काम पाहतो. संभाव्य पुरवठादारांना आपलं म्हणणं सादर करण्यासाठी राज्यस्तरीय समित्यांच्या बैठकांचं आयोजन संघ करतो. त्या काळी २५ लाख रुपयांच्या पुढच्या कुठल्याही खरेदीसाठी संघाच्या राज्यस्तरीय समितीची अनुमती आवश्यक असे. अशा तऱ्हेनं सर्व सदस्य संघामार्फत एकमेकांशी जोडले जायचे. त्यांना एकमेकांचा अनुभव, तसंच मालाची किंमत आणि गुणवत्तापूर्ण सेवा यांसाठी या व्यासपीठाचा फायदा होत असे...

भिडे आमचे प्रकल्पाचे सल्लागार होतेच; खेरीज कोल्हापूरजवळच्या कागलमधल्या शाहू कारखान्याचे प्रवर्तक अध्यक्ष विक्रमसिंह घाटगे त्यांचे एक ग्राहक होते. भिडे यांनी आमची शाहू कारखान्यात ओळख करून दिली. पुढच्या तीन महिन्यांत आम्ही त्यांच्यासाठी प्रकल्पाची योजना तयार करू लागलो.

१९८५च्या जूनमध्ये शाहू कारखान्याचे प्रतिनिधी साखर संघाच्या राज्यस्तरीय समितीच्या बैठकीला आले. ते त्यांच्या कारखान्यातल्या बॅच टाइप डिस्टिलरीच्या तंत्रज्ञानासाठी आमचा गांभीर्यानं विचार करू लागले होते. शाहू कारखान्याव्यतिरिक्त तिथं इतर दोन साखर कारखानेही स्वतःची डिस्टिलरी सुरू करण्याच्या विचारात होते. आमच्याशिवाय या लढतीत आणखी तीन पारंपरिक पुरवठादार होते. तिघंही गुजरातचे. तिघांनी मिळून बाजारपेठेवर कबजा मिळवला होता. शाहू सोडल्यास इतर साखर कारखान्यांनी त्या कंपन्यांशी जवळपास अंतिम बोलणी केलेली होती; परंतु आमचं सादरीकरण झाल्यानंतर त्या तिन्ही डिस्टिलरींसाठीची मतं आमच्या बाजूनं झुकली. ही भावना सुखावणारी निश्चितच होती; पण इतकं मोठं काम एका वेळी करण्यासाठी आम्ही सक्षम नव्हतो, याचीही आम्हाला खात्री होती. बाकीच्या दोन कारखान्यांच्या डिस्टिलरींच्या प्रकरणांवरचा निर्णय त्या बैठकीत प्रलंबित ठेवण्यात आला.

याच बैठकीत श्रीमती लीला पूनावाला यांनी डिस्टिलरीसाठीच्या कंटिन्युअस फर्मेंटेशनच्या तंत्रज्ञानाविषयी त्यांच्या व्हल्कन लाव्हल कंपनीतर्फे

पहिलंवहिलं सादरीकरण केलं. हे नव्यानं पुढे येत असलेलं स्वीडिश तंत्रज्ञान होतं. भारतातल्या डिस्टिलरींच्या भवितव्याला यामुळे एक नवं परिमाण मिळण्याची शक्यता होती. प्रकरणं प्रलंबित राहिलेल्या दोन कारखान्यांची अनिश्चिता त्यामुळे आणखी वाढली. त्यांनी या स्वीडिश तंत्रज्ञानावर आणखी विचार करण्याचं ठरवलं.

शाहू साखर कारखाना अजूनही आमच्या बाजूनं होता; पण सरकारनं नुकत्याच आणलेल्या पर्यावरण सुरक्षा कायद्यामुळे तो कोंडीत सापडला होता. या कायद्यात देशातल्या सर्वांत जास्त प्रदूषण पसरवणाऱ्या १७ उद्योगांची यादी धोकादायक या वर्गात दिली होती. डिस्टिलरी हा त्यांपैकी एक उद्योग होता. 'शाहू'ला या परिस्थितीत सर्वप्रथम त्याची निःसारण व्यवस्था निर्दोष करणं गरजेचं होतं. ही गुंतागुंतीची समस्या समाधानकारकपणे सुटल्यावरच ते आम्हाला औपचारिक स्वरूपात काम देणार होते.

घुमूनफिरून आम्ही पहिल्या ठिकाणीच परतलो. डिस्टिलरींसाठी कंटिन्युअस फर्मेंटेशनची प्रक्रिया हा एकच मार्ग भविष्यात असणार, ही काळ्या दगडावरची रेघ होती. त्यासाठीचं आवश्यक ते सर्व तंत्रज्ञान आमच्या भावी स्पर्धकाकडे आधीच होतं. आमच्याकडे काहीच नव्हतं; ना तंत्रज्ञान, ना पैसा किंवा त्या दिशेनं जाणारा रस्ताही! आमच्या क्षितिजावर मळभ दाटल्यासारखं वाटू लागलं.

...तरीही युरोपातल्या डिस्टिलरी बनवणाऱ्या शक्य तेवढ्या कंपन्यांची माहिती घेऊन, या संदर्भात त्यांच्याशी तांत्रिक सहकार्य करता येईल का, हे आम्ही पडताळू लागलो. इंटरनेट येण्यापूर्वीचे ते दिवस होते. आता एक कळ दाबताच लाखो पर्याय तुमच्यापुढे हजर होतात. तो काळ मात्र वेगळा होता. म्हणून आम्ही 'चेंबर ऑफ कॉमर्स'च्या ग्रंथालयाचा धांडोळा घेतला. उद्योगजगतातल्या ज्या कुणाकडून आम्हाला माहिती मिळू शकेल असं वाटलं, अशा सर्वांकडे चौकशी केली.

मध्यंतरीच्या काळात मी तडजोडीच्या डावपेचाचाही विचार केला. मी पूनावालांना भेटलो आणि भावी व्यवसायासाठी आपण एकत्र येऊ शकतो काय, असं विचारलं. डिस्टिलेशनची प्रक्रिया प्राज पुरवेल आणि व्हल्कन लाव्हल कंटिन्युअस फर्मेंटेशनची प्रक्रिया पुरवू शकेल अशी काही व्यवस्था करता येईल, असं मला वाटलं होतं. प्रत्येक नव्या ग्राहकाचा प्राज हा प्रकल्प उभारणीसाठीचा प्रमुख पुरवठादार असेल आणि व्हल्कन लाव्हल फर्मेंटेशन

तंत्रज्ञानाचा विक्रेता असेल... प्रत्येक दुसऱ्या ग्राहकाबाबत हा क्रम उलटा करण्याचाही प्रस्ताव ठेवला. त्यामुळे ब्रँडची प्रतिमा, किंमत याअनुषंगानं दोघांनाही व्यवसायातला वाजवी हिस्सा मिळेल आणि त्याचा फायदा ग्राहकांनाही देता येईल, असं मी सुचवलं. त्यांनी माझ्या या प्रस्तावाला निक्षून नकार दिला. फक्त आणि फक्त व्हल्कन लाव्हलच प्रमुख प्रकल्प पुरवणार असेल आणि प्राज नेहमीच पोटकंत्राटदार राहील, अशा स्थितीतच हे एकत्र येणं त्यांना मान्य होईल, अशी भूमिका त्यांनी घेतली. प्राजला फक्त टेबलाखाली सांडलेले तुकडे मिळतील, असा त्याचा अर्थ होता.

पूनावाला यांच्याबरोबरची ती बैठक जणू माझ्या आयुष्याला मोक्याचं वळण देणारी ठरली. त्यांच्या या सांगण्यानं माझ्या भारतीयत्वाच्या अभिमानावर घाव घातला. जणू कुणीही येऊन आपल्या अटी आमच्यावर लादाव्यात इतकी आम्ही क्षुद्र कंपनी होतो! आमच्यापुढे भरभक्कम आणि कठीण आव्हान ठाकलं होतं; पण मी एका बहुउद्देशीय कंपनीचा थेट सामना करून तिला माझ्या शर्तींपुढे वाकवण्याचा निर्धारच केला. या संदर्भात मागेपुढे न पाहता सर्वकाही करायचं मी ठरवलं.

आमच्या संशोधनात व्होगेल बुश या ऑस्ट्रियाच्या कंपनीचं नाव पुढं आलं. या कंपनीकडं कंटिन्युअस फर्मेंटेशनचं तंत्रज्ञान होतं. आम्ही ताबडतोब त्यांच्याशी पत्रव्यवहार केला. त्यांनी आम्हाला प्राथमिक वाटाघाटी करण्यासाठी बोलावलं. आम्ही अजूनही दै. 'सकाळ' जवळच्या एका टेबल टाकलेल्या जागेतून काम करत होतो. फॅक्स, टेलीप्रिंटर अशा आधुनिक कार्यालयीन सेवांसाठी आम्हाला चेंबर ऑफ कॉमर्सकडं धाव घ्यावी लागायची. त्या ऑस्ट्रियन कंपनीबरोबरच्या वाटाघाटींतल्या प्रगतीची माहितीही आम्हाला तिथंच समजायची... आता हे निमंत्रण हातात असताना प्रवासासाठी आणि युरोपात राहण्यासाठी पैसा ही मुख्य गरज होती. विक्रमसिंग घाटगे यांनी आम्हाला बँक ऑफ महाराष्ट्राच्या बँकहमीवर एक लाख रुपयांचं कर्ज दिलं.

मी आणि शशांकनं १८ सप्टेंबर १९८५रोजी व्हिएन्नाकडे प्रयाण केलं. त्याच संध्याकाळी व्हल्कन लाव्हलनं साखर संघामध्ये विचारार्थ आलेल्या कंटिन्युअस फर्मेंटेशनच्या तिन्ही ऑर्डर खिशात घातल्या...

१२ | साहसे श्री...

व्होगेल बुशनं त्यांचं फर्मेंटेशनचं तंत्रज्ञान भारतीय बाजारपेठेत उपलब्ध करून देण्यासाठीचा सुयोग्य भागीदार म्हणून आमचा विचार करावा, असं म्हणणं त्या कंपनीच्या व्हिएन्ना कार्यालयात जाऊन शशांक आणि मी दोघांनी मांडलं. आमची तांत्रिक क्षमता, व्यावसायिक दृष्टी आणि आतापर्यंतची कामगिरी यांचे दाखले त्यासाठी दिले. त्यावर गुजरातमधल्या एका कंपनीनं अगोदरच त्यांच्याशी करार केला होता. त्याला दोन वर्षं झाली होती; पण अजूनही त्यांच्याकडून काही धंदा आला नव्हता, असं आम्हाला सांगण्यात आलं. व्होगेल बुशलाही भारतीय बाजारपेठेत येण्याचा मार्ग हवाच होता. म्हणून त्यांनी आम्हाला मध्यममार्ग सुचवला. फर्मेंटेशनच्या तंत्रज्ञानावर आधारित डिस्टिलरी उभारण्याचा प्रस्ताव कारखान्यांपुढं मांडण्याइतपतच जुजबी तांत्रिक माहिती आणि पाठबळ व्होगेल बुश आम्हाला देईल. त्यांनी इतरही काही अटी घातल्या. त्यांच्या तंत्रज्ञानावर आधारित धंदा जर आम्ही पुढच्या बारा महिन्यांत आणू शकलो नाही, तर तो करार रद्द होईल आणि त्यांना सुरक्षा म्हणून पाच लाख रुपयांची बँकहमी आम्ही देऊ. याचकाला निवडीचा अधिकार थोडाच असतो? आम्ही त्या अटी मान्य केल्या.

खूप आशा घेऊन आणि खूप काम समोर ठेवून शशांक आणि मी भारतात परतलो. शशांक तोपर्यंत प्राजचा सल्लागारच होता. त्याला पुढे असणारं काम दिसत होतं. नवनवीन दालनं उघडताना दिसत होती. अशा प्रकारच्या कामासाठी आम्ही दोघं मिळून जो समन्वय साधू शकत होतो, त्याविषयी दुमत असायचं कारणच नव्हतं. प्रदूषित पदार्थांची विल्हेवाट लावणं ही नव्यानं तयार होणाऱ्या डिस्टिलरींपुढं मोठीच समस्या राहणार होती, हे जाणून आम्ही डिस्टिलरींच्या आराखड्यांवर त्या दृष्टीनं काम करण्याचं ठरवलं. एका नवीन संकल्पनेचा आराखडा करायला मिळणार असल्यामुळे शशांक खुलला होता. हेच निमित्त साधून, मी त्याला कंपनीचा सहप्रवर्तक

संचालक म्हणून आमच्याबरोबर येण्याचं आमंत्रण दिलं. त्यानं एक आठवडा त्यावर विचार केला. १९८५ च्या डिसेंबरमध्ये तो कंपनीत आला आणि प्राजच्या कुटुंबात आम्ही त्याचं स्वागत केलं.

व्होगेल बुशला द्यायच्या बँकहमीबाबत एक नवीन समस्या उभी राहिली. आर्थिक उदारीकरणापूर्वीचा तो काळ होता आणि आमचं प्रकरण अपवादात्मक स्वरूपाचं होतं. आम्ही परकीय चलनात बँकहमी मागत होतो. ती हमीही एका परदेशस्थ कंपनीला, जिचा माल अथवा सेवा अजून इथं पोचलेल्याच नव्हत्या! आणि ही हमी आमच्यासारखी एक अगदीच नवोदित कंपनी करत होती!

योगायोगानं, व्होगेल बुशची मूळ कंपनी असलेल्या व्होस्ट अल्पाईनची भारतातली शाखा ही दिल्लीत होती. आनंद हे या कंपनीचा कारभार बघत असत. त्यांनी मात्र आम्हाला खरंच मदत केली. व्होस्ट अल्पाईननं व्होगेल बुशची भारतातली प्रतिनिधी म्हणून आमच्यासाठी जबाबदारी हाताळली. त्यामुळे बँक ऑफ महाराष्ट्रचे एम.व्ही. सोमण यांना भारतीय रुपयांतल्या बँकहमीवर सही करणं सोपं झालं!

आता नवीन तंत्रज्ञानाचा पहिला ग्राहक मिळवण्यासाठीची खरी घोडदौड सुरू झाली.

१९८५च्या डिसेंबरमध्ये साखर संघाचं प्रतिनिधी मंडळ रियुनियन आयलंड आणि केनियाच्या दौऱ्यावर गेलं. व्होगेल बुशनं डिझाईन केलेली आणि सुरेशनं जिथं अगोदर काम केलं होतं ती मोहरोनीची डिस्टिलरीही या पाहणीच्या कार्यक्रमपत्रिकेत होती. आम्ही सुरेशला एक प्रतिनिधी म्हणून त्या मंडळाबरोबर पाठवायचं ठरवलं. त्यायोगे संभाव्य ग्राहकांना आमचा आणि त्या प्रकल्पाचा संबंध लक्षात येईल, असा आमचा होरा होता. गडहिंग्लज साखर कारखान्याचे अध्यक्ष अप्पासाहेब नलवडे हेसुद्धा त्या दौऱ्यात भाग घेणार होते. त्यांना तो प्रकल्प आणि ते तंत्रज्ञान आवडलं.

या नवीन तंत्रज्ञानासाठी अप्पासाहेब नलवडे हे आमचे संभाव्य ग्राहक असणार, हे उघड होतं. पण, आधीच्या शाहू कारखान्याच्या प्रकरणासारखंच याही कारखान्यानं सांडपाण्यावर प्रक्रिया करून त्याची विल्हेवाट लावणं, हे त्यांचं काम मिळवण्यातले मोठे अडथळे होते. हीच सांडपाण्याची समस्या कशी हाताळता येईल, हे शशांक आणि मी याच सुमारास तपासत

होतो. एखाद्या साठवण तळ्यात ते सांडपाणी अलग करणं किंवा त्याचं सूर्यप्रकाशात निसर्गतः बाष्पीभवन होऊ देणं किंवा बायो-मिथेन पद्धत वापरणं असे पर्याय होते. शशांकचा कल केंद्रीकरण-भस्मीभवन प्रक्रियेकडे होता. पुनःपुन्हा डिझाइनच्या पातळीवर काम केल्यानंतर स्पेंट वॉशची विल्हेवाट लावण्यासाठी ते जाळून टाकण्याची प्रक्रिया हाच सर्वोत्तम उपाय आहे, असं त्याचं मत झालं होतं. आम्हाला त्यासाठीचं प्रयोगशाळेतील प्रारूप बनवायचं होतं; पण डिस्टिलरी जेवढ्या मोठ्या प्रमाणात सांडपाणी सोडतात त्यानुसार प्रारूप बनवून त्याची उपयुक्तता तपासण्यासाठी लागणारा पैसा किंवा जागा आमच्यापाशी नव्हती.

आम्ही आमच्या प्रस्तावित सांडपाणी प्रक्रियेचं डिझाइन अप्पासाहेब नलवडेंपुढं सादर केलं. स्पेशल प्राज ॲनिहिलेटरचा अपभ्रंश करून त्याचं नाव ठेवलं 'स्प्रॅनिहिलेटर'. लाडकं नाव 'स्प्रॅनी'. आमच्या मते, ते अचूक डिझाइन होतं; त्या विशिष्ट परिस्थितीला अगदी योग्य असं. नलवडेसुद्धा त्यावर पुरेसे समाधानी असल्याचं दिसलं. पण, त्यांनी अशा प्रकल्पासाठी जोखीम रक्कम म्हणून फक्त पन्नास टक्के द्यायचं ठरवलं. त्यामुळे उरलेले पन्नास टक्के ते तंत्रज्ञान यशस्वीपणे सिद्ध होईपर्यंत आम्हालाच खर्चावे लागणार होते.

अप्पासाहेब नलवडे यांचं प्रकरण राज्यस्तरावर सुनावणीसाठी आलं, तेव्हा आम्ही ऑस्ट्रियातून व्होगेल बुशतर्फे हानाक आणि हाफनर यांना इकडे बोलावलं. त्या बैठकीला ते उपस्थित राहिल्यानं फर्मेंटेशन तंत्रज्ञानाच्या प्रश्नांना ते उत्तर देऊ शकणार होते. स्प्रॅनी हे सांडपाण्यावर प्रक्रियेसाठीचं नवं उत्तर असल्याचा मुद्दा त्या बैठकीत चर्चेला आला. साखर संघाच्या राज्यस्तरीय समितीचे काही सभासद त्याच्या पूर्ण विरोधात होते. त्यांच्या विरोधातली धार जाणवणारी होती. स्प्रॅनीचा विषय निघाला, तेव्हा तर हे शत्रुत्व अगदी उफाळूनच आलं. त्या समितीतले १५-२० सदस्य या तंत्रज्ञानाच्या व्यवहार्यतेबद्दल आम्हाला आडवेतिडवे प्रश्न विचारायच्या बेतात होते. बैठकीत कुठलीच शुचिता पाळली जात नव्हती. संसदेत सभापतींपुढच्या जागेत जमा होऊन बोलावं, तसं सगळे एकाच वेळी बोलत होते! आमच्या विरोधात एक मोठीच फळी उभी राहिली होती. ते सगळे व्हल्कनची पाठराखण करण्यासाठी आक्रमक झाल्याचं सहज लक्षात येत होतं.

''भारतासाठी हे तंत्रज्ञान निरुपयोगी आहे,'' आमच्या विरोधातल्या फळीतला एक जण ओरडला.

"हा पर्याय व्यवहार्य आहे, याचा तुमच्याकडे पुरावा काय आहे?" आणखी एकानं विचारलं.

तिथं एन.के. साहनी आणि श्रीनिवास पाटील यांच्यासारखे अधिकारी उपस्थित होते. त्यांना आमच्या बाजूविषयी आणि आम्ही सुचवलेल्या पर्यायाविषयी मनापासून सहानुभूती वाटत होती. ते तर्क व न्यायबुद्धीला जागत होते.

आम्ही तोवर केलेल्या कामाविषयीची आकडेवारी आणि पुरावे मी तिथं मांडले; पण विरोधी गटातलं कुणी त्याची दखल घ्यायलाही तयार नव्हतं. समितीनं ज्या शंका उपस्थित केल्या त्यामुळे बहुधा नलवडेही दुविधेत पडले. बैठकीच्या अगदी शेवटी तर त्यांनी आपलं मतच बदललं आणि स्प्रॅनी प्रकल्पाची पूर्ण शंभर टक्के जोखीम रक्कम त्यांनी प्राजवर ढकलली. त्या अटी अतिशय जुलमी होत्या. प्रकल्प यशस्वीपणे चालेपर्यंत आम्हाला आगाऊ रक्कम काहीच देणार नाही, अगदी बँकहमी दिली तरी आम्हाला कुठलीच रक्कम देण्यात येणार नाही आणि पाच अहोरात्र चालल्यासच स्प्रॅनी यशस्वी ठरल्याचं मान्य केलं जाईल, असं त्यांनी सांगितलं. आमचा दुःखाचा पेला पूर्ण भरत आला. भरीस भर म्हणजे हाफ्नर आणि हानाक आम्हाला कुठल्याच स्वरूपात पाठिंबा देण्यास तयार नव्हते, कारण सांडपाण्यावरची प्रक्रिया हा त्यांचा विषयच नव्हता. आमच्या गळ्याभोवतीचा फास अधिकच घट्ट आवळला गेला.

आम्ही अगदी विचित्र परिस्थितीत अडकलो. जर आम्ही हे काम स्वीकारलं नसतं, तर आम्हाला पुढे जाऊन हे तंत्रज्ञानच गमवावं लागलं असतं. कारण ते तंत्रज्ञान मिळवण्यासाठी आम्ही बारा महिन्यांच्या आत एक तरी काम मिळवणं आवश्यक होतं. दुसरीकडे व्होगेल बुशचं तंत्रज्ञान घ्यायला नलवडे तयार होते; पण ते आम्ही त्यांना त्यांच्या अटीवर दिलं तरच!

समितीनं मांडलेल्या अटी आणि शर्ती मान्य करायचा कौल माझ्या मनानं दिला. तंत्रज्ञानातल्या या साहसाची शंभर टक्के जोखीम आता पूर्णपणे माझ्या खांद्यावर होती. जेव्हा आम्हाला काम मिळेल असं जाहीर झालं, तेव्हा औपचारिकपणे वाजलेल्या टाळ्यांचा आवाजही मला ऐकू आला नाही. पुढे काय वाढून ठेवलं आहे; त्याच्या ओझ्यानं माझ्या पायातला जोर जाऊन ते ओल्या मातीचे गोळे आहेत की काय, असं वाटू लागलं होतं. आमच्या सगळ्यांसाठी मी जो मोठा खोल आर्थिक खड्डा खणत होतो, तो माझ्या

डोळयांपुढे नाचू लागला.

डिस्टिलरी प्रकल्पाची किंमत सरतेशेवटी एक कोटी साठ लाख रुपये ठरली. याशिवाय, स्प्रॅनीसाठी आम्हाला पासष्ट लाख रुपयांचा निधी जमा करायचा होता. व्होगेल बुशची फी द्यायची होती ती वेगळीच! त्यांना ते तंत्रज्ञान आणि अभियांत्रिकी फीचे पन्नास लाख रुपये हवे होते. पर्यवेक्षणाचे बारा लाख रुपयेही वेगळे हवे होते. या सर्व खर्चांच्या खड्ड्याचा तळही लागत नव्हता. हा भार सोसणं आम्हाला मुळीच परवडणारं नव्हतं; पण आनंद यांनी मध्यस्थी केली आणि एकापेक्षा जास्त भावी प्रकल्पांतून फी विभागून आकारण्यासाठी त्यांनी व्होगेल बुशला तयार केलं. शेवटी त्यांनीही आमची विनंती मान्य केली. गडहिंग्लजच्या पहिल्या प्रकल्पापुरता आमचा भार पंचवीस लाख रुपयांपर्यंत खाली आला. भावी प्रकल्पांतून उर्वरित रक्कम आकारण्यासाठीचे टप्पे निश्चित करण्यात आले. तेव्हा मला कुणी चेतवलं किंवा डिवचलं माहीत नाही; पण मी व्होगेल बुशबरोबर करार करताना, हा प्रकल्प यशस्वीरीत्या कार्यान्वित झाल्यावर उर्वरित फीचा फेरआढावा घेऊन नव्यानं वाटाघाटी करण्याची तरतूद त्या करारात घातली. या कलमामुळेच आम्ही भल्यामोठ्या फीच्या भारापासून वाचलो आणि त्यामुळेच स्पर्धेत तग धरू शकलो.

धंद्यात टिकून राहण्यासाठी या अशक्यप्राय अटी मान्य करण्यावाचून काही पर्याय नाही, हे लक्षात घेऊन आम्ही अप्पासाहेब नलवडे, त्यांचा कारखाना व व्होगेल बुश यांच्याबरोबरच्या करारावर सह्या केल्या.

आता स्प्रॅनीसाठी निधी जमवण्याच्या मोहिमेवर आम्ही निघालो.

आर्थिक उदारीकरणापूर्वीचा काळ असल्यानं उद्योगांसाठी 'परवानाराज्या'ला सामोरं जाणं भाग होतं. कुठलंही नवं तंत्रज्ञान भारतात आणण्यापूर्वी देशाला त्याची गरज आहे, असं संमतिपत्र तंत्रज्ञान विकास महासंचालनालयाकडून (डीजीडीटी) मिळणं आवश्यक होतं; म्हणून पुन्हा मी दिल्लीला गेलो. व्होगेल बुश तंत्रज्ञानाला संमती मिळवण्यासाठी त्या कागदपत्रांच्या १६ प्रती मी डीजीडीटीकडे जमा केल्या. अपेक्षेप्रमाणे, त्यांनी आमचा प्रस्ताव नाकारला. कारण, आमच्या गुजरातच्या स्पर्धकांनी त्यांच्या तंत्रज्ञानाची संमती अगोदरच मिळवली होती. पण, आम्ही व्होगेल बुशकडूनच त्यांचा त्या गुजराती कंपनीबरोबर असलेला सहकार्य करार रद्द करत असल्याचं पत्र सादर केलं तर आमचा मार्ग पूर्णपणे मोकळा होईल, असं दिल्लीतल्या व्होल्ट

अल्पाईनमध्ये काम करणारे इंगळे आणि डीजीडीटीचे महासंचालक लाट्ये यांनी सुचवलं. आनंद आणि इंगळे दोघांनी मिळून व्होगेल बुशकडून ते पत्र मिळवलं. प्राजच आमचा भागीदार असेल, हे त्या पत्रातून त्या कंपनीनं स्पष्ट केलं. आम्ही डीजीडीटीकडे पुन्हा अर्ज केला. शेवटी, तो मंजूर झाला आणि आम्ही व्होगेल बुशच्या सहकार्यानं तो प्रकल्प उभारण्याच्या तयारीला लागलो.

याच सुमारास सोलापुरातल्या अप्पा काडादींच्या सिद्धेश्वर कारखान्याची डिस्टिलरी अगदी वेळेत सुरू झाली. तो प्रकल्प आणि तिथल्या उत्पादनावर काडादी खूष असल्याचं जाणवत होतं. आम्ही केलेल्या कामाचं महत्त्व जाणून त्यांनी 'पसंतीची पावती' म्हणून आम्हाला एक लाख रुपयांचं बक्षीस दिलखुलासपणे जाहीर केलं. अशा पद्धतीची गुणग्राहकता किंवा असं नगद बक्षीस देण्यासाठी काडादींची फारशी ख्याती नव्हती. ही रक्कम जरी मोठी नव्हती, तरी ती आमच्या पाठीवर मारलेली आमच्या गुणवत्तेबद्दलची कौतुकाची थाप होती. त्याची आम्हाला खूप गरजही होती. यामुळेच सहकारक्षेत्रात आमची एक ओळखही निर्माण झाली.

१९८६च्या जूनमध्ये माळेगाव साखर कारखाना आणि वारणा साखर कारखाना हे दोन्ही राज्य स्तरावर त्यांच्या डिस्टिलरीचे विषय घेऊन आले. तेव्हाच्या सादरीकरणासाठी आणि माळेगाव डिस्टिलरीच्या तंत्रज्ञानाच्या मूल्यमापनासाठी स्वतः शरद पवार हजर होते. त्यांच्या मार्गदर्शनानं आणि होकारात्मक प्रतिक्रियेनं ते काम मिळण्याच्या प्रक्रियेला गती मिळाली. जुलैमध्ये माळेगाव डिस्टिलरीचं काम आम्हाला मिळालं आणि 'वारणा'चं काम व्हल्कनकडे गेलं.

व्होगेल बुशच्या तंत्रज्ञानासाठी फक्त नऊ महिन्यांत आम्ही दोन ऑर्डर्स खिशांत घातल्या होत्या. भविष्याबद्दल आशादायी वाटावं, असं सगळं चित्र आता आम्हाला दिसत होतं.

याच वर्षी आम्ही दै. 'सकाळ'जवळचं कार्यालय फर्ग्युसन रस्त्यावर हलवलं. आधीच्या कार्यालयापेक्षा थोडी मोठी जागा होती. आता दिवाकरही पूर्ण वेळ संचालक म्हणून प्राज कुटुंबात दाखल झाला होता. प्राजचं संस्थात्मक रूप आता असं होतं : 'प्राज इंजिनिअरिंग' आणि 'प्राज कन्सल्टेक' मध्ये आम्ही पाच जण होतो- संजय, सुरेश, शशांक, दिवाकर आणि मी.

फ्लोमोअर ट्यूबवेल्समध्ये सुरेश आणि शशांक सोडून आम्ही बाकीची तिघं होतो. प्राजमध्ये आमच्या सर्वांच्या भूमिका वेगळ्या-वेगळ्या होत्या; पण हिस्सा मात्र समान होता.

फर्ग्युसन रस्त्यावरचं आमचं कार्यालय.

स्प्रॅनीसाठी निधी जमवण्याची गरज अधिकाधिक तीव्रच होत होती. योग्य अशा व्यावहारिक अटींबद्दल वाटाघाटी करून बाजारातून पत उभारणं, येणाऱ्या पैशाचं काटेकोरपणे व्यवस्थापन करणं आणि विपणन हे एकाच वेळी करत आम्ही ती गरज बरीचशी पुरी करत होतो. हे म्हणजे एकाच वेळी सर्व चेंडू हवेत उडवत ते झेलत राहण्यासारखं होतं. चुकून एखादा चेंडू जमिनीवर आदळला तर काय होणार, यावर आमचं अस्तित्व अवलंबून होतं. या काळात मी अनेकांशी परिचय करून घेतला. ते थोडे मित्र आणि थोडे पुरवठादार बनले. भट्टीच्या विटा, माइल्ड स्टील आणि इतर अनेक गोष्टी उधारीवर पुरवून राज आणि रमेश यांनी मदत केली. हळूहळू शशांकच्या डिझाइननुसार गडहिंग्लजच्या नलवडेंच्या प्रकल्पामध्ये स्प्रॅनीची जुळणी होत होती आणि त्याच वेळी दुसरीकडे डिस्टिलरीही निश्चित गतीनं उभी राहत होती.

माळेगावचा प्रकल्प सुरू झाला असल्यामुळे आतापर्यंत पैशांची तजवीज झाली होती. माळेगाव कारखान्यानं त्यांच्या डिस्टिलरीसाठी आम्हाला तशाच अटी व शर्तींवर आणखी एक स्प्रॅनी तयार करायला सांगितलं; पण पुन्हा एकदा अशा अशक्यप्राय अटी व शर्तींना मान्यता देण्यासारखी आमची

परिस्थिती नव्हती, म्हणून आम्ही त्यांना नम्रपणे नकार दिला.

१९८६च्या शेवटी माझ्या वैयक्तिक आयुष्यात एक महत्त्वपूर्ण घटना घडली. २४ डिसेंबरला आम्हाला मुलगा झाला. आम्ही त्याचं नाव पार्थ ठेवलं.

१९८७च्या जानेवारीत गडहिंग्लज प्रकल्पाची तपासणी करून तो सुपूर्त करण्यासाठी व्होगेल बुशचं पथक आलं. डिस्टिलरी सुरळीत सुरू होती. एक खबरदारी म्हणून आम्ही १५ दिवसांचं सांडपाणी साठवू शकेल, अशी एक टाकी जादा दिली. काही काळानंतर आम्ही स्प्रॅनीही कार्यान्वित केला.

सांडपाणी साठलं, तरी त्याची ज्वलनप्रक्रिया काही तासांपलीकडे सुरू राहत नव्हती. परिणामी साठवणटाकी भरून वाहू लागली; त्यामुळे आम्हाला डिस्टिलरी बंद करणं भाग पडलं. सगळाच गोंधळ उडाला.

नशिबाचा फेरा असा, की त्या वर्षी (१९८७) एप्रिलमध्येच गडहिंग्लजचा साखर कारखाना नेहमीपेक्षा लवकरच बंद केला गेला. महाराष्ट्रात तेव्हा दुष्काळ पडला होता आणि स्प्रॅनीच्या हमीपत्राचा काळ संपायला मात्र अजून अवकाश होता. त्यामुळे त्या कारखान्यातून आम्हाला एक छदामही मिळणार नव्हता. एका नव्या भयस्वप्नाची सुरुवात झाली...

पैसा येणार तरी कुठून? पुन्हा एकदा आमच्या पतपुरवठादारांना शांत करण्यासाठी माझ्या मुंबईच्या वाऱ्या सुरू झाल्या. आणखी पैसा उभा करण्याच्या मार्गांचा विचार सुरू झाला. तिकडं स्प्रॅनीच्या डागडुजीसाठी आणि त्यात काही सुधारणा करण्यासाठी शशांक १५ लाख रुपये देण्याबद्दल रदबदली करत होता.

आमची देणी थकत चालली होती आणि त्या पैशांचं ओझं वाढतच होतं. कराराच्या अटींनुसार नवीन तंत्रज्ञानाच्या यशानंतरच पैसे मिळणार होते. त्यामुळे आम्ही बिलही मागू शकत नव्हतो... आणि अशा साऱ्या परिस्थितीत प्रचलित चौकटीत राहून कुठलीही बँक आम्हाला त्या प्रकल्पासाठी अर्थसाह्य करण्यासही तयार नव्हती.

पतपुरवठ्यासाठी दुसरा मार्ग होता, तो व्याजानं पैसे देणाऱ्या एखाद्या सावकाराकडं जाण्याचा. त्यांच्यापैकी काहींना मी स्वतः भेटलो, त्यांच्याशी पुनःपुन्हा दीर्घ चर्चा केल्या; पण त्यांचे सूर वेगवेगळे असले, तरी बोल तेच होते. आम्ही आमच्या कंपनीची किमान पन्नास टक्के मालकी देऊ केली तर

पैसे देण्याची तयारी काहींनी दाखवली; पण प्राजच्या मालकीचा एक कणही असा कुणाकडं जाऊ देण्याविषयी मला धास्ती वाटत होती. स्वाभाविकच, तो माझ्यापुढचा शेवटचा पर्याय होता.

स्प्रॅनीसाठी पैसा उभा करण्याच्या या साऱ्या खटपटीत मला कळून चुकलं, की उधारीसाठी स्वतःचाच हवाला देताना एका तऱ्हेनं मी त्या सावकारांच्या हाती माझी मान ठेवत होतो. पैसा पुरवणारा कुणीही तुमची कंपनी किंवा भागीदारी यांवर विश्वास ठेवत नाही. कुठे गडबड झाली तर गळा धरण्यासाठी त्यांना एकच 'कॉलर' हवी असते. प्राजमध्ये नेहमीच मी अघोषित नेतृत्व करत होतो. त्यामुळे वेळ येईल, तेव्हा मलाच जास्त जबाबदारी घ्यावी लागायची. मतं व्यक्त करणं आणि अधिकार या बाबतींत मात्र आम्हाला सर्वांना समान हक्क होते. या समानतेमुळे माझ्याकडं नकाराधिकारही नव्हता. परिणामी, निर्णयप्रक्रिया जास्त वेळखाऊ, सरकारी खाक्याची होऊ लागली.

१९८७च्या जुलैत कंपनीच्या संचालक मंडळातल्या प्रत्येकाची भूमिका आणि जबाबदाऱ्या यांची फेररचना करावी आणि समानतेची संकल्पना दूर करावी, अशा सूचना मी केल्या. सर्व भागीदारांचा अधिकृत अध्यक्ष म्हणून मतपेटीतून एकमुखानं माझी निवड झाली. यानंतरही आम्ही भागीदार राहिलोच; पण आता प्रत्येक जण कंपनीसाठी देत असलेल्या योगदानानुसार त्याची भूमिका आणि जबाबदारी, यांची निश्चिती करण्यात आली. ही सगळी कसरत खूप अवघड होती; पण ती केल्याचा मला कधीच पश्चात्ताप झाला नाही. समानता ही संकल्पना म्हणून छान असली, तरी कुठल्याही संस्थेत पदांच्या उतरंडीत किंवा समांतर स्तरांवरही ती क्वचितच उपयुक्त ठरते. आयुष्यानं माणसांना बुद्धी, कौशल्यं किंवा नशीब एकसारखी दिलेली नाहीत. खरं तर आयुष्यात काहीच समान नसतं. असमान संधींच्या जगात आपले जन्म हाच फक्त समान धागा असतो. जितक्या लवकर आपल्याला हे उमगेल, तितकं चांगलं असतं. कारण त्यामुळे आपल्याला जीवनातल्या विसंगतींचा स्वीकार करून, त्यानुसार स्वतःचा मार्ग ठरवणं अधिक सोपं जातं...

पुणे-मुंबई प्रवासासाठी मी डेक्कन क्वीनचा मासिक पासच काढून ठेवला. आठवड्यातून चार वेळा पुणे-मुंबई जा-ये करत असे. मुंबईत प्रत्येक बँक, खासगी भांडवलदार आणि अगदी मंत्रालयातही जाऊन धडकायचो. त्यांना माझं म्हणणं ऐकवायचो. अशाच एका निराशा हाती लागलेल्या संध्याकाळी मी

मुंबईहून परतत होतो. प्राजची पन्नास टक्के मालकी विकणं हा एकच पर्याय आता आमच्यासमोर राहिला आहे, याविषयी माझी जवळजवळ खात्रीच पटली होती. तेवढ्यात एका मासिकं विकणाऱ्यानं माझ्या पुढ्यात 'अपडेट'चा अंक धरला. जणू त्यानं माझ्यापुढे नशिबाचा आरसाच धरला. त्या अंकात आयसीआयसीआयच्या व्हेंचर कॅपिटल या नव्या योजनेविषयी मुखपृष्ठकथा होती. तिनं माझं लक्ष खेचून घेतलं. मी श्वास रोखून ती वाचली. मला पुन्हा एक आशेचा किरण दिसला. परिस्थिती हाताळण्याचा आणखी एक मार्ग असू शकतो, असं वाटू लागलं.

दुसऱ्याच दिवशी मी तडक आयसीआयसीआयच्या मुंबई कार्यालयात गेलो. ते कार्यालय तेव्हा 'रेमन हाऊस' इथं होतं. तिथल्या किरण नाडकर्णींनी माझं म्हणणं ऐकून घेतलं. ते स्वतः रासायनिक अभियंता होते. स्प्रॅनीच्या कल्पनेनं ते भारावून गेले; पण साहस वित्तनिधीला पात्र ठरण्यासाठीच्या अटींनुसार ते उत्पादन पहिलंवहिलंच, नवी दिशा देणारं, चाचणी न झालेलं, सिद्ध न झालेलं आणि अजून व्यावसायिक वापरात न आलेलं असं असणं अपेक्षित होतं. सतत कुठल्या ना कुठल्या कात्रीत अडकणं, हे आता माझ्यासाठी नित्याचंच झालं होतं. स्प्रॅनी हे काही अगदीच सिद्ध न झालेलं तंत्रज्ञान नव्हतं, कारण त्या आघाडीवर बरीच प्रगती झालेली होती, याची आयसीआयसीआयनं मला जाणीव करून दिली. चाचणी घेताना अंशतः त्याची पारखही झालेली होती. दुसरीकडे स्प्रॅनीचं तंत्रज्ञान सिद्ध न झाल्याचं कारण देऊन ग्राहक मात्र मला पैसा देत नव्हते. म्हणजे, मी एकीकडं पैसे मिळण्यासाठीही पात्र नव्हतो आणि दुसरीकडे पैसे मागण्याच्याही परिस्थितीत नव्हतो!

तरीही, मी या प्रकरणी पतपुरवठ्याचा निर्णय कसा योग्य ठरेल, हे नाडकर्णींना पटवून देतच राहिलो. मग नाडकर्णींनी त्यांचे वरिष्ठ नारायण वाघुल यांनाही तशी खात्री पटवून दिली. मग 'इन्स्टिट्यूट ऑफ केमिकल टेक्नोलॉजी'चे (यूडीसीटी) प्रोफेसर डॉ. जोशी आणि भाभा ॲटॉमिक रीसर्च सेंटरचे (बार्क) डॉ. सोमण यांच्या समितीनं स्प्रॅनीचं मूल्यमापन केलं आणि प्राजच्या पारड्यात मत टाकलं. परिणामी, आम्हाला सशर्त कर्ज आणि समभागांच्या स्वरूपात एकूण ४५ लाख रुपये मंजूर केले गेले. तोपर्यंत व्हेंचर कॅपिटलच्या नियम-अटींना नेमकं स्वरूप मिळालेलं नव्हतं... आमच्या

खचलेल्या मनावरचं काळंकुट्ट मळभ अचानक दूर झालं. पैशांची सोय झाली आणि स्प्रॅनीमधल्या सुधारणांचं काम पूर्ण जोशात सुरू झालं. १९८७च्या ऑक्टोबरच्या उसाच्या गाळप हंगामासाठी आम्ही सज्ज होऊ लागलो.

आर्थिक दरी अंशतः भरून निघत होती... आणि पुन्हा एकदा आमच्या व्यवसायाला चालना मिळाली...

१३ खदखद

एक प्रकारची आत्मिक शक्ती आपल्याला व्यवसाय सुरू करण्यासाठी उद्युक्त करते. त्या व्यवसायात तग धरण्यासाठी मात्र दुसऱ्या प्रकारची आत्मिक शक्ती लागते... व्यवसाय सुरू करणाऱ्यांत फाटाफूट पाडणारी शक्ती आणखी वेगळी असते... प्राजच्या सुरुवातीच्या आणि सर्वांत कठीण काळात ज्या एकीच्या शक्तीनं आम्हा सर्वांनाच बांधून धरलं होतं, ती हळूहळू संजय आणि माझ्यात कमी होऊ लागली. संजयला मी नेहमीच प्राजचा अविभाज्य घटक समजत होतो. १९८६च्या मध्यावर मात्र मला त्याच्यातल्या अस्वस्थतेची प्रथम जाणीव झाली. परिस्थिती सुरळीत राहण्यासाठी नवनवीन मार्ग शोधण्यात मी मग्न होतो. संभाव्य आर्थिक अडचणीतून सर्वांना व्यवस्थित पार होता यावं, यासाठी मी मेंदूला ताण देत असायचो. त्यामुळे त्याच्या मनात काय चाललं होतं, याचा मला तितकासा अंदाज नव्हता.

टॉम पीटर्स आणि आर. वॉटरमन यांचं 'इन सर्च ऑफ एक्सलन्स' हे तेव्हाचं सर्वाधिक खपाचं पुस्तक संजयनं वाचलं होतं. या पुस्तकामुळे तो अत्यंत प्रभावित झाला. त्यातल्या केस-स्टडीज्‌मध्ये जी नावीन्यपूर्ण तत्त्वं मांडली होती, ती आपणही प्राजमध्ये अमलात आणावीत, असं त्याला वाटत होतं. व्यवसायात नुसतं टिकून राहण्यापेक्षा व्यवसायांच्या उद्दिष्टांना जास्त प्राधान्य द्यायला हवं, याची त्याला खात्री पटलेली होती. आम्ही तूर्त तरी तग धरण्यालाच प्राधान्य देत होतो; पण त्या पुस्तकात उल्लेख केलेल्या यशस्वी कंपन्या व्यवसायाच्या ज्या प्रक्रिया व पद्धती वापरत होत्या, तेवढ्या आम्ही वापरत नव्हतो, असं संजयचं मत होतं. इकडे आम्ही काय करणं क्रमप्राप्त आहे, याबद्दल माझ्या मनात कुठलाच संभ्रम नव्हता. त्या परिस्थितीत व्यवसायाच्या प्रक्रिया किंवा पद्धतींपेक्षा जिद्दीनं पाय रोवून उभं राहण्याला माझ्या मते जास्त महत्त्व होतं.

आज जेव्हा मी आमच्या दोघांमधल्या त्या तणावाचा विचार करतो, तेव्हा तो मला 'उद्योजकता' विरुद्ध 'कार्यक्षमता' यांच्यातला सनातन संघर्ष वाटतो. हल्लीच्या व्यावसायिक व्यवस्थापन अभ्यासक्रमांमध्ये हा एक सनदशीर मार्गानं अभ्यासण्याचा विषय झाला आहे. आपल्या व्यवसायात आपल्याला काय करायचं आहे, हे ध्यानात आल्यानंतर मी व्यवसायप्रक्रिया प्रवाही करण्यावर आणि कार्यक्षमतेवर भर देत होतो. ग्राहकांच्या गरजांकडे लक्ष देणं आणि उत्तरदायित्व यासाठी आग्रह धरत होतो. संजयला मात्र पूर्वी आमच्या व्यवसायात असलेली मोकळीक, लवचिकता आणि परस्परसंवाद यांवर अधिक भर हवा होता. त्यातून व्यवसायाचं प्रयोगात्मक स्वरूप टिकवून अधिकाधिक सर्जनशील कल्पना राबवून पाहणं त्याला हवं होतं.

तात्त्विक मतभेदांतून उद्भवणारी धुसफूस उघडपणे जाणवत होती. तरीही १९८७ची सुरुवात झाल्यावरही परिस्थितीत कटुता आलेली नव्हती, असं मला वाटत होतं...

मध्यंतरीच्या काळात गडहिंग्लजची डिस्टिलरी समाधानकारकपणे चालू झालेली होती; पण नवीन हंगामात स्प्रॅनीहिलेटर सलग पाच दिवस अहोरात्र चालण्याच्या अटीची अजूनही पूर्तता झालेली नव्हती. मला आठवतं, मी गडहिंग्लजच्या विश्रामगृहात बसून डिस्टिलरीतून पांढरा धूर आकाशात जाताना बघत होतो आणि तो तसाच राहावा, अशी प्रार्थना करत होतो. सर्वकाही सुरळीत चालू आहे, ज्वलनप्रक्रिया सुरू आहे याची तो धूर म्हणजे एक खूण होती. धूर थांबला, की माझ्या पोटात मोठ्ठा खड्डा पडायचा. या प्रक्रियेत एकदा जरी खंड पडला, तरी घड्याळाचे काटे उलटे फिरायचे. हा ताण अखंड राहिला होता.

तिकडं माळेगाव डिस्टिलरीत वेगळीच समस्या उद्भवली. प्रत्येक वेळी जेव्हा फर्मेंटेशन प्रक्रिया सुरू केली जायची, तेव्हा यीस्ट तळाला बसून जायचं; त्यामुळे संपूर्ण प्रक्रियाच बिघडायची. इथं आमच्या संचाला प्रत्यक्ष कामातूनच शिकायला मिळत होतं. सरतेशेवटी, प्रमाणित सिद्धांत आणि मूलभूत जैवप्रक्रिया घडणं यांत कच्च्या मालाच्या गुणवत्तेनुसार मोठीच गडबड होऊ शकते, हे आमच्या लक्षात आलं... माळेगाव परिसरातल्या मळीपेक्षा कोल्हापूर भागातली मळी जास्त चांगली आणि मद्यार्क करण्यास अधिक उपयुक्त होती, असं मानलं जातं. पण, गंमत म्हणजे माळेगावचा मद्यार्क हा गडहिंग्लजच्या मद्यार्कापेक्षा चांगला होता! त्यात भर म्हणजे, प्रकल्प ज्या

क्षमतेनं चालवला जाईल, त्यामुळेही त्या प्रक्रियेत खोडा घातला जाण्याची शक्यता होती. एक वेगळाच धडा देणाऱ्या कार्यप्रक्रियेला मला सामोरं जावं लागणार होतं.

आमच्या भावी प्रकल्पांच्या उभारणीसाठी एक टॉवर क्रेन विकत घेण्याचा प्रस्ताव संजयनं मांडला होता. माळेगाव प्रकल्पापासूनच ही क्रेन वापरण्याची त्याची कल्पना होती; पण जी यंत्रसामग्री संपूर्ण वर्षभर वापरता येईल याची खात्री नाही, ती विकत घेऊन त्यात पैसे अडकवून ठेवण्याच्या मी पूर्णपणे विरोधात होतो. त्याऐवजी यीस्ट सतत कार्यक्षम कसं राहील, यांसारख्या सतत उद्‌भवणाऱ्या प्रश्नांवर मार्ग काढण्यासाठीच्या संशोधन आणि विकास आघाडीवर पैसे गुंतवण्याकडं माझा कल होता. प्रकल्प उभारणीसाठी चांगली यंत्रसामग्री असण्यापेक्षा त्यातल्या प्रक्रियांवर जास्त हुकूमत मिळवणं आणि त्यांत अधिक कुशल होणं आमची सिद्धता वाढवण्यासाठी गरजेचं होतं... कंपनीचं प्राधान्य कशाला असावं, याविषयी मतैक्याच्या अभावी आमच्यातली दरी अधिकच रुंदावत गेली.

प्रत्यक्ष कामाच्या आघाडीवर आम्हाला व्होगेल बुश तंत्रज्ञानाच्या मर्यादा आणि भारतीय परिस्थितीशी मेळ घालणारे बदल न करता परदेशी ज्ञान वापरणं यांतल्या मर्यादा हळूहळू दिसू लागल्या. एक 'थिंक टँक' म्हणून आमच्या क्षमता आणि एकूणच भारतीयांच्या समस्या सोडवण्याच्या कुवतीची मला जाण येत होती. शशांक आणि त्याच्या संचामधले इतर सहकारी खरोखरच काही नावीन्यपूर्ण उपाय शोधण्यात यशस्वीही होत होते. १९८८ च्या फेब्रुवारीत आम्ही यीस्ट नष्ट करण्याची समस्या 'माळेगाव'मध्ये समाधानकारकपणे सोडवून तिथला प्रकल्प हवाली केला. 'माळेगाव'मध्ये तयार होणारा मद्यार्क उच्च दर्जाचा होता; आतापर्यंतच्या सर्वोत्तम दर्जाचा.

'गडहिंग्लज'मध्ये मात्र अजूनही आम्ही धडपडत होतो. एप्रिलचा हंगाम आमच्यासाठी कोरडा गेला. आमच्याकडचे पैसे संपले होते आणि आयसीआयसीआयचे सगळे पैसे स्प्रॅनीहिलेटरमध्ये अडकून पडले होते. त्यामुळे आमचं मनुष्यबळ किमान आवश्यक पातळीपर्यंत घटवून खर्चकपात करण्याची वेळ आमच्यावर पहिल्यांदाच आली.

पण, डिस्टिलरीच्या वर्तुळात आमच्याविषयी वेगवेगळ्या कारणांनी उत्सुकता निर्माण करण्यात मात्र आम्ही यशस्वी ठरलो होतो. पॉलिकेमचे यू.बी. राव यांनी स्प्रॅनीहिलेटरच्या चाचण्या पाहिल्या होत्या.

एकूण प्रकल्पाच्या संकल्पनेविषयी त्यांना खात्री पटली होती; त्यामुळे काही बदल करून आमचा स्प्रॅनी घेण्यात त्यांनी रुची दाखवली.

पुणे जिल्ह्यातल्या नीरेमधल्या पॉलिकेम कंपनीत
१९८९मध्ये बसवलेला स्प्रॅनीहिलेटर.

शॉ वॉलेस समूहाच्या औरंगाबादस्थित महाराष्ट्र डिस्टिलरीनं एक नवीन फर्मेंटेशन प्रकल्प उभारण्यासंदर्भात आमच्याशी वाटाघाटी सुरू केल्या होत्या. 'त्रिची डिस्टिलरीज्'नं त्यांच्या प्रकल्पाच्या आधुनिकीकरणासाठी आमच्याकडे चौकशी केली. पहिल्यांदाच अशी महाराष्ट्राबाहेरून आमच्याकडं चौकशी झाली. आम्ही अजून या व्यवसायात पाय घट्ट रोवले नव्हते, तरीही अशा प्रकारच्या चौकशांमुळे आशावादी वातावरण तयार होत होतं.

संस्थात्मक पातळीवर पाहिल्यास स्प्रॅनीचे विषय अजून सुटलेले नव्हते. १९८८च्या एप्रिलचे शेवटचे दिवस होते आणि शशांकनं स्प्रॅनीची दुरुस्ती आणि आराखड्यात आणखी बदलाची गरज मांडली. मी परत आयसीआयसीआयकडे पैसे मागण्यासाठी गेलो. सुदैवानं त्यांनीही मला १२ लाख रुपयांचं कर्ज देण्याची तयारी दाखवली...

एके दिवशी संजय माझ्या कार्यालयात आला आणि बिनधास्तपणे त्यानं सरळ जाहीर करून टाकलं, "मला प्राज सोडून जायचं आहे."

मी स्तब्ध झालो. परिस्थिती इतक्या विकोपाला कशी आणि कधी गेली ते मला समजलंच नव्हतं. मी त्याला परावृत्त करण्याचा प्रयत्न केला; पण तो

त्याच्या निर्णयावर ठाम असल्याचं दिसलं. त्यानं अगोदरच हा निर्णय घेतला होता, याची आम्हाला दोघांनाही कल्पना होती. कारण, अशा निर्णयाप्रत येण्यासाठी टॉवर क्रेनची खरेदी किंवा अधिकारांतली समानता बाजूला ठेवणं हे खूपच छोटे मुद्दे होते. आम्हा दोघांनाही या निर्णयानं खूप क्लेश झाला. सरतेशेवटी त्यानं कंपनी सोडली. तो १९८८चा जून महिना होता. प्राजचा एक भाग निघून गेला! आम्ही आपापल्या मार्गांवर तेव्हा आणखी मोठं नाट्य उलगडत जाण्याची ही तर फक्त सुरुवात होती; पण त्याची जाणीव मला तेव्हा झाली नव्हती. हा भावनिक आघात आणि ताटातुटीत भर म्हणजे, त्याच्या निघून जाण्यामुळे आमच्याकडची नगद आणखीनच कमी झाली. त्याचं अचानक निघून जाणं आणि त्यासाठीची आर्थिक व्यवहारपूर्ती यामुळे आमचा पैशाचा स्रोत आणखीनच आटला.

१९८८ च्या जुलैत आम्ही दिवाळखोरीच्या उंबरठ्यावर होतो. तेव्हा मी महाराष्ट्राच्या तत्कालीन मुख्यमंत्र्यांना आम्हाला या संकटातून बाहेर काढण्याची कळकळीची विनंती केली. त्यांना साखरधंद्याची जाण होती. सर्व बाबी तपासून पाहाव्यात आणि कार्यपद्धतींच्या चौकटीत राहून आम्हाला मदत करावी, अशा सूचना त्यांच्या कार्यालयाकडून साखर संचालनालयाला देण्यात आल्या. तेव्हाचे साखर संचालक श्री. जोशी यांनी त्यांचे सहकारी श्री. भुजबळ यांच्यामार्फत मध्यस्थी केली आणि कारखान्यानं आम्हाला संपूर्ण बिलापैकी नव्वद टक्के (म्हणजे सुमारे साठ लाख रुपये) बँकहमीपोटी रोख द्यावेत, असा आदेश कारखान्याला दिला. कारखान्यानं ही रक्कम देऊ केली आणि स्प्रॅनी कार्यान्वित करण्यासाठी शेवटची मुदतही दिली, डिसेंबर १९८८!

स्प्रॅनीहिलेटरसाठी देव पाण्यात घालून बसण्याची आम्हाला आता सवयच झाली होती. शशांकनं सुचवलेल्या उपायांनुरूप बदल आम्ही केले होते आणि आता ते कार्यान्वित करण्याची वेळ आली होती. नोव्हेंबर १९८८ मध्ये सुरू झालेल्या उसाच्या हंगामात आम्ही सलग पाच दिवसांच्या अहोरात्र चाचणीचा प्रयत्न केला. त्यात यशस्वीही झालो. साखर संचालनालयानं व्ही.के. चौधरींच्या नेतृत्वाखाली नेमलेल्या समितीचंही समाधान झालं. (हे चौधरी माझे कुणी नातेवाईक नव्हते!)

तेव्हा आम्ही सुखानं जो निःश्वास सोडला, त्याचं वर्णन नाही करता येणार.

गडहिंग्लज कारखान्यात निवडून आलेलं संचालक मंडळ कुठल्याही प्रकारे, कुठल्याही राजकीय कारणांसाठी चाचणीत अडथळा आणणार नाही, असा विश्वास जोशींनी नियुक्त केलेल्या समितीनं आम्हाला दिला. ही म्हणजे आमच्यावर ईश्वरी कृपाच होती.

एका अंधाऱ्या वाटेवरच्या अडखळत्या वाटचालीनंतर आता कुठं आम्हाला प्रकाश दिसू लागला होता.

आमचं संशोधन सिद्ध झालं होतं!

गडहिंग्लज साखर कारखान्यात कार्यान्वित झालेला स्प्रॅनीहिलेटर.

१४ आरोहण

स्प्रॅनीचं यशस्वी प्रत्यर्पण झाल्यानंतर काही चांगल्या गोष्टी घडू लागल्या. १९८८च्या शेवटी अनेक चांगल्या गोष्टींची सुरुवात झाली! पॉलिकेमनं नवीन स्प्रॅनीची ऑर्डर पक्की केली. आम्ही त्यांच्या सूचनांनुसार आराखडा तयार करण्याचं काम सुरू केलं. हा तंत्रज्ञानाच्या आविष्काराचा मोठा सांघिक प्रयोग होता. आम्हा सर्वांना त्यात मजा आली. खासगी क्षेत्रातला हा आमचा पहिला प्रकल्प होता. गुणवत्ता, वेळेची कटिबद्धता यांबाबत खासगी कंपन्या आग्रही असतात. शिवाय, शॉ वॉलेस समूहाच्या महाराष्ट्र डिस्टिलरीकडून फर्मेंटेशन व आधुनिकीकरणाची ऑर्डर मिळाली होती. हा तर आमच्या शिरपेचात खोवला गेलेला मानाचा तुराच होता, कारण ते काम पेय मद्यार्कासाठीचं होतं. महाराष्ट्राबाहेरची आमची डिस्टिलरीची पहिली ऑर्डरही त्रिची डिस्टिलरीकडून मिळाली होती.

'गडहिंग्लज'चा अनुभव आणि 'माळेगाव'च्या प्रकल्पामधली फर्मेंटेशन प्रक्रियेतली गडबड यांतून आम्ही जे काही शिकलो, त्यामुळे आमच्यात सुधारणा करण्यास मी उत्सुक होतो. आम्ही जे तंत्रज्ञान उसनं घेतलं होतं, ते इथल्या उष्णकटिबंधीय वातावरणाशी मेळ खाईल अशा रीतीनं बदलणं गरजेचं होतं, असा या साऱ्याचा अर्थ होता. यासाठी आम्ही आमच्या भोसरी युनिटच्या जवळ एक संशोधन आणि विकास प्रयोगशाळा उभारली. या प्रयोगशाळेत वेगवेगळ्या प्रकारची मळी आणि वेगवेगळ्या प्रतीच्या यीस्टवर प्रयोग करून अल्कोहोल निर्मितीच्या प्रायोगिक चाचण्या घेणं सुरू केलं. या संशोधनाचा भर हा मूलभूत संशोधनापेक्षा मेळ घालण्यावर स्पष्टपणे होता. नवसंशोधनात तसा मला कधीच रस वाटला नाही; उपलब्ध संशोधनाचाच वेगवेगळ्या गरजांसाठी कसा अंगीकार करता येईल, ही माझ्यासाठी नेहमी अधिक महत्त्वाची बाब होती...

आतापर्यंत अल्कोहोल उद्योगानं प्राजचा एक भरवशाचा आणि खात्रीशीर प्रकल्प पुरवठादार म्हणून स्वीकार केलेला होता. आता आमचा बाजारातला हिस्सा वाढत जाऊ लागला. १९९० आणि १९९१मध्ये आम्ही उत्तर प्रदेश आणि तमिळनाडूपर्यंत पोचलो होतो. आता अल्फा लाव्हलनं आमची दखल घ्यावी, अशा स्तरापर्यंत आम्ही पोचलो होतो. त्यांच्या व्यवसायाला त्यामुळे उघडपणे फटका बसत होता. त्यांनी आमच्याविरुद्ध किंवा आमच्या ग्राहकांविरुद्ध अन्याय व्यावसायिक कार्यपद्धती आणि गैरकृत्याच्या नावाखाली कायदेशीर स्थगिती आदेश मिळवण्याचा प्रयत्नही केला; पण व्यवसायाच्या या शर्यतीत आम्ही काही गैर केल्याचं न आढळल्यानं न्यायालयीन निकाल आमच्या बाजूनं लागले. १९९२च्या अखेरीस भारतीय बाजारपेठेतला पन्नास टक्के हिस्सा आमचा होता. कामाची एकच धांदल उडाली होती. या धामधुमीच्या काळात आम्ही डिस्टिलरी प्रकल्प उभारणं आणि आधी अस्तित्वात असणाऱ्या प्रकल्पांचं आधुनिकीकरण अशा दोन्ही स्वरूपाच्या कामांचे एकूण २७ करार केले. आता आम्ही महाराष्ट्राबाहेरच्या सात राज्यांमध्ये पोचलो होतो.

कोल्हापूर जिल्ह्यातल्या कुडित्रे इथल्या कुंभी कासारी साखर कारखान्यातल्या डिस्टिलरी प्रकल्पाची मी पाहणी करत असताना.

संसदेच्या १९९१च्या अर्थसंकल्पीय वर्षात तत्कालीन पंतप्रधान नरसिंह राव आणि अर्थमंत्री मनमोहनसिंग यांनी भारतीय अर्थव्यवस्थेच्या उदारीकरणाची घोषणा केली, तेव्हा मला जागतिक पातळीवर जाण्याची संधी

दिसली; पण ते कसं करावं, याबद्दल खात्री होत नव्हती. एका वर्षानंतर इंडियन मर्चंट्स चेंबरनं आग्नेय आशियाई देशांचा व्यापार आणि तंत्रज्ञान अभ्यास दौरा जाहीर केला. या दौऱ्यात बँकॉक, जाकार्ता, सिंगापूर आणि क्वालालंपूर या शहरांचा समावेश होता. मी या दौऱ्यात सहभागी झालो. तो दौरा अतिशय उपयुक्त ठरला. भारतीय उत्पादनं आणि सेवा यांच्यासाठी संभाव्य बाजारपेठ मला दिसली. आम्ही ज्या क्षेत्रात काम करू पाहत होतो, त्यात भारतीय उत्पादनं आणि सेवांच्या दर्जाविषयी आग्नेय आशियाई देशांतसुद्धा भरवसा आणि विश्वासार्हता अगदीच कमी होती. त्यामुळे जागतिक पातळीवर विचार करायचा झाल्यास सिंगापूरमध्ये एक नीटसं कार्यालय असणं अत्यंत गरजेचं होतं. संभाव्य ग्राहकांनी किमान माझं म्हणणं ऐकावं, यासाठीची ही आवश्यकता होती. तेव्हा सिंगापूर हे व्यापारी केंद्र म्हणून बघितलं जायचं. तिथली अर्थव्यवस्था स्थिर होती. तिथल्या सरकारकडे दूरदृष्टी होती. त्यामुळे सिंगापूर हा माझ्या मते, आग्नेय आशियातल्या व्यवसायासाठी सर्वोत्तम पर्याय होता.

१९९३च्या सुमारास माझी समुद्रापल्याड जाण्याची तळमळ आणखीनच तीव्र झाली. मोठी झेप घेण्याच्या भव्य कल्पना माझ्या मनात घोळू लागल्या. वाढीचं, विस्ताराचं पाऊल कुठलं उचलावं? हे विचार आंतरराष्ट्रीय बाजारपेठेत हात घालण्यासाठीच होते; पण कशी आणि कुठून सुरुवात करावी, हा मोठा प्रश्न होता. या उपक्रमाची नांदी म्हणून आम्ही 'प्राज फार ईस्ट' या नावानं सिंगापूरमध्ये एका चिनी भागीदाराबरोबर कंपनी सुरू केली. सिंगापूरच्या हैदर सितावालांची या कामी प्रचंड मदत झाली. हे सर्व कामकाज सुरू करण्यासाठी त्यांनी आमचे नियुक्त संचालक म्हणून काम करण्याची तयारी दाखवली. ही आमची नव्या जगात पदार्पण करण्याची छोटीशी सुरुवात होती. आँग हे आमचे चिनी भागीदार होते. ते आणि त्यांची कंपनी म्हणजे आमचं तिथलं दर्शनी कार्यालयच असल्याची स्पष्ट कल्पना त्यांना होती. सर्व घडामोडी भारतातूनच हाताळल्या जाणार होत्या. आँग यांच्यासाठी काम करणारे हिरेबेट हे आग्नेय आशियासाठीचे विभागीय व्यवस्थापक म्हणून आमच्याबरोबर काम करू लागले. त्या विभागातल्या व्यापारसंधी ते शोधू लागले.

मध्यंतरीच्या काळात आयसीआयसीआयला प्राजमधून बाहेर पडायचं होतं. एक संस्था म्हणून आयसीआयसीआयचं बोट सोडून चालण्याइतके

आम्ही मोठे झालो होतो. दुसऱ्या शब्दांत मांडायचं, तर आता प्राज 'पब्लिक लिमिटेड' कंपनी होऊन शेअर बाजारामध्ये नाव नोंदवण्यासाठी सज्ज असल्याचं ते निदर्शक होतं. पुन्हा एकदा आयसीआयसीआयच्या व्हेंचर कॅपिटल विभागाच्या नाडकर्णींची आम्हाला खूपच मदत झाली. खासगी कंपनी ते पब्लिक कंपनीपर्यंतचा प्रवास आमच्यासाठी पूर्णपणे नवा आणि गुंतागुंतीचा होता. त्यात त्यांनी मदत केली. कमी वेळात भरपूर धडे देणारा हा काळ ठरणार होता. त्यासाठी प्राजचं भांडवल वाढवण्याची; भागभांडवल आणि प्रवर्तकांच्या होल्डिंग कंपनीची फेररचना करणं जरूरीचं होतं. त्याची व्यवस्था झाल्यावर भागभांडवल वाढवून एक नवी होल्डिंग कंपनी तयार करायची होती. अशी कंपनी तयार करून मला भागीदार व कंपनी यांच्यात उभयरोधक व्यवस्था तयार करायची होती. त्यामुळे भागीदारांत कितीही मतभेद झाले तरी त्यानं संस्थेला धोका उद्भवणार नव्हता. संस्थेची अशी रचना केल्यामुळे भागीदारांमध्ये वैयक्तिक मतभेद निर्माण झाले, तर ते सोडवण्याची व्यवस्था होईल आणि कंपनीची वाटचाल मात्र सुरळीतपणे चालू राहील, असं माझं मत झालं. अशा प्रकारची व्यवस्था न केल्यानं संपलेल्या काही कंपन्या मला माहिती होत्या. बहुतेक वेळा भागीदारांच्या आपसांतल्या भांडणतंट्यांमुळे एक चांगली कंपनीही अधोगतीला जाते.

हे सगळं ध्यानी ठेवून आम्ही 'प्राज कन्सल्टेक'चं 'प्राज इंडस्ट्रीज लिमिटेड' असं नामकरण केलं. मूळ कंपनीला 'प्राज इंजिनिअरिंग' असं म्हणू लागलो. याच वेळी प्राजचा 'नवा लोगो आणि बोधचिन्ह' तयार केलं.

१९९३ मधल्या काही घटनांनी माझं आयुष्यच बदलून टाकलं. परिमलला अमेरिकेतील सिराक्यूज (न्यूयॉर्क) इथं अभ्यास करण्यासाठी फुलब्राईट पाठ्यवृत्ती मिळाली. तिच्या कारकिर्दीसाठी ही चांगली संधी असल्याचं आम्हा दोघांनाही वाटलं. त्यानुसार १९९३च्या जुलैत ती अमेरिकेला गेली. तिनं जायच्या आधी रोजच्या व्यवहारातल्या अगदी बारीकसारीक गोष्टींचीही व्यवस्था लावली होती; तरीही तिच्या अनुपस्थितीमुळे काहीतरी हरवल्याची भावना मनात होती. नेमकं त्याच वर्षीच्या दिवाळीत माझी आई गंभीर आजारी पडली. तिचं संधिवाताचं दुखणं तसं जुनं होतं. काही वर्षांपूर्वीच तिची गुडघ्यांच्या प्रत्यारोपणाची शस्त्रक्रिया यशस्वीपणे पार पडली होती; पण ती पडल्यामुळे तिची खुब्याच्या प्रत्यारोपणाची शस्त्रक्रिया करावी लागली. आम्ही विनोदानं तिला 'पोलादी

स्त्री' म्हणत असू, कारण तिच्या शरीरात आता हाडांपेक्षा पोलादाचे भागच जास्त होते! आणि यात भर म्हणून तिला औषधांचा मारा सहन करावा लागे. त्यामुळे तिची पचनक्रिया बिघडली होती. सरतेशेवटी यकृताचं कामही थांबलं आणि मृत्यूनं डाव साधला. दिवाळीच्या रात्रीच ती गेली. आयुष्यात तेवढं एकाकी मला कधी वाटलं नव्हतं. जिनं जन्म दिला, वाढवलं, घडवलं, जगण्याची मूल्यं, प्रेरणा आणि दिशा दिली, ती माझ्या आयुष्याची शिल्पकार अचानक मला सोडून गेली! मृत्यू हे जीवनाचं अंतिम सत्य असतं खरं; पण तरीही त्या घटनेनं माझ्यावर आघात केला.

कदाचित, या दोघींच्या नसण्यामुळे मला पायरेक्सिया ऑफ अननोन ओरिजिन (पीयूओ) म्हणजे अचानक ताप चढण्याचा आजार जडला. त्यातून काही गुंतागुंतीच्या समस्या उभ्या राहिल्या नाहीत; पण मी शारीरिकदृष्ट्या क्षीण झालो. पुढे वर्षभरात सोरायसिसनं मला गाठलं. पीयूओ, सोरायसिस हे दोन्ही ताणतणावांमुळे शरीरात झालेले बिघाड असल्याचं निदान डॉक्टरांनी केलं. हे आजार म्हणजे माझ्यासाठी पुन्हा कधी वाट्याला येऊ नयेत, असे एकाकी आणि तणावपूर्ण क्षण होते...

पुन्हा एकदा प्राजसाठी निधी उभारण्याची वेळ आली. आम्ही प्राथमिक समभाग विक्रीची (आयपीओ) घोषणा केली. संभाव्य गुंतवणूकदारांना प्राजबद्दल भरवसा वाटावा, त्यांनी प्राजमध्ये गुंतवणूक करावी, यासाठी रस्त्यांवरून प्रचारफेऱ्या काढू लागलो. ओटीसी एक्स्चेंज ऑफ इंडियाकडे जाण्याचा पर्यायही आमच्यापाशी होता; पण ती बाजारपेठ तितकीशी स्थिरावलेली नाही, असं वाटल्यानं आम्ही तिकडे वळलो नाही. दहा रुपये दर्शनी किमतीच्या शेअरसाठी आम्ही ऐंशी रुपये किंमत निश्चित केली. आता माध्यमांमध्ये अगदी काळजीपूर्वक आणि विषयानुरूप घोषणा होतील, याची दक्षता घ्यायची होती. देशभरातल्या प्रमुख वृत्तपत्रांमध्ये एकापाठोपाठ एक, विशिष्ट दिवशी-विशिष्ट जागी, प्राजविषयीच्या अभिप्रायवजा जाहिराती प्रसिद्ध होतील, असं नियोजन आम्ही केलं. त्यात आमचे नजीकच्या काळासाठीच्या व्यवसायवृद्धी योजना, आंतरराष्ट्रीय व्यवसायवृद्धीसाठीचं नियोजन, विस्ताराच्या योजना आणि आम्ही केलेली कामं असं सर्वकाही होतं. १९९४च्या जानेवारीत आमचा आयपीओ उघडला, तेव्हा या सगळ्यांचा एकत्रित परिणाम झाल्याचं जाणवलं. अपेक्षेपेक्षा सात पटींनी जास्त मागणी नोंदवली गेली होती! या प्रतिसादानं आम्ही तर दडपूनच गेलो. मी स्वतःला चिमटा काढून खात्री करून

घेतली... आमचं नाव आधी मुंबई शेअर बाजार आणि नंतर राष्ट्रीय शेअर बाजार यांच्या यादीत दाखल झालं.

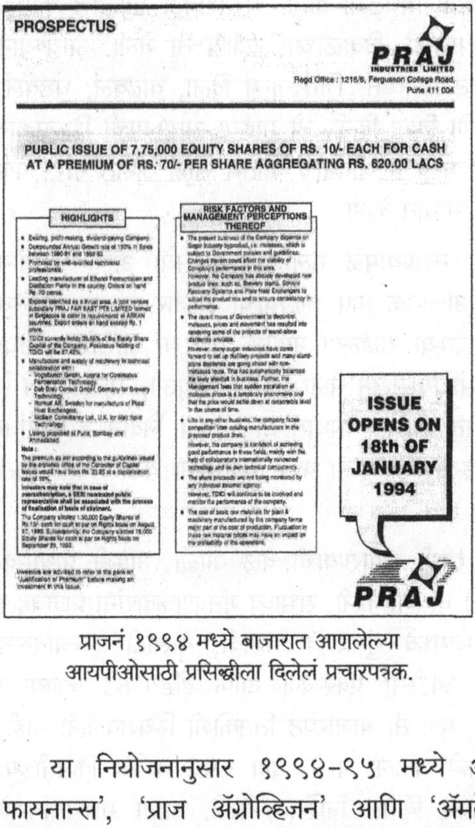
PROSPECTUS

PRAJ INDUSTRIES LIMITED
Regd Office : 1216/6, Ferguson College Road, Pune 411 004

PUBLIC ISSUE OF 7,75,000 EQUITY SHARES OF RS. 10/- EACH FOR CASH AT A PREMIUM OF RS. 70/- PER SHARE AGGREGATING RS. 620.00 LACS

HIGHLIGHTS

- Existing, profit-making, dividend-paying Company.
- Compounded Annual Growth rate of 150% in Sales between 1990-91 and 1992-93.
- Promoted by well-qualified technocrat professionals.
- Leading manufacturer of Ethanol Fermentation and Distillation Plants in the country. Orders on hand Rs. 70 crores.
- Exports identified as a thrust area. A joint venture subsidiary PRAJ FAR EAST PTE LIMITED formed in Singapore to cater to requirements of ASEAN countries. Export orders on hand exceed Rs. 1 crore.
- TDICI currently holds 39.56% of the Equity Share Capital of the Company. Post-issue holding of TDICI will be 27.42%.
- Manufacture and supply of machinery in technical collaboration with :
  - Vogelbusch GmbH, Austria for Continuous Fermentation Technology.
  - Deb Brau Consult GmbH, Germany for Brewery Technology.
  - Alfa Laval AB, Sweden for manufacture of Plate Heat Exchangers.
  - McBain Consultancy Ltd., U.K. for Malt Spirit Technology.
- Listing proposed at Pune, Bombay and Ahmedabad.

Note :

The premium as per according to the guidelines issued by the erstwhile office of the Controller of Capital Issues would have been Rs. 33.85 at a capitalisation rate of 10%.

Investors may note that in case of oversubscription, a SEBI nominated public representative shall be associated with the process of finalisation of basis of allotment.

The Company allotted 1,50,000 Equity Shares of Rs 10/- each for cash at par on Rights basis on August 27, 1993. Subsequently, the Company allotted 75,000 Equity Shares for cash at par on Rights basis on September 29, 1993.

Investors are advised to refer to the para on "Justification of Premium" before making an investment in this issue.

RISK FACTORS AND MANAGEMENT PERCEPTIONS THEREOF

- The present business of the Company depends on Sugar Industry byproduct, i.e. molasses, which is subject to Government policies and guidelines. Changes therein could affect the viability of Company's performance in this area.
  However, the Company has already developed new product lines such as, Brewery plants, Solvent Recovery Systems and Plate Heat Exchangers to adjust the product mix and to ensure consistency in performance.
- The recent move of Government to decontrol molasses, prices and movement has resulted into rendering some of the projects of stand-alone distilleries unviable.
  However, many sugar industries have come forward to set up distillery projects and many stand-alone distilleries are going ahead with non-molasses route. This has automatically balanced the likely shortfall in business. Further, the Management feels that sudden escalation of molasses prices is a temporary phenomenon and that the price would settle down at reasonable level in due course of time.
- Like in any other business, the company faces competition from existing manufacturers in the proposed product lines.
  However, the company is confident of achieving good performance in these fields, mainly with the help of collaborator's internationally renowned technology and its own technical competency.
- The share proceeds are not being monitored by any individual external agency.
  However, TDICI will continue to be involved and monitor the performance of the company.
- The cost of basic raw materials for plant & machinery manufactured by the company forms major part of the cost of production. Fluctuation in these raw material prices may have an impact on the profitability of the operations.

ISSUE OPENS ON 18th OF JANUARY 1994

PRAJ

प्राजनं १९९४ मध्ये बाजारात आणलेल्या आयपीओसाठी प्रसिद्धीला दिलेलं प्रचारपत्रक.

१९९४ च्या शेवटच्या टप्प्यात आमचे खिसे जरा जड झालेले होते. श्रीलंकेमध्ये लगेचच एक डिस्टिलरी आणि एक ब्रुअरी यांची ऑर्डर आम्हाला मिळाली होती. आम्ही आनंदात होतो. प्राजच्या शेअरनं ऐंशी रुपयांवरून दोनशे रुपयांवर उडी घेतली होती. आमच्याशी संबंधित आणि अन्यही क्षेत्रांतल्या व्यावसायिक विस्ताराच्या योजना आम्ही राबवू लागलो. तसं नियोजन आम्ही आधीच केलं होतं.

या नियोजनानुसार १९९४-९५ मध्ये आम्ही एकाच वेळी 'प्राज फायनान्स', 'प्राज ॲग्रोव्हिजन' आणि 'ॲमकेन प्राज' अशा कंपन्या उभारल्या. प्राज फायनान्स ही भविष्यात उभ्या राहणाऱ्या प्रकल्पांत गुंतवणूक करण्यासाठीची कंपनी होती. आम्ही पुष्पसंवर्धन आणि इतर शेतमालाच्या क्षेत्रातही प्रयोग करायला सुरुवात केली. याचबरोबर 'प्रोसेस इक्विपमेंट अँड सिस्टीम्स डिव्हिजन'ची (पीईएस) उभारणीही आम्ही केली.

आयसीआयसीआयच्या तंत्रज्ञान संवर्धन विभागानं उसापासून अधिक उतारा मिळवून देणारं आणि अधिक चांगल्या दर्जाच्या उपपदार्थांच्या निर्मितीला चालना देणारं क्रांतिकारी तंत्रज्ञान हेरलं होतं. जमेकातल्या एका साखर कारखान्यानं प्रायोगिक तत्त्वावर ते तंत्रज्ञान स्वीकारलंही होतं. आम्ही प्राजमध्ये सध्या जे काम करत होतो, त्याच्या मागच्या टप्प्यांशी जोडणारा

हा विस्तार होता. त्यामुळे ॲमकेन प्राजसाठी आम्ही हे तंत्रज्ञान मिळवलं. ॲमकेन हीदेखील एक साहस वित्त निधीचं पाठबळ असलेली अमेरिकी कंपनी होती. त्यामुळे तिच्याशी आम्ही यानिमित्तानं सहकार्य करार केला.

आम्ही आयपीओच्या माहिती पुस्तकात नमूद केलेल्या विस्तार योजनांनुसार निरनिराळ्या कंपन्यांबरोबर अनेक उत्पादनांच्या संयुक्त निर्मितीसाठी करार केले. प्लेट हीट एक्स्चेंजर्ससाठी इंग्लंडमधली एपीव्ही, ड्रायर्सकरिता त्याच देशातली बार अँड मर्फी, इव्हॅपोरेटर्सकरिता अमेरिकेतली एपीव्ही, डिकँटर्स आणि सेंट्रिफ्युग्जसाठी इटलीतली पिअेरलिसी आणि फिल्टरेशन यंत्रणांसाठी स्वित्झर्लंडची फिल्ट्रॉक्स यांच्याबरोबरच्या करारांचा यात समावेश होता.

१९९५मध्ये भारतभेटीवर आलेल्या एपीव्हीच्या संचासमवेत.

भारतात आर्थिक उदारीकरणाची घोषणा झाल्यामुळे जागतिकीकरणाचे वारे वाहू लागले होते. त्याला अनुसरून होणाऱ्या संभाव्य बदलांच्या अपेक्षेनं आम्ही हे करार केले. खरं तर १९९४-९५ मध्ये प्रसिद्ध झालेल्या मॅकेन्झी अहवालावर अगदी मनापासून आणि डोळे झाकून विश्वास ठेवला नसता तर बरं झालं असतं, असं मला वाटतं. पुढच्या काही वर्षांत भारतात अन्नप्रक्रिया क्षेत्रात पन्नास हजार कोटी रुपयांच्या गुंतवणुकीचं भाकीत या अहवालामध्ये होतं... आणि प्राजला त्या नव्यानं आकाराला येणाऱ्या क्षेत्रात स्वतःचे पाय रोवायचे होते.

श्रीलंकेच्या तत्कालीन पंतप्रधान चंद्रिका कुमारतुंगा प्राजच्या त्या देशातल्या प्रकल्पाचं उद्‌घाटन करताना.

आर्थिक उदारीकरणाकडे वेगवेगळे लोक वेगवेगळ्या दृष्टिकोनांतून पाहत होते. अनेकांच्या दृष्टीनं हा बदल प्रस्थापित व्यवस्था आणि अंगवळणी पडलेली कार्यपद्धती यांसाठी धोक्याचा होता. काहींना ते आपल्या देशभावनेच्या विरोधातलं पाश्चिमात्य जगाचं अंधानुकरण वाटत होतं. इतरही काही नकारात्मक दृष्टिकोन होते. मी मात्र त्याकडे प्रचंड मोठी संधी म्हणून पाहत होतो. एक उद्योग म्हणून स्वतःला आणखी सुधारण्याची, देश म्हणून तंत्रज्ञानाचं सामर्थ्य वाढवण्याची, आपला आर्थिक चाणाक्षपणा दाखवण्याची आणि समान संधींच्या औद्योगिक जगात मोठं होण्याची क्षमता सिद्ध करण्याची संधी! त्यासाठीचे माझे मार्ग नेमस्त असतील कदाचित; पण ती संधी मला साधायची होती. जिथं पोचण्याची बहुतेकांची आकांक्षा असते; परंतु तिथं पोचण्याची चवही अनेकांनी चाखलेली नसते, असं ते उद्दिष्ट... मी हार्वर्ड बिझनेस स्कूलचा ॲडव्हान्स मॅनेजमेंट प्रोग्रॅम करण्यासाठी अमेरिकेत बॉस्टनला जायचं ठरवलं, तेव्हा माझ्या या स्वप्नांना पंख मिळाले.

मी हार्वर्ड बिझनेस स्कूलमध्ये प्रवेश घ्यावा, असं व्ही.ए. दातार यांनी सुचवलं होतं. ते आमच्या संचालक मंडळाच्या सर्वांत जुन्या सदस्यांपैकी एक. माझ्या व्यावसायिक ज्ञानाला नव्यानं उजाळा देण्याची आणि जागतिक पातळीवरच्या व्यवसायाचे कंगोरे जाणून घेण्याची ती योग्य वेळ असल्याचं

त्यांचं मत होतं. त्यांनी स्वतःही हार्वर्डमधून हाच अभ्यासक्रम केला होता. त्यामुळे मीही तोच पर्याय निवडला.

हार्वर्डमधल्या या दहा आठवड्यांच्या अभ्यासक्रमाला प्रवेश मिळवण्यासाठी प्रायोजक कंपनीची उलाढाल किमान दहा कोटी डॉलर असण्याची अट होती. प्राज अजून त्या आकड्याच्या जवळपासही पोचली नव्हती. मी हार्वर्डमधल्या अधिकाऱ्यांशी तपशीलवार पत्रव्यवहार करून माझी बाजू मांडली. प्राजच्या व्यावसायिक कार्यातल्या क्लिष्टता दाखवल्या. प्राजमधलं सत्तर टक्के मनुष्यबळ प्रशिक्षित अभियंत्यांचं आहे आणि संस्थेत कामाच्या स्वरूपानुसार बहुविध कौशल्यं असलेलं मनुष्यबळ वापरलं जातं. ही आमच्या व्यवसायातली गुंतागुंत मी त्यांना समजावली. प्रकल्पावलंबी कार्यपद्धतीमुळे आमच्या उद्योगाचं स्वरूप सतत जगभ्रमंतीच्या भिंगऱ्या लागलेल्या फिरत्या व्यवसायासारखं होतं. शिवाय, रुपया आणि डॉलर यांच्या विनिमयदरातल्या तफावतीचा परिणाम बाजूला ठेवला, तर प्राजसुद्धा दहा कोटी डॉलरची उलाढाल असणाऱ्या कंपनीएवढ्याच आकाराची होती... हार्वर्डच्या मूल्यमापन पद्धतीतून चरकातून माझं म्हणणं पडताळून पाहण्यात आलं. शेवटी, त्यांना माझी बाजू पटली आणि मला तिथं प्रवेश मिळाला.

अशा तऱ्हेनं १९९५ च्या एप्रिलमध्ये मी प्रतिष्ठेच्या हार्वर्ड बिझनेस स्कूलच्या प्रवेशद्वारी पोचलो. तिथं मला जगातल्या तल्लख बुद्धीच्या व्यावसायिकांची संगत आणि जगातल्या आघाडीच्या विद्वज्जनांचे विचार ऐकण्याची संधी मिळाली. हार्वर्डमधला हा काळ माझ्या बौद्धिक, सामाजिक आणि व्यावसायिक उन्नतीसाठीच्या आयुष्यातल्या उत्तम काळापैकी होता. तिथल्या संवादांचा दर्जा, ते ज्ञान, विद्वत्ता आणि बारकावे यांतून मला माझ्या व्यवसायाकडे वेगवेगळ्या दृष्टिकोनांतून बघायला मिळालं. तिथून परतल्यावर माझ्यापुढे जे वाढून ठेवलं होतं, ते हाताळण्यासाठी हे ज्ञानार्जन खूप मोलाचं होतं.

हार्वर्ड बिझनेस स्कूलमधल्या मित्रांसमवेत.

विभाग ४ | शून्यातून शिखर

१५ कोसळतं आभाळ

भविष्यातल्या प्रचंड वाढीचा अंदाज घेता, आम्ही व्यवसायवृद्धी योजना आखण्यासाठी राज नायर यांच्या फर्मची नियुक्ती केली. हार्वर्डमध्ये जाण्याच्या बरंच आधी मी हे पाऊल उचललं होतं. अर्थव्यवस्थेला कधी नव्हे इतकी चालना मिळाली होती. त्यामुळे आमच्या कंपनीलाही भविष्यात अभूतपूर्व संधी आहेत, यावर माझा ठाम विश्वास होता. एकूणच भारतीय मानसिकता तेव्हा अति उत्तेजित झाली होती. गृहोपयोगी इलेक्ट्रॉनिक उपकरणांसाठी (व्हाइट गुड्स) हपापलेल्या जनतेला परदेशांतून आयात केल्या जाणाऱ्या उत्पादनांसाठी आता ताटकळावं लागत नव्हतं. याचा व्यापक परिणाम असा झाला, की सर्वच उद्योग त्यांच्या उत्पादनक्षमता वाढवण्यासाठी सरसावले.

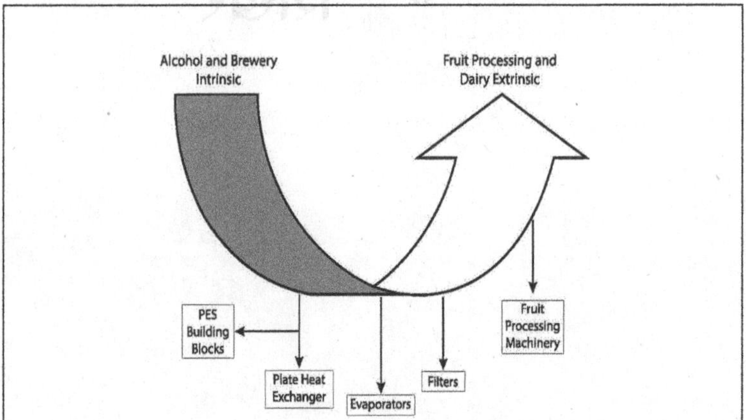

या उन्मादाच्या गर्तेत आम्हीही खेचलो गेलो. आमच्या सिंगापूर कार्यालयाच्या सुरुवातीच्या यशानं त्यात भर पडली. परदेशी व्यापाराची संधी देणारी एक महत्त्वाची ऑर्डर आम्हाला फिलिपिन्समधून मिळाली. आता

आम्ही आर्थिक उदारीकरण व जागतिकीकरणाचे दुहेरी फायदे घेण्यास सज्ज असल्याचीच ही चिन्हं होती.

आमच्या कार्य आणि क्षेत्र विस्ताराचा हा टप्पा म्हणजे, माझ्या पुष्कळशा हितचिंतकांना पैशांची उधळण वाटली; पण तसं नव्हतं. आजही मागं वळून बघताना मला तसं वाटत नाही. माझ्या मते, ती इंग्रजी 'यू' आकाराच्या पद्धतीतली व्यूहरचना होती. आमच्या ग्राहकांना प्रक्रिया प्रकल्पांचा पुरवठा करण्याचे दोन मार्ग मला दिसत होते. त्यांपैकी एक, अल्कोहोल आणि बिअर उत्पादन प्रकल्प (ब्रुअरी) उभारण्याचा आणि दुसरा, अन्न आणि फळ प्रक्रिया विभागासाठीच्या प्रकल्पांचा. अल्कोहोल प्रकल्प ही आमची अंगभूत क्षमता झाली होती, तर अन्न आणि फळ प्रक्रिया प्रकल्प ही मला दिसत असलेली संधी होती.

या नव्या संधीचं क्षमतेमध्ये रूपांतर करण्यासाठी आमचा पीईएस विभाग हे ठोस पाऊल ठरेल, असं मला वाटलं. या विभागात हीट एक्स्चेंजर्स, ड्रायर्स, इव्हॅपोरेटर्स, डिकँटर्स आणि सेंट्रिफ्युग्ज, फिल्टरेशन यंत्रणा, अन्न व फळ प्रक्रिया प्रकल्प व सामग्री, दुग्धप्रकल्प आणि सामग्री होती. यांपैकी बरीचशी साधनं अल्कोहोल उद्योगाच्याही गरजेची होती. त्यामुळे या नव्या व्यवसायाचं विक्रीतंत्र आत्मसात करताना आपण अंतिमतः उत्पादन प्रकल्पही उभे करू शकू, असा माझा होरा होता. त्यातून एकीकडे आमच्या उत्पादन व विक्री क्षमता वाढवताना दुसरीकडे अधिकाधिक ग्राहकांपर्यंत पोचून व्यवसायातली जोखीमही कमी करणं आम्हाला शक्य होणार होतं.

प्राज ॲग्रोव्हिजनच्या उद्‌घाटनप्रसंगी.

प्राज ॲग्रोव्हिजनसाठी जागा शोधताना, शेतकऱ्यांना तऱ्हेतऱ्हेची फळं आणि इतर शेतमालातून पर्याय निवडता यावेत, यासाठी त्यांचं प्रात्यक्षिक दाखवता यावं, असा आमचा दृष्टिकोन होता. यामुळे त्यांना उद्यानविद्या क्षेत्रात निरनिराळ्या वाणांचे प्रयोग करण्यास प्रोत्साहन मिळेल, असं मला वाटत होतं. शेतकऱ्यांनी या प्रयोगांतून केलेली उत्पादनं आणि फळ प्रक्रिया प्रकल्प दोन्ही परस्परपूरक ठरतील, असा अंदाज होता. ही दीर्घकालीन प्रक्रिया होती खरी; पण नव्या शेतमालासाठीचा धारणाकाळ लक्षात घेता, हे नियोजन चुकीचंही नव्हतं.

प्राज ॲग्रोव्हिजनसाठी फूलशेती हा मला पुढची धाडसी पावलं टाकण्यासाठीचा चंचुप्रवेश वाटला. मी ॲमस्टरडॅममधली फुलांची बाजारपेठ धुंडाळली आणि आमच्या या प्रकल्पासाठी आमचे भागीदार व सल्लागार म्हणून फ्लोडॅकची निवड केली. मग आम्ही झिम्बाब्वेत तयार केलेल्या गुलाबाच्या काही जातींची रोपं इकडं आणून प्राज ॲग्रोव्हिजनच्या हरितगृहांत लावली. तिथं ती वाढवायची आणि दर आठवड्याला त्यांची विक्री हॉलंडच्या बाजारपेठेत करायचं नियोजन होतं! हे असं तयार उत्पादन आणि आयत्या उपलब्ध बाजारपेठेमुळे महसुलाचा एक खात्रीशीर स्रोत अपेक्षित होता. त्यामुळे ॲग्रोव्हिजन लवकरच स्वबळावर तग धरू शकेल, अशी अपेक्षा होती.

ग्राहकांना शेतमालासाठी किंवा अन्नप्रक्रिया प्रकल्प उभारण्यासाठी कर्ज मिळवून देण्यात मदत करणारी कंपनी, अशा विचारानं प्राज फायनान्स सुरू केली. हे प्रक्रिया प्रकल्प उभारण्यासाठीही प्राजच मदत करणार होती. या संपूर्ण क्षेत्रालाच सर्व दिशांनी चालना मिळेल, असं अपेक्षित होतं.

...आमची गृहीतकं आणि अति उत्साह नडल्याचं पुढे सिद्ध झालं. आम्ही कल्पना केल्याप्रमाणं काहीच घडलं नाही. तरीही त्या बाबतीतलं नियोजन किंवा आखणीमध्ये कुठं बोट ठेवायला जागा होती, असं मला वाटलं नाही...

मी हार्वर्डहून परतल्यावर कंपनीत काहीतरी बिनसल्याचं जाणवत होतं; पण नेमकी दुखरी नस सापडत नव्हती. प्रत्येक विभाग आपल्या स्वतःच्याच विश्वात मश्गूल होता. सर्वांना एकदिलानं काम करायला प्रवृत्त करणारी ताकद क्षीण झाली होती. परस्परांवर कुरघोडी करण्याच्या प्रयत्नांत सगळे रुतले होते. कंपनी म्हणून आम्ही आतापर्यंत स्वास्थ्य अनुभवलं नव्हतं...

आणि ज्या क्षणी ते थोडंफार वाटायला येऊ लागलं, त्या क्षणापासून आम्ही शिथिल झालो होतो.

पुढे जाऊन कुठेतरी माशी शिंकणार आहे, याची कुणकुण मला माझ्या वैयक्तिक आयुष्यातल्या आणखी एका दुर्घटनेतून लागली. जानेवारी १९९६च्या दुसऱ्या आठवड्यात माझ्या वडिलांना मेंदूज्वर झाला. चार दिवसांच्या आत त्यांचं निधन झालं. आई-वडील दोघंही गेल्यावर कुटुंबाची धुरा पूर्णपणे माझ्या खांद्यांवर आली. आई-भाऊंची मायेची सावली आता उरली नाही. तसंही मी माझं नशीब सर्वस्वी स्वतःच्याच जोरावर अजमावत होतो; पण आपल्यावरचं पालकांचं छत्र गमावल्यावर त्या सत्याची बोचणी अस्वस्थ करते.

आमच्या कंपनीलासुद्धा आतून आणि बाहेरून एकाच वेळी संकटांना सामोरं जावं लागत होतं. या सगळ्याची सुरुवात १९९७ मध्ये झाली. आपल्या मुलाला त्याच्या पायावर उभं करण्यासाठी सुरेशला स्वतंत्रपणे काही करण्याची इच्छा झाली, तिथं याला सुरुवात झाली. वैयक्तिक आणि व्यावसायिक आघाड्यांवर सांगण्यासाठी त्याच्याकडं कारणांची सरमिसळ होती. त्याला त्याच्या कौटुंबिक व्यवसायासाठी स्वतःचा अर्धा वेळ आणि लक्ष द्यायचं होतं; पण कंपनीत राहून असं करणं हे कार्यसंस्कृतीला मारक ठरेल आणि अशी परवानगी देणं म्हणजे एक चुकीचा पायंडा पडेल, असं संचालक मंडळाचं मत पडलं. त्यामुळे त्याला त्याच्या मार्गानं जाऊ देण्याचा निर्णय आम्हाला घ्यावा लागला. त्याच्या बाहेर पडण्यानं आणि त्याची देणी चुकती केल्यानंतर आमच्या मालकी हक्कांमध्येही बदल झाले आणि जबाबदाऱ्याही नव्यानं वाटून द्याव्या लागल्या.

१९९७च्या मध्यावर आम्ही आमचं कार्यालय पुण्यातल्या बावधनमधल्या नव्या 'प्राज हाऊस'मध्ये हलवलं. तेव्हा आर्थिक मंदी येऊ घातली होती. आसिआन (असोसिएशन ऑफ साऊथ-ईस्ट एशियन नेशन्स) संघटनेतल्या देशांतल्या चलन संकटामुळे पुढच्या वर्षभर त्या मंदीचे ढग वेगानं जमू लागले. सेवा क्षेत्रापेक्षा कितीतरी आधी आम्हाला त्याचे धक्के बसू लागले.

मॅकेन्झी अहवाल आणि राज नायर यांनी केलेल्या त्याला पूरक शिफारशी यांवर मी प्राजच्या विस्तारयोजना बेतल्या होत्या. त्या मी हार्वर्डमधले माझे प्रोफेसर बिल फ्रुहान यांना दाखवल्यावर, 'खूप ठिसूळ गृहीतकांवर हे आधारलेलं आहे,' अशा शब्दांत त्यांनी मला सावध केलं होतं. त्यांचे शब्द

आठवल्यावर पहिल्यांदाच मला प्राजच्या भवितव्याबाबत शंका वाटू लागली होती. ते साशंक मनाचे कप्पे मी इतरांपुढे उघडले नाहीत; पण प्राध्यापक बिल यांचं निदान खरोखरच धास्ती वाटावी, असं होतं.

कार्य आणि क्षेत्र विस्ताराच्या आमच्या सर्व प्रयत्नांना आता मंदीचा फटका बसू लागला होता. कुठलाच प्रयत्न योग्य दिशेनं होत आहे, असं वाटत नव्हतं आणि आकडेवारीतले परिणाम तर भेसूरच होते. आम्ही चुकीच्या गोष्टी, चुकीच्या जागी आणि चुकीच्या वेळेला केल्या होत्या. १९९८च्या मध्याला गोगलगाईच्या गतीची औद्योगिक वाढ, घसरणारा नफा, ढासळती निर्यात, शेअरच्या भावातली पीछेहाट, मालमत्तेच्या कोसळणाऱ्या किमती आणि रुपयाचं अवमूल्यन या सगळ्यांत आम्ही लपेटले जात होतो; वादळ घोंघावू लागलं होतं.

कंपनीची परिस्थिती अशी असताना बाहेरचं वातावरणही इंगा दाखवू लागलं. आसिआन देशातल्या खालावत्या परिस्थितीचा परिणाम आता स्पष्टपणे जाणवू लागला. त्या भागातल्या व्यवसायाचं चक्र रुतायला लागलं. सुरुवातीचं यश सोडल्यास सिंगापूर कार्यालयातून त्या विभागातला नवा व्यवसायच मिळत नव्हता.

देशभरातल्या लघु आणि मध्यम उद्योगांची जहाजं डगमगायला आणि एकामागून एक बुडायला सुरुवात झाली होती. भांडवली उत्पादन करणाऱ्या आमच्यासारख्या मध्यम आकाराच्या कंपन्यांना सर्वाधिक झळ बसली होती. मंदीच्या चक्राचा सर्वप्रथम फटका बहुधा याच कंपन्यांना बसतो आणि आधी बुडतातही त्याच. आम्हीही त्या दिशेलाच ढकलले जात होतो. व्याजदर आमच्याकरिता चढे झाले होते. ज्या कंपन्या अजून बुडल्या नव्हत्या, त्या आमच्याप्रमाणेच निकरानं मनुष्यबळ कमी करून, व्यवसायाची फेररचना किंवा फेरविभागणी करून, काही क्षेत्रांतला व्यवसायच गुंडाळून आणि व्यवस्थापकीय तज्ज्ञ-मार्गदर्शकांनी सुचवलेले उपाय योजून तगून राहण्याचा प्रयत्न करत होत्या.

प्राज फायनान्सही अशाच प्रकारे दुर्दशेत सापडली होती. तिच्या प्रमुखावर मी पूर्ण विश्वास ठेवला होता; पण त्याचं गैरव्यवस्थापन, चुकीची हाताळणी यामुळेच तो संपूर्ण व्यवसाय अडचणीत आला होता. कंपनीनं केलेल्या गुंतवणुकीचा दर्जा आणि कर्जदारांची पत अशा दोन्ही आघाड्यांवरचं चित्र निराशाजनक होतं. त्या गुंतवणुकींतून मोठा परतावा मिळण्याचं चित्र

कागदावर रंगवलं गेलं असलं, तरी गुंतवणुकींचं प्रमाण मोठं होतं आणि त्या बुडित (एनपीए) ठरू लागल्या होत्या. हा निव्वळ विश्वासघात होता आणि त्यातून परतीची वाट नव्हती. अर्थातच, आम्ही त्या प्रमुखाला कंपनी सोडून जायला सांगितलं; पण तोवर आम्ही पुष्कळ पैसा गमावला होता...

आम्ही कल्पना केल्याप्रमाणे पीईएस विभागातून परिणाम दिसून येत नव्हते. अल्फा लाव्हलच्या ताकदीसमोर आणि त्यांच्या स्वतःच्या मैदानावर आम्ही त्यांच्याविरुद्ध लढाईत उतरलो होतो! आम्ही जरी प्लेट हीट एक्स्चेंजर्सच्या संभाव्य बाजारपेठेचं सर्वेक्षण केलं होतं, तरी इतर प्रक्रिया-उपकरणांचं तसं सर्वेक्षण केलं नव्हतं. शिवाय, गुणवान आणि अनुभवी मनुष्यबळाचा अभाव हे समस्येचं मूळ होतंच. इथं विशिष्ट श्रेणीतल्या उत्पादनांच्या डिझाईनचा आणि विक्रीचा अनुभव मला अपेक्षित होता. कारण माझ्याकडचं मनुष्यबळ उत्साही होतं; पण त्या विशिष्ट उत्पादनांच्या किंवा यंत्रणांच्या बारकाव्यांमध्ये त्यांना गती नव्हती. त्यामुळे त्यांना प्रशिक्षित करण्यात आणखी वेळ दवडणार होता. यामुळेच अल्फा लाव्हलच्या किंमतयुद्धाच्या प्रतिहल्ल्याला तोंड देताना आमचे प्रयत्न थिटे पडू लागले. त्यात भर म्हणजे संगणकावर डिझाइन करण्याच्या बाबतीत आम्ही अजूनही कच्चे होतो.

डिस्टिलरी आणि ब्रुअरीच्या आघाडीवर आम्ही भक्कम आहोत, हे समजल्यावर अल्फा लाव्हलनं आम्हाला डेअरीची यंत्रसामग्री आणि प्लेट हीट एक्स्चेंजर्स अशा इतर आघाड्यांवर कोंडीत पकडायला सुरुवात केली. आमच्यापेक्षा ते अनुभवी होते, यात काही वादच नव्हता. त्यामुळे त्या बाजारपेठांत धडक मारणं हे अधिकाधिक कठीण होत होतं. आम्ही उत्पादनांची श्रेणी विस्तारली, नवीन भरती केली, तरीही प्रस्थापित व्यवस्था आणि कृत्रिम चालना देऊन उभी केलेली नवी व्यवस्था यांत अंतर राहणार होतंच. आमचा मद्यार्क प्रकल्प उभारणीचा व्यवसाय तसा प्रस्थापित व्यवस्थेसारखा, केंद्रीभूत कार्यपद्धतीवर बेतलेला होता. तिथं ग्राहकाविषयी मिळणाऱ्या माहितीचा ओघ मर्यादित असल्यानं काही मोजक्या लोकांकडून माहिती घेण्याऐवजी कंपनी आता अनेक ग्राहकांशी संवाद साधत होती. विक्रीची भाषाही कोटींऐवजी लाखांमध्ये आली होती. कारण काही नवी उपकरणं व प्रणालींची किंमत लाखांत होती. सुट्या भागांचा पुरवठा आणि सेवा या संकल्पनाही बऱ्याच नवीन होत्या. प्रकल्प व्यवसायात साधारणपणे सुटे भाग व सेवा हे विषय अनिवार्य ठरत नाहीत. तिथं तंत्रज्ञान आणि प्रकल्प व्यवस्थापन हे मुद्दे कळीचे असतात.

व्यवस्थापन किंवा नियंत्रणाची कक्षा हाही प्रश्न होताच. एकाच प्रकारचं उत्पादन असलेल्या कंपनीपासून आम्ही आक्रमकपणे बहु-उत्पादन कंपनीपर्यंतचा प्रवास केला होता. साधनांचा तुटवडा आणि उत्पादन व विपणनाच्या पातळीवरची मानसिकता यांचा विचार आम्ही केला नव्हता. एका खात्रीशीर, सुरक्षित बाजारपेठेतून आम्ही मोठ्या, अजून पाऊल न टाकलेल्या बाजारपेठेत उडी मारली होती. इथली गणितं वेगळी होती.

आम्ही देशभरात नवी कार्यालयं उघडली. तिथं नवीन कर्मचारिवर्ग ठेवला; पण तेव्हाच्या स्पर्धेची व्याप्ती पाहता, ते खूपच अपुरं आणि खूप उशिरा उचललेलं पाऊल होतं.

सुरुवातीपासूनच आम्ही भारतात उपकरणांच्या उत्पादनांत उतरण्यास उत्सुक होतो. प्रत्यक्षात मात्र हे बेत कागदावरच राहिले. तिकडे एपीव्हीचा ताबा त्यांच्या देशातल्या दुसऱ्या एका कंपनीनं घेतला आणि भारतीय बाजारपेठेसाठी त्या कंपनीनं नव्या योजना आखल्या. जीईए या अन्नप्रक्रिया उद्योगातील जर्मन कंपनीनं बार अँड मर्फी कंपनीवर कब्जा केला. आमच्या दृष्टीनं त्यासाठी वाइटातली वाईट वेळ साधली गेली.

दुग्धव्यवसाय आणि फळप्रक्रिया व्यवसायानंही अपेक्षित भरारी घेतली नाही. आमच्या उत्पादनांच्या श्रेणीत पुरेशी उपकरणं नसल्यामुळे त्याचाही व्यवसायावर परिणाम झाला होता. दुग्ध आणि फळप्रक्रिया प्रकल्पांसाठी ही उपकरणं आवश्यकच होती. याचा अर्थ, आम्हाला ती आमच्या स्पर्धकांकडूनच घ्यावी लागणार होती आणि सरतेशेवटी त्याचा खर्च आमच्या आवाक्याबाहेर जाणार होता...

यातून धडा शिकलो : अन्य कंपन्यांशी सहकार्य करार करून व्यवसाय करणं ठीक आहे; पण कुठल्याही व्यवसायात दीर्घ काळ टिकायचं असेल, तर तुम्ही तंत्रज्ञानात स्वावलंबी असलंच पाहिजे. स्वतः पेरा, उगवा, वाढवा आणि त्याची फळं चाखा...

तिकडे देशपातळीवरच्या सकल राष्ट्रीय उत्पादन (जीडीपी), औद्योगिक वाढ, व्यवसायातला भरवसा, निर्यात, शेती, चलनवाढ असे सर्व आर्थिक निर्देशक इंग्रजीत ज्याला 'स्टॅग्फ्लेशन' म्हणतात, त्या स्थितीकडे बोट दाखवत होते. (स्टॅगफ्लेशन म्हणजे अर्थव्यवस्था आकुंचन पावत असतानाही भाववाढ होण्याची स्थिती.) वाढीचे सर्व निर्देशक एक निस्तेज आणि अभद्र

आर्थिक भवितव्य दाखवत होते. औद्योगिक उत्पादन घटलं होतं, ग्राहकोपयोगी वस्तूंच्या विक्रीलाही खीळ बसली होती आणि खासगी क्षेत्रात काहीच नवी गुंतवणूक होत नव्हती. या सगळ्याचा आमच्यावर विपरीत परिणाम झाला.

भारतातल्या डिस्टिलरी क्षेत्रात मळीवरचं नियंत्रण हटवल्यामुळे मद्यार्क क्षेत्रातही खर्च कमी केला जात होता. अर्थातच, नवे प्रकल्प आणि नव्या गुंतवणुकींचा वेगही त्याच्या जोडीनं घटला.

प्राजमधल्या एकूण परिस्थितीचं कठोर परीक्षण केल्यानंतर, पीईएस विभाग हा कंपनीची आर्थिक ताकद घटवत होता, हे आमच्या लक्षात आलं. त्यामुळे आम्ही तो विभागच बंद करायचं ठरवलं. तरीही, कारण आमच्या हातात काही ऑर्डर्स असल्यानं दुग्धव्यवसाय आणि फळप्रक्रिया यांतलं काम आम्ही नंतरही काही काळ चालू ठेवलं. त्या पूर्ण केल्यावर तेही बंद केलं.

१९९८-९९ हे वर्ष प्राजच्या माझ्या प्रवासातलं सर्वांत वेदनादायी होतं. माझ्याच माणसांना मी घरी जायला सांगितलं, तो क्षण तर सर्वाधिक वेदनादायी! मी त्यांना दाखवलेल्या आमच्या भविष्याच्या स्वप्नांपैकी कुठलंच नजीकच्या काळात सत्यात उतरणार नव्हतं. माझी झोप उडाली होती. अगदी असहाय वाटत होतं. त्यांच्या आकांक्षा, त्यांचे प्रयत्न, एवढंच काय; अगदी त्यांचं भवितव्यसुद्धा माझ्यामुळे पणाला लागलं, असं मला वाटत होतं. आम्ही मनुष्यबळातली पहिली कपात १९९८च्या सुरुवातीला केली आणि त्याच वर्षी नंतर दुसऱ्यांदा कपात केली. त्या वर्षी शंभरापेक्षा जास्त लोकांना कंपनी सोडावी लागली. यांपैकी सुमारे वीस जणांनी आपल्याला जायला सांगतील, या भीतीपोटीच कंपनी सोडली. बाकीच्यांना निघून जायला सांगण्यात आलं. ही सारी कसरत शक्य तेवढ्या तरलतेनं करण्यात आली. मनुष्यबळ विभागाची तेव्हाची प्रमुख वीणा हिची या कामी प्रचंड मदत झाली. आम्ही आमच्या कर्मचाऱ्यांना इतर कंपन्यांत काम मिळवून देण्याचा शक्य तितका प्रयत्न केला. त्यांची सेवा खंडित झाल्याबद्दल भरपाई म्हणून आम्हाला परवडणारी रक्कम त्यांना दिली. प्राज सोडून गेलेल्यांपैकी जवळपास ९५ टक्के लोकांची वागणूक त्याही परिस्थितीत शक्य तितकी धीराची, संयमाची होती. तरीही आमच्या कार्यालयात गेल्यावर, तिथली रिकामी टेबलं-खुर्च्या बघून माझ्या हृदयात कळ येत असे. ही माणसं प्राजची धडधड चालू ठेवणाऱ्यांपैकी होती...

प्राज ॲग्रोव्हिजननं कधी भरारी घेतलीच नाही. आमचे सल्लागार असलेल्या फ्लोडॅकनं आम्हाला विशिष्ट गुणवतेच्या गुलाबाची रोपं निश्चित प्रमाणात देऊ, असा शब्द दिला होता; पण ते त्याला जागले नाहीत. त्यांनी आम्हाला ठराविक लांबीचं देठ असलेले गुलाब, एकरी ठराविक प्रमाणात गुलाबाची रोपं आणि फुलांची विशिष्ट गुणवता यांचीही हमी दिली होती; पण तेही कधी प्रत्यक्षात घडलं नाही. त्यामुळे आम्ही ठरल्यापेक्षा चाळीस टक्के कमीच उद्दिष्टं साध्य करू शकलो. परिणामी, रोज रात्री फुलं ॲमस्टरडॅमला रवाना होत होती, तरीही या उद्योगातून अपेक्षित नफा कधी मिळालाच नाही. विमानानं माल पाठवणं फारच खर्चिक होतं. त्यामुळे या उद्योगातून मिळणारा पैसा त्या भाड्यातच खर्चून जायचा. तिकडे हॉलंडच्या बाजारपेठेत युरोपीय संघानं भारतातून येणाऱ्या फुलांच्या उत्पादनावर सुमारे १५ टक्के कर लादला. त्या तुलनेत आफ्रिकेतून येणाऱ्या मालावर मात्र असा कुठलाच कर नव्हता. त्यामुळे, ही स्पर्धा आमच्यासाठी अधिकच अवघड बनली! या प्रकल्पाची किंमत कधीच वसूल होऊ शकणार नाही, असं दिसू लागलं.

मंदीला सुरुवात झाल्यानं पैशांचं चाक जवळजवळ रुतूनच बसलेलं. त्यात प्राज फायनान्समध्ये माझ्या सर्व कुटुंबानं आणि मित्रांनी पैसा गुंतवला होता, याचंच माझ्या मनावर सर्वांत जास्त ओझं होतं. आपला पैसा माझ्याकडे सोपवल्यानं तो सुरक्षित राहील, असा त्यांचा विश्वास होता. आमच्या इतर संचालकांच्या मार्फत बाकीच्या अनेक कुटुंबांनी गुंतवलेल्या घामाच्या पैशांविषयीही तीच परिस्थिती होती. बँकेपेक्षा इथं जास्त परतावा मिळण्याची त्यांची अपेक्षा होती. हा पैसा मी कसा सुरक्षित ठेवू, या विचाराचं माझ्यावर दडपण होतं.

अचानक माझा माझ्या आर्थिक बुद्धिकौशल्यावरचा विश्वासच उडाला. रमेश शहा हे आमचे पूर्वीपासूनचे परिचित व्यावसायिक होते. अशा परिस्थितीतल्या आर्थिक व्यवस्थापनाचा त्यांचा अनुभव आणि विचारांची स्पष्टता अधिक होती. त्यांनी आमच्या ऋणकोंना भाव पाडून विकत घेण्याची तयारी दाखवली. त्या बदल्यात आम्ही त्यांना आमच्या मूळ कंपनीत, म्हणजे 'प्राज इंजिनिअरिंग'मध्ये हिस्सा देणार होतो. त्यांनी एकाच वेळी चौदा कोटींचे ऋणको दहा कोटींना विकत घेतले. त्यामुळे प्राज फायनान्सची गंगाजळी संपून गेली. शहांच्या आगमनानं एखाद्या 'परक्याला पहिल्यांदाच आम्ही कंपनीच्या अंतःपुरात

प्रवेश दिला. अर्थात, त्यांच्यामागोमाग नंतर इतरही आले आणि त्यांनी काही प्रमाणात आमच्या कंपनीच्या भांडवलरचनेला नवीन आकारही दिला.

शहांकडून मिळालेल्या पैशांतून आम्ही बँकांची आणि गुंतवणूकदारांच्या ठेवींची देणी चुकती केली. जरी हे एका प्रकारे धनको बनण्याचं साहस अनर्थकारी ठरलं, तरी त्यालाही एक सोनेरी किनार होती. ज्या-ज्या व्यक्तींनी आपला पैसा माझ्या हवाली केला होता, तो पै न् पै कबूल केलेल्या व्याजदरासह परत केल्यामुळे मी सुटकेचा निःश्वास टाकला. आपण कुणालाही फसवलं नाही, आपल्याकडं कुणी दिवाळखोर किंवा घोटाळेबाज म्हणून बघणार नाही, याचं एक मानसिक समाधान मनाला आतून वाटत होतं. कंपनीचा अतिशय खडतर काळ सुरू असताना मनावरचं हे अपराधीपणाचं ओझं उतरणं फार महत्त्वाचं होतं.

आर्थिक संकटं पुरेशी नव्हती म्हणून की काय, ॲमकेन तंत्रज्ञानही गती घेऊ शकलं नाही. हातात एक ऑर्डर असताना आणि तंत्रज्ञानाचा विकास करण्यात दोन वर्षं घालवून तमिळनाडूत आम्ही कोठारींसमवेत एक प्रकल्प उभारला होता; पण तोही सपशेल अयशस्वी ठरला. ज्यांच्यासाठी हे काम केलं होतं, त्यांनी बँकहमी वटवून पैसे वसूल केले! त्यामुळे तिथंही आमचं नुकसानच झालं. सुदैवानं स्प्रॅनीहिलेटरच्या धड्यातून शिकलेलं शहाणपण आमच्या गाठीशी होतं. त्यामुळे ॲमकेनचं तंत्रज्ञान इथं भारतात यशस्वी झालं तरच त्यांची फी द्यायची, अशी तरतूद आम्ही करारात करून घेतली होती. प्रकल्पातल्या त्यांच्या उत्तरदायित्वाच्या पन्नास टक्के हिश्शाच्या वसुलीकरिता मात्र आम्ही त्यांच्या विरोधात आंतरराष्ट्रीय दावा दाखल केला. तरीही, शेवटी बँकहमीची अर्धी झळ आम्हाला सोसावीच लागली... आम्ही शिकलेला हा आणखी एक धडा.

प्रत्येक दिवस आणखी वाईट बातम्या घेऊनच येत होता. कॉर्पोरेट व्यवस्थेतला आणखी एक पैलू यानिमित्तानं मला समजला. तुम्हाला संकटानं घेरलं, की इथली माणसंही बदलतात. सर्वाधिक उच्चशिक्षित, सगळ्यांत जास्त विश्वासाचे, तरतरीत आणि बुद्धिमान सहकारी सर्वांत आधी बुडणारं जहाज सोडून जातात. आमच्या घरसणीच्या काळात मी माझ्याकडच्या मनुष्यबळापैकी 'सर्वोत्तम' असे काही लोक गमावले. इथं वैयक्तिक संबंध, निष्ठा, विश्वास याला काही अर्थ नसतो; त्यांची काही किंमत नसते, हे मला

जाणवलं. या बदलत्या परिस्थितीचा अंदाज सावकाश येत गेला; पण त्याचा परिणाम आकस्मिक झाला.

१९९८-९९मध्ये आम्ही प्रथमच तोट्यात गेलो. थोड्याथोडक्या नव्हे, चौदा कोटी रुपयांच्या! यात आमची निम्मीअधिक गंगाजळी विरून गेली.

आम्ही धीर गोळा करून आणि डोकं ठिकाणावर ठेवून बुडतं जहाज पुन्हा तरावं, याचे प्रयत्न करत होतो. पण १९९५ ते १९९७या काळातच मंदीची पावलं आपण कशी ओळखू शकलो नाही, याचं मला राहून-राहून आश्चर्य वाटायचं. माझ्या आतल्या आवाजावर मी का विश्वास ठेवला नाही? या विनाशापासून मी सर्वांना वाचवू शकलो असतो का? मनुष्यबळ कमी करणं, खर्चकपात, अनुत्पादित उद्योग बंद करणं हे सगळे आमच्यापुढच्या प्रश्नावरचे मर्यादित उपाय होते. कंपनी पुन्हा उभी करणं, तिची फेररचना करणं हे सर्वांत मोठं आव्हान होतं.

आमचा संपूर्ण व्यवसायच आक्रसून गेला असला, तरी अल्कोहोल व बिअरच्या बाजारपेठेतला आमचा हिस्सा शाबूत होता. हा आमच्यासाठी एक आशेचा किरण होता. तेव्हाची परिस्थिती भयंकरच दिसत असली, तरी अल्कोहोलला मोठं भवितव्य असल्याचं माझं अंतर्मन सांगत होतं आणि ती आशाच मला बळ देत होती! कंपनी बंद करून घरी निघून जाण्याचा विचार माझ्या मनाला एकदाही शिवला नाही. फिनिक्स पक्ष्याप्रमाणे या संकटातून बाहेर पडून प्राजला पुनरुज्जीवित करायचं, ही एकच भावना डोक्यात घोळत होती. यासाठी मला नवीन गुंतवणूकदारांना भेटणं, कंपनीसाठी पैशाचे नवे स्रोत शोधणं गरजेचं होतं. गुंतवणूकदारांना दानधर्म करत नाहीत, त्यांना त्यांच्या गुंतवणुकीवर सव्याज परतावा मिळण्यात रुची असते, हेही मला पक्कं माहीत होतं...

या मंदीच्या काळात गुंतवणुकीसाठी आकर्षक वाटेल असं रूप प्राजला कसं देता येईल, याचाही विचार करणं गरजेचं होतं.

...आणि हाच खरं तर लाखमोलाचा, अस्वस्थ करून टाकणारा प्रश्न होता.

१६ मध्यान्हीचा काळोख

पुन्हा एकदा मी निधी उभारण्याचा प्रयत्न सुरू केला. खुल्या बाजारातून नव्यानं समभाग विक्री करून पैसा उभा करणं हा पर्याय होता आणि तो आधी यशस्वीही ठरला होता. आम्ही आमचा दहा रुपयांचा समभाग चाळीस रुपयांवर देऊ केला, तर त्यातून आठ ते दहा कोटी रुपयांचा निधी जमण्याची शक्यता आहे, अशी आशा आमच्या आर्थिक सल्लागारांना वाटत होती.

पुन्हा एकदा नवं माहितीपत्रक छापून संभाव्य गुंतवणूकदारांशी बोलणं अगत्याचं होतं. या वेळी मी टीडीआयसीआय या आयसीआयसीआयच्या साहस वित्तनिधी शाखेकडे गेलो आणि त्यांनी आमचे समभाग घ्यावेत, अशी विनंती केली. पण, प्राजमधल्या यापूर्वीच्या गुंतवणुकीवर घसघशीत परतावा मिळालेला असतानाही, या वेळी मात्र ते आमच्या प्रस्तावाचा विचारही करायला तयार नव्हते.

खूप शोधाशोध केल्यावर एक गुंतवणूकदार सापडला; पण तो फक्त वीस रुपयांप्रमाणेच गुंतवणूक करायला तयार होता. त्यातही नव्या समभागांपैकी सत्तर टक्केच गुंतवणूक तो करू इच्छित होता. आमच्या गरजा पूर्ण करण्याइतकं इतरत्र कुठंच काही जमत नव्हतं; त्यामुळे आम्ही त्याच्याबरोबरचा व्यवहार पक्का केला. दुसरीकडं आम्ही बँकेकडून कर्जही घेतलं आणि प्राज इंजिनिअरिंगनं उर्वरित तीस टक्के समभाग खरेदी केले. परिस्थिती पालटू शकते, यावर आम्ही स्वतःच दाखवलेला तो विश्वास होता.

पाच कोटी रुपयांचं अतिरिक्त भांडवल आम्ही उभं केलं होतं. त्यानं व्यवसायाला उभारी मिळाली; पण पूर्वीचा तो उत्साह कुठंतरी हरवला होता. बँका असोत की कुणी गुंतवणूकदार किंवा ग्राहक; कुणाशीही बोलण्यातली आपण काही साध्य केल्याची माझ्यातली भावनाही नाहीशी झाली होती.

तरीही बाकीच्या कॉर्पोरेट आणि आर्थिक जबाबदाऱ्या पार पाडताना मी परदेशी बाजारपेठेचा मागोवा घेऊ लागलो. शशांक आता दैनंदिन कामकाज आणि देशी-विदेशी बाजारपेठेतल्या तत्कालीन ग्राहकांकडं लक्ष पुरवण्याचं काम करत होता. दिवाकर आणि रमेश हे शशांकला कामकाजात मदत करत होते. कंपनीच्या सहकाऱ्यांना प्रेरणा देणं आणि प्रत्यक्ष हाताळणं हे या त्रिमूर्तीच्या भरवशावर मी सोपवलं होतं.

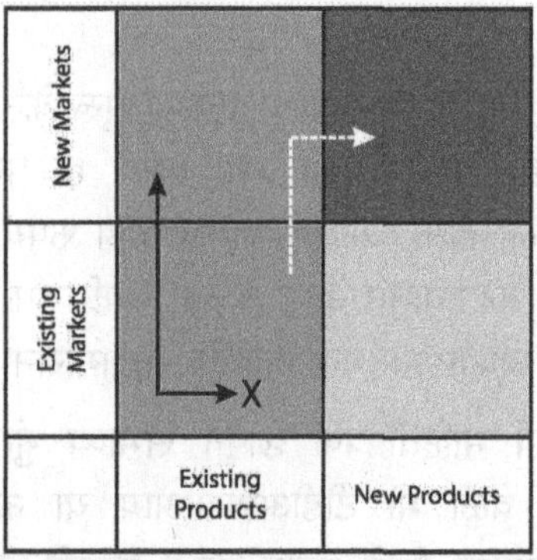

परस्परविश्वास आणि निष्ठेची भावना अगदीच कमी झालेला तो काळ. तरीही विपणनाची नवी व्यूहरचना आम्ही राबवू पाहत होतो. त्याच उत्पादनांवर लक्ष केंद्रित करून नवीन बाजारपेठेचा शोध घेणं त्यात अपेक्षित होतं. आम्ही दक्षिण अमेरिकेत कोलंबियातल्या बोगोटामध्ये कार्यालय सुरू केलं. जयंत गोडबोले तिथले व्यवस्थापक होते. अल्कोहोल प्रकल्प उभारण्यासाठीची नवी बाजारपेठ म्हणून आम्ही दक्षिण अमेरिका आणि दक्षिण आफ्रिकेतही चाचपणी करत होतो. अधिक चांगल्या तांत्रिक योजना, मूल्याधारित अभियांत्रिकी आणि आकर्षक किंमत या जोरावर स्पर्धकांच्या पुढं जाण्याचाही आम्ही प्रयत्न करत होतो.

जीवनाची क्षणभंगुरता तुम्हाला अचानक भानावर आणते. विसावं शतक संपल्यासंपल्या आमच्या प्राजच्या विक्री विभागातला शंतनू खानोरकर आमचा कायमचा निरोप घेऊन गेला. तो आमचे प्रकल्प आफ्रिकेत विकण्याचं काम पाहत होता. केनियन एअरवेजच्या आबिद्जान ते लागोस या विमानाला अपघात झाला आणि ते समुद्रात कोसळलं. त्यात बहुतांश प्रवाशांनी प्राण गमावले. त्यांत शंतनूही होता. ज्या विचित्र पद्धतीनं शंतनू आमच्या

आयुष्यातून निघून गेला, त्यामुळे आपल्या नात्यातलंच कुणी गेल्याचं दुःख मला झालं. त्याची पत्नी आणि वृद्ध आई-वडिलांचं अनावर दुःख पाहून हृदय विदीर्ण होत होतं. पण, त्यातूनच माझ्याकडे काम करणारे सहकारी आणि त्यांचे कुटुंबीय यांच्या आयुष्यांतल्या अस्थैर्याची मला तीव्रतेनं जाणीव झाली. आज हा विमान अपघात आहे, उद्या एखादी मानवनिर्मित किंवा नैसर्गिक आपत्ती असू शकेल. एक 'संस्था' म्हणून आम्ही किती आणि कुठपर्यंत जबाबदार असू शकणार होतो? मी आणखी अस्वस्थ होत होतो. आयुष्य खरंच अनिश्चित असतं. शंतनू गेला होता, त्याची जागा कुणीतरी घेतली होती. जणू कुणाचंच अडत नव्हतं; पण माणसाची शाश्वतीच नसेल तर माझी प्राजला गरज आहेच, असं मी तरी का गृहीत धरावं? माझ्या दृष्टीनं तो माझा आत्मविश्वास आणि नेतृत्वगुण यांचा पेच होता. मग अशा वेळी आपण गाशा गुंडाळून नव्या नेतृत्वाला संधी द्यावी, असा विचार मनात आला.

२००० ची सुरुवात होऊनदेखील मंदीतून पूर्ण बाहेर पडण्याची कुठलीच लक्षणं उद्योगजगत दाखवेना. आसिआन देशांचाही तिथल्या संकटातून बाहेर पडण्याचा वेग अत्यंत संथ होता. तिकडून व्यवसायाला काहीच मागणी नव्हती. फिलिपिन्समधली एक ऑर्डर सोडल्यास काहीच हाती आलं नव्हतं. आमच्या सिंगापूर कार्यालयाच्या प्रमुखाशी आम्ही नव्यानं करार केला नव्हता. नवीन धंदा मिळवण्याच्या दृष्टीनं त्या कार्यालयाचं दार जणू बंदच झालं होतं.

विदेशी बाजारपेठांत संधी शोधण्यासाठी माझ्या वारंवार तिकडे खेपा व्हायच्या. त्यामुळे माझ्या सहकाऱ्यांना भेटणं कमी-कमी होऊ लागलं. याच कारणानं इथल्या दैनंदिन घडामोडींच्या संपर्कवर्तुळाबाहेर आपण फेकलो गेल्याची माझी धारणा झाली. माझा सल्ला किंवा प्रशासकीय सहभाग काळसुसंगत किंवा गरजेचाही राहिलेला नाही, असं अचानकच माझ्या मनानं घेरलं.

एक दिवस मी शशांकला विचारलं, "पुढच्या वर्षीच्या व्यवसायाच्या योजना, उद्दिष्टं, अंदाजपत्रक यांविषयी केव्हा बोलायचंय आपण?"

त्यावर, "मला माहीत नाही, इतक्या कमी पैशांत आपण काय करू शकणार आहोत ते?" असं तो वैतागलेल्या सुरात म्हणाला.

यापेक्षा स्पष्ट शब्दांत तो माझ्याशी या विषयावर कधी बोलला नव्हता; पण मी बाजारातून पैसा उभा करू शकत नसल्यानं तो किती हताश झाला होता, हे त्याच्या बोलण्यावरून समजत होतं. प्राजसाठी निधी उभा करण्यात अपयशी ठरून मी सर्वांना कसं निराश केलं आहे, असं मला त्यातून जाणवलं होतं. जणू तो परीसस्पर्श आणि धडाडी मी हरवून बसलो होतो.

एप्रिल २००० मध्ये मी दोन विपर्यस्त परिस्थितींच्या कोंडीत सापडलो होतो. एका टोकाला कंपनीच्या कामगिरीविषयी गुंतवणूकदार आक्रमक झाले होते, तर दुसऱ्या टोकाला मी संस्थेत निर्णयप्रक्रियेच्या चौकटीतूनच बाहेर फेकला गेल्यासारखं आणि बदल घडवण्यासाठीच्या व्यापक धोरणांवर प्रभाव टाकू शकत नसल्याचं वाटू लागलं होतं. ज्या गोष्टींवर आपलं पुरेसं नियंत्रण नाही, त्यांच्या परिणामांना मात्र जबाबदार धरलं जात असल्यानं मला हताश आणि दमछाक झाल्यागत वाटू लागलं होतं. आपल्याविना चालू शकतं ही भावना आणि सहकाऱ्यांबरोबरच्या संवादाचा अभाव, या दोन्हींच्या एकत्रित परिणामातून मी कंपनी सोडण्याचा इरादा जाहीर केला.

सुरुवातीला माझ्या घोषणेनं सगळ्यांना धक्का बसला. नीरव शांतता पसरली; पण त्यानंतर लगेचच रमेशनं माझा हिस्सा विकत घेण्याची तयारी दाखवली. परंतु, त्यासाठी त्याला शशांक आणि दिवाकर यांच्या पाठिंब्याची गरज होती. त्या दोघांपैकी कुणीच त्याला राजी झालं नाही. त्यामुळे मी प्राजमध्ये राहण्याशिवाय पर्याय नव्हता.

एक गोष्ट स्पष्ट होती, मला प्राजमध्ये राहायचं, तर कंपनीमध्ये घडवू पाहणाऱ्या बदलांसाठीच्या व्यूहनीतीशी जोडला जाणं आवश्यक होतं आणि त्यासाठी सर्व विभाग आणि कामकाजावर मला पूर्ण नियंत्रणही हवं होतं. या वेळी मला ही मोकळीक मिळण्यासाठीच्या निर्णयप्रक्रियेला अधिकृत स्वरूपही अपेक्षित होतं.

माझ्या सहकाऱ्यांच्या तेव्हाच्या भावना काय होत्या, याचा उलगडा मला झाला नाही. पण काय घडलं असावं, याचा मी अंदाज बांधू शकलो. माझ्या सहकाऱ्यांचा माझ्यावरचा, स्वतःवरचा आणि प्राजवरचाही विश्वास उडाला होता, असं मला वाटतं. इतक्या वर्षांच्या हालअपेष्टा आणि संघर्षातून परत एकदा रस्त्यावर येण्यापलीकडे जास्त काही हाती लागलं नव्हतं. सहप्रवर्तकाच्या भूमिकेतून त्यांना त्या भागीदारीतून बाहेर पडून पैसाही कमावता येत नव्हता किंवा ती चालू ठेवून त्याचे ठोस आर्थिक लाभही मिळवता येत नव्हते. पुरते हतोत्साहित आणि अडकले होते ते.

यातून मार्ग म्हणून रमेशनं मूळ कंपनीच्या शेअरच्या बदल्यात नोंदणीकृत कंपनीचे शेअर अदलाबदली करावेत, असं सुचवलं. मग शशांक आणि दिवाकर यांनी प्राज इंजिनिअरिंगमधल्या त्यांच्या शेअरची रमेशबरोबर अदलाबदल करण्याची तयारी दाखवली. या नव्या बदलांमुळे प्राज इंजिनिअरिंगचे रमेशकडे ४५ टक्के, माझ्याकडं ५४ टक्के आणि एक टक्का शेअर देसाईंकडे, म्हणजे आमच्या मध्यस्थाकडे राहिले. शशांक आणि दिवाकर आता या नियंत्रक कंपनीच्या बंधनातून मुक्त झाले. ते आता त्यांचे स्वतःचे शेअर बाजारात आणू शकत होते.

जून २०००मध्ये मी होल्डिंग कंपनीचा अध्यक्ष होतोच, आता माझ्याकडे नवीन अधिकारही आले. रमेश उपाध्यक्ष झाला. रमेश कार्यकारी संचालक म्हणून नाही, तर व्यूहात्मक स्वरूपाचा गुंतवणूकदार म्हणून काम बघणार, हेही स्पष्ट झालं. त्यामुळे मला निर्णयप्रक्रियेत संपूर्ण मोकळीक मिळाली. सरतेशेवटी, प्राज कंपनी आणि तिची प्रगती यांविषयीचे माझे मार्ग चोखाळण्यास आणि ध्येयधोरणं राबवायला मी मुक्त झालो.

मालकी हक्क आणि आनुषंगिक नियंत्रणांपासून दूर राहणं पसंत केल्यामुळे शशांक आणि दिवाकर यांच्या भूमिका व कंपनीतलं स्थान यांत मोठा बदल झाला. दोघांची कार्यव्याप्तीही बदलली. शशांकला तांत्रिक आढावा आणि परीक्षणाचं (टीआरए), तर दिवाकरला खास प्रकल्पांच्या समन्वयाचं काम देण्यात आलं.

मी पुष्कळशा गोष्टींबद्दल साशंक होतो. विशेषतः शशांकचा निर्णय आणि त्यामुळे झालेल्या त्याच्या भूमिकेतल्या बदलामुळे मला तसं वाटत होतं. तंत्रज्ञानाची आघाडी सांभाळणाराच अचानक बाजूला झाल्यावर मी त्या आघाडीवर नेतृत्व आणि दिशा देऊ शकेन का? लोक माझ्याबरोबर यापुढेही काम करणं पसंत करतील का? ते मला स्वीकारतील आणि सहकार्य करतील का...?

अनिश्चितता आणि काळजीचे विषय तर खूप होते. तरीही आम्ही मार्गक्रमण करू लागलो. कुठल्याही कुबड्यांचा आधार न घेता, प्रथमच मी नव्या उद्योजकतेचे धडे गिरवत होतो. मी खऱ्या अर्थानं नेतृत्व करत होतो. एखाद्या एकांड्या शिलेदारासारखं मी स्वतःसाठी, स्वतःच्या उद्धारासाठी आणि प्राजसाठी लढत होतो.

१७ नवा मंत्र

आता मला माझी युद्धभूमी ठरवायची होती. काय करायला हवं, याची मी लांबलचक यादी केली होती आणि ते साध्य करणं जिकिरीचं वाटत होतं. पण, माझ्या मनानं उभारी घेतली होती आणि आता प्रकृतीही ठणठणीत होती. प्राजच्या या लढाईत जे गमावलं, ते पटींमध्ये माघारी मिळवण्यासाठीच्या योजना आणि डावपेचांची आखणी एखाद्या सैन्यप्रमुखाप्रमाणे मी करत होतो. माझी नेहमीचीच सवय होती ती. आता त्यात नवी ऊर्जा आणि उत्साह होता. आंतरराष्ट्रीय बाजारपेठेत भरधाव मुसंडी मारायची होती. त्यासाठी आव्हानं बरीच होती; पण आता ती सर्व मलाच पेलायची होती आणि तीही सावधपणानं. आस्तेकदम वेग पकडायचा होता आणि प्राजमध्ये नव्यानं प्राण फुंकायचे होते.

हे सर्व साध्य करण्यासाठी मला प्राजमधला माझ्यासोबतचा संच आणि आमची उत्पादन व संशोधन-विकास साधनं या दोन्ही आघाड्यांवरची आमची सज्जता जोखायची होती.

माझ्या सहकाऱ्यांच्या क्षमतांचा विकास करण्यापासून याची सुरुवात करायची होती. प्राजअंतर्गत विभागांच्या प्रमुखांशी मी स्वतंत्रपणे बैठकांचं सत्र सुरू केलं. नितीन, अरुण, विक्रम, घनश्याम, अभय, मलिक, अतुल आणि इतरांशीही मी बोललो. तेव्हाच्या परिस्थितीविषयीचं त्यांचं मत मला जाणून घ्यायचं होतं. कंपनीसाठीच्या माझ्या नवीन योजनांना ते कसा हातभार लावू शकतात, हे जाणूनही घ्यायचं होतं. काही किरकोळ आक्षेप वगळता मी कंपनीला नव्या दिशेनं नेऊ शकतो, यावर त्या सगळ्यांचा भरवसा होता. माझ्या ध्येयपूर्तीच्या मार्गात ते सोबत आहेत, याची खातरजमा झाल्यावर मी कंपनीची रचना बदलायला सुरुवात केली. कंपनीत काहीसा समतोल आणण्यासाठी मी प्रयत्न करू लागलो. नवीन विभागप्रमुखांना विशिष्ट

जबाबदाऱ्या आणि त्यासाठी नव्यानं सूचना दिल्या. नवीन उद्दिष्टांना ते बांधील राहतील, अशी व्यवस्था केली.

प्राजच्या सणसवाडीतील उत्पादन प्रकल्पासाठी 'अमेरिकन सोसायटी ऑफ मेकॅनिकल इंजिनिअरिंग'चं (एएसएमई) प्रमाणपत्र आम्ही मिळवलं होतं. एक जागतिक कंपनी म्हणून आम्ही सिद्ध होत आहोत, यावर या प्रमाणपत्रामुळे शिक्कामोर्तब होणार होतं. १९९९च्या माहिती करारात आम्ही जी वचनबद्धता व्यक्त केली होती, त्याचा हा भाग होता. आता आम्ही बाजारपेठेपर्यंत पोचण्याचा वेग वाढवण्यावर लक्ष केंद्रित करण्याचं ठरवलं. त्यासाठी उत्पादनमूल्य वाढवणारी यंत्रणा आधुनिक करणं आणि कंपनीच्या तांत्रिक आणि तंत्रज्ञानविषयक प्रगतीला चालना देणं जरुरीचं होतं.

पूर्वी विक्रम जेव्हाकेव्हा एखाद्या प्रकल्पाच्या ठिकाणाहून परत यायचा, तेव्हा तो सांडपाण्यावर प्रक्रिया करण्याबद्दल काहीतरी करण्याविषयी बोलायचा आणि प्रक्रिया करण्याची गरज वाटावं, एवढं सर्व प्रकारचं सांडपाणी जागोजागी दिसायचं! मी त्याच्या कल्पना चाचपण्याचं ठरवलं. त्याला म्हणालो, "या सांडपाणी प्रक्रिया व्यवसायात उतरण्याचा विचार आपण करू या. अट एकच आहे, तू फक्त डिस्टिलरी आणि ब्रुअरींमधून बाहेर पडणाऱ्या सांडपाण्यावरच लक्ष केंद्रित करायचं."

यावर त्याची प्रतिक्रिया नक्की काय होती, ते मला आता आठवत नाही; पण त्याला नक्कीच आनंद झाला असेल आणि आश्चर्यही वाटलं असावं. त्याच्या सगळ्या कल्पना शांतपणे ऐकल्यावर आम्ही 'बायोसायकल्स सोल्यूशन्स' (बीसीएस) विभागाची स्थापना केली. विक्रमच्या पुष्कळशा कामात घनश्याम आणि नितीन यांच्या विभागांचाही सहभाग आवश्यक होता. त्याच्या कल्पनेला पूरक; पण सुप्तावस्थेत असलेल्या काही कल्पना थोडा जोर लावल्यावर प्रत्यक्षात येऊ शकणार होत्या. यात बायो-मिथेनेशनसाठी लागणारी स्पेन्ट वॉश प्रक्रिया किंवा सांडपाण्याच्या फेरवापराच्या विषयाचा समावेश होता. 'रेड्यूस, रीसायकल, रीयूज' हा आता त्याच्या विभागासाठीचा मंत्रच होता.

आता माझ्या मनात या कल्पना प्रत्यक्षात आणण्यासाठीचे विचार घोळू लागले. बहुतेक कल्पना प्रत्यक्षात येण्याच्या दृष्टीनं मी तयारीला लागलो. श्रीलंकेतल्या एका प्रकल्पाच्या उभारणीत आलेल्या प्रश्नांनंतर आम्ही आमच्या कंटिन्युअस फर्मेंटेशन प्रक्रियेवरचं काम थांबवलं होतं. ते आव्हान

पुन्हा पेलण्यासाठी आमचा अल्कोहोल विभागाचा प्रमुख घनश्याम आता पुढं सरसावला. त्यानंच व्हॅक्यूम डिस्टिलेशनची डिझाइन अधिक परिणामकारक आणि त्यातल्या बारकाव्यांमध्ये नेमकेपणा आणून पूर्ण केली. या डिझाइनमुळे ऊर्जेची बचत आणि गुणवत्तावाढ हे दोन्ही साध्य होणार होतं.

अल्कोहोलनिर्मितीत लागणाऱ्या फर्मेंटर्सची संख्या कमी करण्यासाठीच्या मूल्याधारित अभियांत्रिकीचे प्रयोग त्यानं त्याच्या सहकाऱ्यांसोबत सुरू केले. गरजेनुसार बॅच टाइप किंवा कंटिन्युअस फर्मेंटेशनमध्ये काम करू शकेल, असा फ्लेक्झी मोडही आम्ही उपलब्ध करून दिला.

नितीनच्या संशोधन आणि विकास विभागाला मी थोडं आवाक्याबाहेरचंच काम दिलं. लवकरात लवकर पैसा कमावू शकणाऱ्याच कल्पना उचलून धरण्याच्या स्पष्ट सूचना या विभागाला दिल्या होत्या. त्यावरच संशोधन आणि विकास लक्ष केंद्रित करणार होता. प्रयोग ते कार्यवाही यांतला कालावधी किमान ठेवणं, हा आमचा कुठल्याही नावीन्यासाठीचा कळीचा मंत्र होता. त्यामुळे नावीन्यपूर्ण कल्पना स्वीकारणं किंवा नाकारणं सोपं झालं. आमच्या आजवरच्या कार्यपद्धतीत हा बदल होत होता. नितीननं त्याच्या विभागावर सोपवलेली जबाबदारी पार पाडलीही! त्यासाठी आपल्या सहकाऱ्यांना त्यानं योग्यरीत्या उद्युक्त केलं. परिणामी, मॅश टोन नावाच्या फर्मेंटेशन प्रक्रियेसाठी वापरण्यात येणाऱ्या खास जैव पोषकाची निर्मितीप्रक्रिया विकसित झाली.

काही तांत्रिक आणि इतर मुद्दे सोडवल्यावर माझ्या हाताखालच्या मंडळींसमोर एक योजना आणि ठोस उद्दिष्टं मांडायला सज्ज झालो. जुलै २०००मध्ये मी या सर्वांची बैठक बोलावली. प्राज हाऊसचं प्रेक्षागृह पूर्ण भरलं होतं. त्या दीडशे जणांना मी साद घातली. सगळ्यांत महत्त्वाचं म्हणजे, मी त्यांनी प्राजमधली नोकरी सोडू नये, अशी विनंती केली. आम्हाला यश मिळेपर्यंत त्यांनी आहे त्या पगारावर काम करण्याला तयार व्हावं, अशी विनंतीही केली. त्यांच्या दृष्टीनं हा आणखी मोठा त्याग होता. नेताजी सुभाषचंद्र बोस यांनी स्वातंत्र्यपूर्व काळात जनतेला, 'तुम्ही मला रक्त द्या, मी तुम्हाला स्वातंत्र्य मिळवून देतो,' असं आवाहन केलं होतं. मी प्राजच्या संदर्भात त्याच सुरांमध्ये त्यांच्याकडून विश्वास आणि त्यागाची अपेक्षा करत होतो. त्या बदल्यात मी त्यांना कंपनीबरोबरच सर्वांच्या भरभराटीचा शब्द देत होतो.

प्राजमध्ये काम करण्यातला जोश एके काळी आमच्या ठायीठायी जाणवे. तो जोश माझ्या या कळकळीच्या आवाहनामुळे पुनरुज्जीवित होईल, अशी मला आशा होती. माझ्याबरोबर राहून पगार गोठवण्याला मान्यता दिली आणि काटकसरीचे अन्य उपाय अवलंबले, तर परिवर्तन तर शक्य होईलच; शिवाय ते लवकर दृष्टिपथातही येईल, असं वचन मी त्या सर्वांना दिलं. याच बैठकीत मी एक नवीन कार्यक्रमही सुरू केला, 'मस्ट' (मिनिमम युनॅनिमस सरपासेबल टार्गेट)! म्हणजे एकदिलानं गाठण्याचं लघुतम लक्ष्य! ३३ महिन्यांत हे लक्ष्य गाठायचं होतं.

संस्थेच्या विकासाचा विचार करतान संस्थाप्रमुख म्हणून आपण बऱ्याचदा मोठं चित्र पाहत असतो; पण ते मोठं चित्र सर्वसामान्य कर्मचाऱ्यासाठी खूपच अनाकलनीय ठरतं. या कल्पना आणि कृतियोजना त्यांना समजाव्यात, पचनी पडाव्यात, यासाठी त्यांचे छोटे तुकडे करण्याकडे माझा कल असतो. अशा तुकड्यांना मग मी आद्याक्षरांवर आधारलेली आकर्षक नावं देतो. एखाद्या चपखल जाहिरातीची आठवण योग्य वेळी व्हावी, तशीच या कार्यक्रमांची नावं सहज लक्षात राहावीत, हा माझा हेतू असतो. 'मस्ट' हे अशा अनेक कार्यक्रमांच्या नावांपैकी एक. अशी नावं देण्यानं मला यापूर्वी मिळालेलं यश मात्र संमिश्र होतं.

१९९२-९३ला आम्ही 'हिप हिप' (हाय परफॉरमन्स, हाय परफेक्शन) वर्ष असं म्हटलं. त्याला खूपच यश प्राप्त झालं. १९९४-९५ला आम्ही 'वचनबद्धतेचं वर्ष' म्हटलं होतं. कारण, आमच्या प्राथमिक समभाग विक्रीनंतर आमची गुंतवणूकदारांबद्दलची जबाबदारी आणि बांधिलकी कित्येक पटींनी वाढली होती. त्यालाही यश आलं होतं; पण १९९५-९६ आणि १९९६-९७ या वर्षी केलेल्या अनुक्रमे 'लीप इयर' व 'टुगेदर वी विल' या घोषणा पोकळच ठरल्या होत्या. संस्थेच्या कामगिरीत त्यानंतरही घसरणच झाली होती. आता 'मस्ट'च्या भवितव्याची उत्सुकता होती.

आपल्या कर्मचाऱ्यांना प्रेरणा देण्याच्या हेतूनं मी ही नावं कशी बनवतो, हा कंपनीत एक विनोदाचा विषयही झाला होता; पण या नावांमुळे सगळ्यांना एकत्र आणण्याचं उद्दिष्ट साध्य व्हायचं. त्या उद्दिष्टावर लक्ष केंद्रित व्हायचं आणि ते साधण्यासाठी काय करावं लागणार, हे सतत डोळ्यांपुढे दिसत राहायचं.

'मस्ट'च्या कार्यक्रमाच्या वेळीच मी ग्रॉस व्हॅल्यू ॲडिशनची (जीव्हीए) संकल्पना पुढं ठेवली. आमच्या कार्यमापकांसाठीचं हे सर्वांत अनोखं प्रमाण होतं. त्यामुळे कंपनीच्या उलाढालीपेक्षा नफ्यावर जास्त लक्ष केंद्रित करता येत होतं. हे प्रमाण कामगिरीचा निर्देशक (की परफॉर्मन्स इंडिकेटर - केपीआय) म्हणून मान्य करायला मी सर्वांना प्रवृत्त केलं. त्याला अगदीच कमी विरोध झाल्यामुळे खरं तरं मला खूप आश्चर्य वाटलं. अर्थातच, आम्हाला सर्व परिमाणं समजावून सांगावी लागली. त्यांत हिशेबाच्या काही चुका झाल्या; पण आम्हाला आमचा व्यवसाय अधिक चांगल्या रीतीनं समजून घेण्याची दिशा मिळाली. विशेष म्हणजे, आमच्या ग्राहकांकडून त्यांच्या ग्राहकांना जाणाऱ्या प्रस्तावांचं मूल्यही आम्हाला या प्रयत्नांतून वाढवता आलं. ज्या क्षेत्रांत आम्ही पुरवठादार म्हणून कार्यक्षमतेनं काम करू शकत नव्हतो, तिथं आम्ही ग्राहकांना पर्याय सुचवले. त्यामुळे, आम्हाला त्या ग्राहकांबरोबर अधिकाधिक काम करता आलं. त्यासाठीच्या करारांतले उभयमान्य लाभ स्पष्ट दिसणारे होते.

जुलैमध्ये कर्मचाऱ्यांशी हितगुज केल्यावर मी ज्याचे फायदे लगेच दिसून येतील अशा काटकसरींच्या उपायांवर लक्ष केंद्रित केलं. त्यातूनच झांसा या आयटी कंपनीला आमचा तळमजला रिकामा करून भाड्यानं दिला. काही काळासाठी तोही आमचा उत्पन्नाचा स्रोत बनला.

२०००च्या ऑगस्टमध्ये मी खऱ्या अर्थानं व्यावसायिक भटकंतीसाठी निघालो. जगभ्रमंती आणि 'भारत दर्शन' दोन्ही करायचं ठरलं. त्या काळात म्हणजेच २०००च्या उरलेल्या महिन्यांत भविष्यात इंधनाला इथेनॉल हेच पर्यावरणपूरक उत्तर असल्याचा माझा विश्वास दुणावला. आम्ही आमचं सारं लक्ष आंतराष्ट्रीय व्यापारात गुंतवलं असतं, तर कुठलंच धोरण परिणामकारक ठरलं नसतं. देशांतर्गत व्यवसायवृद्धीसुद्धा तितकीच महत्त्वाची होती. अभय, अतुल आणि दिवाकर यांनी या एव्हाना विकसित झालेल्या बाजारपेठेवर लक्ष केंद्रित केलं.

पेट्रोलचा पर्याय म्हणून इथेनॉल वापरण्यासाठी अल्कोहोल शुष्क होणं (त्यातला पाण्याचा अंश काढून टाकणं) आवश्यक असतं. यासाठी आम्हाला निर्जलीकरणाचं तंत्रज्ञान हवं होतं. या आघाडीवर सज्जतेसाठी भारतातल्या तत्कालीन तंत्रज्ञानापेक्षा सुधारित पर्यायाचा शोध घेणं आवश्यक होतं.

त्यानुसार आम्ही अमेरिकेतल्या 'डेल्टा टी' कंपनीशी सहकार्य कराराच्या वाटाघाटी सुरू केल्या. पुढील वर्षी तो करार झालाही.

भारतातलं इथेनॉलचं महत्त्व आणि कालानुरूपता यांबद्दल राजकीय वर्तुळात मोठं औत्सुक्य निर्माण झालं नसतं, तर आमची ही सगळी पावलं निरर्थक ठरली असती. म्हणून मी या इथेनॉलच्या बाजूनं मत घडवायला सुरुवात केली. भारतीय जनता पक्षाच्या नेतृत्वाखालच्या तत्कालीन राष्ट्रीय लोकशाही आघाडीचं (एनडीए) सरकार यावर विचार करायला खुलं होतं. शेतीवर आधारित अर्थव्यवस्था सुधारण्याचा विषय त्या सरकारच्याही कार्यक्रमपत्रिकेवर होताच. उसाच्या मळीपासून आणि वाया गेलेल्या धान्यापासून इथेनॉल तयार करणं, हे यावरचं नेमकं उत्तर होतं.

अमेरिका आणि ब्राझीलमध्ये इथेनॉलचं महत्त्व वाढत असल्याच्या बातम्या धडकत होत्या. त्याचा परिणाम भारतावरही होत होता. खनिजतेलाच्या सातत्यानं वाढत्या किमतींमुळे इथल्या निर्णयकर्त्यांनाही पर्यायी इंधनाचा शोध घेणं भाग पडत होतं. त्यात इथेनॉलचा वापर वाढवण्याच्या प्रस्तावाला 'स्वदेशी'ची किनारही होती. एनडीए सरकारच्या निर्णयप्रक्रियेवरही त्याचाही प्रभाव पडत होता.

आम्हा जे सांगू पाहत होतो, ते करून दाखवण्याची संधी वैद्यनाथ डिस्टिलरीच्या निमित्तानं आम्हाला मिळाली. ती पारंपरिक डिस्टिलरी होती; पण पुढे तिचं स्मार्ट डिस्टिलरीमध्ये परिवर्तन झालं. एकाच डिस्टिलरीमध्ये वेगवेगळ्या कच्च्या मालावर प्रक्रिया होत असे आणि वेगवेगळी उत्पादनं काढली जात असत.

२००१ साल उजाडलं. आमच्या स्वतःच्या कामगिरीचं मापक म्हणून जीव्हीए चांगलं काम करत असल्याचं माझ्या लक्षात आलं. आम्ही मस्ट बोनांझा जाहीर करून त्यावर आणखी भर द्यायला सुरुवात केली. त्यात ऑर्डर मिळवणं आणि तिची पूर्तता करणं या दोन पायऱ्यांवर मूल्यवृद्धी अपेक्षित होती. त्यामुळे असं मूल्यवर्धन न करणारी कामं शोधून त्या प्रक्रियाही आम्ही सुधारू शकत होतो. जीव्हीएमुळे आमच्या मानसिकतेतही बदल झाला. आता आम्ही केवळ एक कंत्राटी कंपनी न राहता ज्ञानाधारित, मूल्यवर्धन करणारी कंपनी झालो. या प्रकारे कंपनीच्या स्व-आकलनामध्येही मोठा बदल घडला आणि स्वतःला जगापुढं कसं ठेवायचं, यातही बदल झाला.

मी ज्या वेगवेगळ्या पातळ्यांवर काम करत होतो, ते विखुरलेले तुकडे लवकरच एकमेकांशी चपखलपणे जोडले जातील आणि पुन्हा एकदा मोठी संधी समोर येईल, असं मला आता जाणवू लागलं होतं. पण मला तशी पूर्ण खात्री नव्हती. सर्व आघाड्यांवर प्रयत्न करणंच माझ्या हाती होतं. २००१च्या पहिल्या तिमाहीत मी या सर्वांचाच आढावा घेतला. मला सगळ्या सकारात्मक खुणा दिसल्या. विशेषतः कंपनीच्या अंतर्गत सर्व बदल सुस्थित होते. बारीकसारीक अडसर आता राहिले नव्हते. आमचा नियोजनाच्या आमच्या सर्वसाधारण उद्दिष्टांशी मेळ बसत होता. विदेशांतली आमची सर्व कार्यालयं उत्साहानं भारली होती. त्यांना मुख्य कार्यालयातून हवा तो तांत्रिक पाठिंबा मिळत होता.

मी नेहमी एका पर्यायी व्यूहरचनेचा विचार करतो, कारण माझ्या सगळ्या योजना फसल्या तर काय, अशी एक सल माझ्या मनात असते. (ही जाणीव आता एक सवयच बनू पाहतेय!) हे विखुरलेले तुकडे कितीही नीट सांधले तरी ते पुन्हा हरवले तर काय? ही कल्पना भारत सरकारला पटली नाही तर काय? सगळंच फसलं, तर मी काय मिळवणार किंवा नवीन गुंतवणूकदारांना तरी काय देणार..? मला हे असे प्रश्न पडत. म्हणून अशा परिस्थितीत मी औद्योगिक जैवतंत्रज्ञानाचा पर्यायी संधी म्हणून विचार केला. हे तंत्रज्ञान प्राजच्या तंत्रज्ञानात्मक सामर्थ्याशी सुसंगतही होतं.

अल्कोहोल निर्मितीसाठी किंवा सांडपाण्यावर प्रक्रिया करण्यासाठी आम्ही वेगवेगळ्या सूक्ष्म संरचनांमध्ये काम करत असल्यानं आम्हाला औद्योगिक वापरासाठीच्या जैवतांत्रिक प्रक्रियेची जाण होती. आमच्या संशोधन व विकास विभागात जंतूंच्या कृत्रिम वाढीचा कोश होता. औषधनिर्मिती उद्योगामुळे जैवतंत्रज्ञान नुकतंच भारतात उभारी धरत होतं. आम्हाला जैवप्रक्रिया अभियांत्रिकी आणि त्याची यंत्रसामग्री यांचीही जाण होती. मग आम्ही 'अन्स्र्ट अँड यंग' या सल्लागार कंपनीला आमची जैवतंत्र क्षेत्रातली बलस्थानं आणि त्याला आणखी कुठल्या क्षेत्रांची जोड देता येऊ शकते, हे समजून घेण्यासाठी नेमलं. त्यासाठी त्यांना भरीव फी दिली. गंमत म्हणजे, माझ्याकडे या व्यवसायाच्या योजनांचा आवश्यक तो अहवाल होताही; पण ती माहिती वापरण्याची वेळ माझ्यावर येऊ नये, अशी मी प्रार्थना करत होतो! सुदैवानं आम्ही तो विचार बाजूला ठेवून अल्कोहोल प्रकल्पांच्या आमच्या मूळ व्यवसायाकडं लक्ष देऊ लागलो. इकडे कामाच्या संधीही अचानक वाढत

गेल्या आणि आमची साधनसामग्रीही त्या संधी साधण्यातच गुंतून बसली.

दरम्यान, पुन्हा एकदा कागलच्या शाहू कारखान्याची ऑर्डर नवी पहाट उजाडणारी ठरली. प्राजच्या इतिहासातल्या वादळी अध्यायावर त्यामुळे पडदा पडला. ही ऑर्डर अनेक अर्थांनी आमच्यासाठी शुभचिन्ह ठरलं. याच डिस्टिलरीचं काम सोळा वर्षं अनिर्णीत अवस्थेत राहिलं होतं. या कारखान्याचे संस्थापक-अध्यक्ष विक्रमसिंह घाटगे यांनी आम्हाला युरोपात जाण्यासाठी पहिल्यांदा कर्ज दिलं होतं. युरोपातून कंटिन्युअस फर्मेंटेशन प्रक्रिया तंत्रज्ञान भारतात आणण्याचा प्रयत्न त्यामुळेच आम्ही करू शकलो होतो. तोच प्रकल्प कार्यान्वित करण्याचा निर्णय घेण्यासाठी आणि त्याची फळं चाखण्यासाठी शाहू कारखान्याला इतका वेळ लागला होता.

आता ती परिपक्वता आली होती...

ही ऑर्डर आम्हाला नक्की कुठं घेऊन जाणार आहे, याची आम्हाला कल्पना नव्हती... तरीही, आम्ही योग्य मार्गावर आहोत; ते आम्हाला कळलं होतं...

आता या साऱ्याची फळं गोडच असतील, अशीच सगळी चिन्हं दिसत होती... अगदी सगळीसगळी चिन्हं!

१८ | उभारी

शाहू कारखान्याची ऑर्डर मिळाल्यानंतर चांगले दिवस आले. जगभर फिरत राहून परदेशांत व्यवसायवृद्धीच्या प्रयत्नांना पूर्णांशानं पाठिंबा देण्याकरिता मला जगभर जाता यावं, यासाठी मी कंपनीतल्या जबाबदाऱ्यांमध्ये काही बदल केले. अनिल, अरुण आणि दीपक यांना घेऊन मी एक कार्यकारी मंडळ स्थापन केलं. मी देशाबाहेर असताना कामकाज व्यवस्थापनावर आणि दैनंदिन कामावर कायम लक्ष ठेवायची जबाबदारी त्यांच्यावर सोपवली.

त्याच वर्षी, म्हणजे २००१मध्ये मलिकला आफ्रिकेतल्या मलावी इथल्या इथेनॉल प्रकल्पाची ऑर्डर मिळाली. ही आम्ही नव्यानं बहरण्याची सुरुवात होती. वेगवेगळ्या दिशांनी जे पेरलं होतं, त्याला आता फळं येऊ लागली होती. आग्नेय आशिया आणि दक्षिण अमेरिकेतूनही थोड्या ऑर्डर्स मिळाल्या.

२००२च्या मार्चपर्यंत 'मस्ट'नुसार ठरवलेल्या उद्दिष्टांपैकी बहुतांश आम्ही साध्य केली होती. वरिष्ठ अधिकारी आणि कर्मचाऱ्यांच्या चेहऱ्यावर पुन्हा हास्य उमटू लागलं होतं. सगळ्यांमध्ये नवा विश्वास जाणवत होता. आंतरराष्ट्रीय ग्राहकांच्या प्रतिसादानं बळ वाढत होतं. एकापाठोपाठ एक घटना घडत होत्या.

या काळातच आम्ही 'व्हिजन वर्ल्ड क्लास' हे नवं उद्दिष्ट डोळ्यांपुढे ठेवलं. ही योजना २००२-०३च्या मस्ट कार्यक्रमाचीच पुढची पायरी होती. आमची उत्पादनं, वस्तू आणि सेवांचा दर्जा जागतिक स्तरापर्यंत उंचावणं त्यासाठी गरजेचं होतं. संशोधन व विकास, डिझाइन, मालाचं उत्पादन, कार्यवाही, माल पोचवणं ही प्रत्येक बाब या दर्जा उंचावण्यात अपेक्षित होती. त्यात राष्ट्रीय आणि आंतरराष्ट्रीय विक्रीचं प्रमाण पन्नास-पन्नास टक्के गृहीत धरलं होतं. दरडोई डॉलरच्या हिशेबात जीव्हीए असा एक जादाचा कामगिरी

निर्देशकसुद्धा आम्ही ठरवला. आघाडीच्या आयटी कंपन्यांसाठीच्या निर्देशकांशी आम्ही सुसंगत राहू इच्छित होतो. या सगळ्या गरजा आणि बदलांशी मेळ घालून आम्ही प्राजच्या संशोधन व विकास सुविधेचं नूतनीकरण केलं. तिला 'मॅट्रिक्स - द इनोव्हेशन सेंटर' असं नाव देऊन स्वतंत्र अस्तित्व दिलं. त्याचं उद्घाटन जुलै २००२मध्ये डॉ. रघुनाथ माशेलकर यांनी केलं.

'मॅट्रिक्स'च्या पूर्वीच्या इमारतीचं डॉ. रघुनाथ माशेलकर उद्घाटन करताना.

प्राज समूहाच्या आर्थिक संरचनेतून इतरही बदल घडले. २००२मधल्या स्थितीनुसार प्राज इंजिनिअरिंग ही 'प्राज' या नावाचे मालकी हक्क असणारी होल्डिंग कंपनी होती. ते नाव वापरण्यासाठी 'प्राज इंडस्ट्रीज' या होल्डिंग कंपनीला रॉयल्टी देत होती. या होल्डिंग कंपनीत रमेश आणि माझी गुंतवणूक होती; पण रमेशला जखडून गेल्यासारखं वाटू लागलं होतं. कंपनीचे भागीदार मालक व प्राज इंडस्ट्रीज लिमिटेड यांत एक उभयरोधक व्यवस्था असावी, हा आयपीओनंतर प्राज इंजिनिअरिंग चालू ठेवण्यामागचा हेतू होता. आता मालकी व नियंत्रणाची चौकट इतकी सुनिश्चित केली होती, की ती कंपनी चालू ठेवण्यात काही अर्थ उरला नव्हता. म्हणून यातल्या जाणकारांची शिफारस, देखरेख आणि मूल्यमापनाप्रमाणं आम्ही या दोन्ही कंपन्या विलीन करायचं ठरवलं. अशा तऱ्हेनं प्राज इंडस्ट्रीज आणि प्राज इंजिनिअरिंग या कंपन्यांचे समभाग ५.४:१ या प्रमाणात अदलाबदली करण्यात आले. नव्या कंपनीचं नाव नुसतंच 'प्राज इंडस्ट्रीज' असं ठेवलं.

...हा निर्णय योग्यच होता, हे नंतर सदैव सिद्ध होत राहिलं.

मराठवाड्यातल्या वैद्यनाथ सहकारी साखर कारखान्यात बसवलेल्या डिस्टिलरीचं २००३मध्ये उद्घाटन करताना लालकृष्ण अडवानी आणि गोपीनाथ मुंडे.

डिसेंबर २००२मध्ये भारत सरकारनं इंधनामध्ये इथेनॉल मिश्रणाच्या नमुना चाचण्या पूर्ण केल्या आणि आम्ही आतुरतेनं वाट बघत असलेल्या धोरणाची घोषणा केली. माझं कित्येक वर्षांपासूनचं स्वप्न साकारायला आता कुठं सुरुवात झाली. अखेर, जानेवारी २००३पासून पाच टक्के इथेनॉलचं मिश्रण करायचं ठरलं. यामुळे साखर उद्योगाला आणि मळीपासून इथेनॉल करण्याच्या मूल्यसाखळीत कार्यरत असणाऱ्या सर्वांना नव्यानं चालना मिळाली.

मार्च २००३च्या शेवटाला आमची विक्री पन्नास टक्के वाढल्याचं आणि नफा चौपट झाल्याचं दिसून येत होतं. मार्च २००४चे प्रस्तावित अंदाज नवीन आंतरदेशीय आणि आंतरराष्ट्रीय ऑर्डर्स मिळाल्यानं खूपच आश्वासक दिसत होते. जवळजवळ वीस देशांतून आम्हाला ऑर्डर्स मिळाल्या होत्या. डिसेंबर २००३च्या अखेरीला प्राजच्या समभागाची किंमत प्रत्येकी शंभर रुपयांच्या आसपास पोचली होती. तीन वर्षांतला हा उच्चांक होता. या वेळी रमेश शहा यांनी त्यांच्याकडच्या मोठ्या हिश्शाची निर्गुंतवणुक करून प्राजमधून पूर्णपणे बाहेर पडायचं ठरवलं. असं केल्यानं ते मला मोकळीक देऊ शकतील, असं त्यांना वाटत होतं. त्यांचे शेअर विकत घेऊन राकेश झुनझुनवाला जानेवारी २००४मध्ये आमच्या कंपनीतले आर्थिक गुंतवणूकदार बनले.

याच सुमारास दुसरीही महत्त्वपूर्ण घटना घडली. जयंतचे चार वर्षांचे प्रयत्न शेवटी एकदाचे फळाला आले. कोलंबियामध्ये इथेनॉलचे पाच प्रकल्प उभारायचं काम आम्हाला मिळालं!

अशा तऱ्हेनं ऑर्डर्सचा ओघ सुरू झाल्यावर कामाला वेग येणं अपेक्षित होतं. त्या दृष्टीनं मी संस्थेच्या रचनेचा विचार करू लागलो; पण वेग वाढवण्यापूर्वी मला संस्थेतल्या कर्मचाऱ्यांचा कल, त्यांची मनोवस्था आणि संस्थेविषयीच्या भावना तपासायच्या होत्या. म्हणून मी एका त्रयस्थ सल्लागाराची कंपनीतल्या वातावरणाचं सर्वेक्षण करण्यासाठी नेमणूक केली. कंपनी ज्या गतीनं जाऊ पाहत होती, त्याला दिशा देण्यासाठीची अनेक मूल्यं आणि भावनांची सखोल चाचणी घेण्यात आली. माझ्या माणसांना काय वाटतंय, यावरच मला माझी व्यूहरचना बेतायची होती.

प्राजमध्ये काम करत असल्याचा कर्मचाऱ्यांना अभिमान वाटत होता, ही बाब सर्वेक्षणातून निष्पन्न झाली. ही भावना कंपनीत सर्व स्तरांवर जाणवत होती. मला त्याचा अंदाज होता; पण ती भावना इतकी ठसठशीत असेल, असं वाटलं नव्हतं. अभिमान हा शब्दच इतका लडिवाळ आणि मोहात पाडणारा होता, की मी त्याच शब्दावर काम करायचं ठरवलं... आणि या वेळी त्याला कारणही तसंच खास होतं. मला प्राज ही जगातली पहिल्या क्रमांकाची कंपनी बनवायची होती. आजच्या आणि उद्याच्या अल्कोहोल तंत्रज्ञानाशी संबंधित सर्व माहिती, ज्ञान, समस्यांवरची उत्तरं, पॅकेजेस एकाच ठिकाणी मिळू शकेल, अशी कंपनी!

मार्च २००४मध्ये आर्थिक वर्ष संपलं, तेव्हा आम्ही नुसता शंभर कोटी रुपयांचा जादुई आकडाच पार केला नव्हता, तर आमचा करपूर्व नफा अडीच पटींनी वाढला होता. आधीच्या भरघोस ऑर्डर्समध्ये भर म्हणून नवीन ऑर्डर्सही रांग लावून उभ्या होत्या. प्राज इंडस्ट्रीजवरच्या विश्वासाचं ते निदर्शक होतं आणि हा विश्वास पुन्हा एकदा चढत्या भाजणीवर होता.

हे यश माझं एकट्याचं खचितच नव्हतं. या वाटचालीतल्या प्रत्येक टप्प्यावरचे माझे सहकारी-कर्मचारी, माझे मार्गदर्शक-सल्लागार, माझे हितचिंतक-हितरक्षक आणि माझे कुटुंबीय-स्नेहीजन अशा सर्वांची साथ मोलाची होती. त्या ३० एप्रिल २००४च्या कृतज्ञता सोहळ्याची कल्पना त्यातूनच तर सुचली होती...

या सोहळ्यातून मी व्यक्त होत असतानाच मी आणि प्राजविषयीचं प्रेम आणि आस्थाही तेवढ्याच भरभरून व्यक्त झाल्या. त्यामुळे मला आणखी बळ मिळालं... तीच वेळ होती उद्याकडे आणि प्राजच्या भविष्याकडे लक्ष देण्याची. यानिमित्तानं मी 'प्राइड' नावानं नवा कार्यक्रम सुरू केला.

प्राइड म्हणजे...

परफॉर्मन्स
(कामगिरी)

रेप्युटेशन
(कीर्ती)

इनोव्हेशन
(नावीन्यपूर्ण शोध)

डिटरमिनेशन
(निश्चयीपणा)

आंत्रप्रेन्युअरशिप
(उद्यमशीलता)

प्राज प्राईड कार्यक्रम घोषित करताना.

हा कार्यक्रम सुरू करण्यासाठी हेच निमित्त उत्तम होतं. आमच्यात आत्म विश्वास ओतप्रोत भरला होता. आम्ही इथवर येऊ शकलो होतो; त्यामुळे अजून दूरचा पल्ला नक्कीच गाठू शकणार होतो... आता इथेनॉलच्या क्षेत्रात 'अग्रणी' बनणं हे आमचं लक्ष्य होतं.

विभाग ५ | देदीप्यमान

१९ सुवर्णस्पर्श

आयुष्यात आपत्ती येतातच. अशा आपत्तींचं इष्टापत्तींत रूपांतर करणं महत्त्वाचं. मी नेहमीच अशा संधी शोधत आलो आहे. अशाच एका प्रयत्नातून प्रख्यात गुंतवणूकदार राकेश झुनझुनवाला यांनी प्राजमध्ये गुंतवणूक केली.

राकेश झुनझुनवाला आणि डॉ. रघुनाथ माशेलकर यांच्यासमवेत.

रमेश शहा प्राजचे जुने पुरवठादार होते; १९९९पासून ते गुंतवणूकदारसुद्धा झाले. त्यांचे प्राजमध्ये दहा टक्के शेअर होते. त्यांना स्वतंत्र व्यवसाय सुरू करायचा असल्यानं त्यांनी त्यांच्याकडचे शेअर विकण्याचा निर्णय घेतला. दहा टक्के म्हणजे बराच मोठा हिस्सा होता. हे शेअर भलत्याच गुंतवणूकदाराच्या हाती जाऊ नयेत, हे आम्ही पाहत होतो. त्यासाठी आम्हाला तीन प्रकारे काळजी घ्यावी लागणार होती. शेअर विकताना शहा यांच्या व्यावहारिक अपेक्षा पूर्ण व्हायला हव्यात आणि त्यांचे समभाग घेणारा गुंतवणूकदार (कंपनीच्या भवितव्याच्या दृष्टीनं) आमच्या निवडीचा हवा, या दोन गोष्टी तर

आवश्यकच होत्या. तिसरी म्हणजे, गुंतवणूकदार व्यक्तीमुळे कंपनीची पत वाढली तर तेही हवंच होतं. हे तिन्ही निकष पूर्ण करेल, अशा माणसाचा शोध आम्ही घेत होतो. त्यासाठी शेअर बाजारातल्या काही जणांशी संपर्क साधला. त्यातून एक नाव पुढे आलं, राकेश झुनझुनवाला! त्यांचं बाजारात मोठं नाव होतं आणि त्या काळातही त्यांचा दबदबा दिवसेंदिवस वाढतच होता. त्यांनी प्राजमध्ये गुंतवणूक केली, तर आमचे तिन्ही निकष पूर्ण होणार होते.

एका उभयपरिचिताच्या मार्फत झुनझुनवाला यांच्याशी संपर्क साधला. त्यानुसार मुंबईतल्या एका हॉटेलात नोव्हेंबर २००३ला आमची बैठकही झाली. ती फलदायी ठरली नाही, कारण झुनझुनवाला यांना आमच्या व्यवसायाचं क्षेत्र क्लिष्ट आणि गुंतागुंतीचं वाटलं. त्यामुळे त्यात वाढीच्या शक्यतेविषयी त्यांची खात्री पटली नाही. त्यांनी प्राजमध्ये रस घेतला नाही, याचं वाईट वाटलं; पण झुनझुनवाला यांना प्राजचं कार्यक्षेत्र समजलं नाही म्हणून त्यांना तसंच जाऊ देणं मला पटेना. त्यामुळे त्यांचं मन वळवण्याचे प्रयत्न सुरूच ठेवण्याचा मी निर्णय घेतला.

काही दिवसांनी आम्ही त्यांचेच सहकारी उत्पल सेठ यांच्याशी संपर्क साधला. पूर्वीपेक्षा जास्त तयारी करून त्यांच्यासमोर सादरीकरण केलं. आमच्या व्यवसायात वाढीला कशी संधी आहे, या गोष्टींना जगभरात कशी मागणी आहे, हे व्यवस्थित पटवून दिलं. प्राजमध्ये गुंतवणूक केल्यावर पुढच्या काळात किती फायदा संभवतो, हे समजावून सांगितलं. आमची तयारीच अशी होती, की या सादरीकरणानंतर सेठ यांना या गोष्टीत रस निर्माण झाला. या बैठकीत त्यांनी अनेक प्रश्न विचारून शंकांचं निरसन करून घेतलं. एकदा का सेठ सहमत झाले, की आमचं काम जवळजवळ झाल्यासारखंच होतं. त्यांना आमचे मुद्दे पटवून देण्यात आम्ही यशस्वी झालो. पुढं सेठ यांनी झुनझुनवाला यांना त्यांच्या पद्धतीनं प्राजमधल्या गुंतवणुकीचे फायदे पटवून दिले. अखेर, झुनझुनवाला यांनाही प्राजमध्ये रस वाटला आणि जानेवारी २००४मध्ये ते गुंतवणुकीला तयार झाले. त्यांनी शहा यांचे दहा टक्के शेअर विकत घेतले. हा सौदा सर्वांच्याच दृष्टीनं फायद्याचा ठरला. शहांना त्यांच्या शेअरचा योग्य मोबदला मिळाला, आम्हाला आमच्या पसंतीचा नवा गुंतवणूकदार मिळाला, झुनझुनवाला यांनाही प्राजमधल्या गुंतवणुकीत राम दिसला आणि त्यांच्या गुंतवणुकीमुळे प्राजची पतही वाढायला मदत झाली.

झुनझुनवाला नेहमीच झपाट्यानं वाढ होऊ शकणाऱ्या उद्योगांमध्येच गुंतवणूक करतात. त्यामुळे त्यांची गुंतवणूक आमच्यासाठीही पावतीच होती, तशीच पुढं जाण्याची संधीसुद्धा! कारण त्यांनी आम्हाला आणखी महत्त्वाकांक्षी बनायला मदत केली. विस्तारासाठी विचारपूर्वक धोका पत्करायला उद्युक्तही केलं.

झुनझुनवाला यांचा निर्णय कसा योग्य होता, हे पुढच्या काळात सिद्धही झालं. त्यांनी प्राजमध्ये प्रवेश केला तेव्हा कंपनीची उलाढाल शंभर कोटी रुपयांची होती. त्या वेळी कंपनीची शेअर बाजारातील किंमतही शंभर कोटीच होती. मात्र, मार्च २००७मध्ये कंपनीची उलाढाल ७८० कोटी इतकी झाली; पण कंपनीची शेअर बाजारातली किंमत सुमारे साडेचार हजार कोटी रुपयांवर पोचली. कंपनीच्या वाढीची ही क्षमता झुनझुनवाला यांनी हेरली होती. त्यामुळेच बहुधा ते गुंतवणूक करायला तयार झाले होते.

आमच्या संचालक मंडळाची ३० ऑक्टोबर २००४ला बैठक झाली. तीत मी जगातल्या तेलाच्या किमती वाढत असल्याची वस्तुस्थिती मांडली आणि ती एक चालून आलेली संधी असल्याचीही मांडणी केली. त्यासाठी आक्रमकपणे विस्तार करण्याचं धोरणही या बैठकीत मांडलं. झुनझुनवाला यांची कंपनीत गुंतवणूक असणं महत्त्वाचं ठरलं. आमचा विस्ताराचा विचार सुरू होताच. मात्र, त्यांच्या निर्णयानंतर आम्ही अधिक गांभीर्यानं विस्ताराच्या मागं लागलो. त्यांचे प्रतिनिधी उत्पल सेठ कंपनीच्या बैठकांना उपस्थित असायचे. त्यांचा दृष्टिकोन नेहमीच सकारात्मक आणि प्रोत्साहन देणारा असे. प्राजनं शंभर कोटींचा टप्पा मार्च २००४ला पार केला; परंतु त्या यशात समाधानी न राहता त्यानंतर बरोबर सहा महिन्यांनी आम्ही विस्ताराची योजना घेऊन कामाला लागलो होतो.

संचालक मंडळाच्या बैठकीचं फलित अपेक्षेनुसारच होतं; पण आक्रमकपणानं विस्ताराची योजना राबवण्यासाठी कठोर मेहनत घ्यावी लागणार होती. असा विस्तार करणं हे मोठं पाऊल होतं. त्यासाठी पैसा लागणार होता, बाजारपेठ हवी होती, नेमकी योजना आखावी लागणार होती. मोठा धोकाही पत्करावा लागणार होता. केवळ कल्पनेच्या जोरावर पुढे पाऊल टाकणं शक्यच नव्हतं. त्यासाठी व्यावसायिक, तज्ज्ञ सल्लागारांची मदत घ्यायचं ठरलं. हे सारं २००४च्या अखेरीला घडत होतं. २००५ साल उजाडताउजाडता ते प्रत्यक्षात आलं. १८ जानेवारी २००५ला युनिव्हर्सल कन्सल्टिंग या मुंबईच्या सल्लागार संस्थेवर आम्ही ही जबाबदारी सोपवली.

त्यांचं काम होतं, जगभरात इथेनॉलची मागणी नेमकी किती आणि कशी वाढणार, हे शोधायचं आणि त्याबाबतचे डावपेच सुचवायचं.

जगभरातली मागणी आणि पुरवठा पाहणं गरजेचं होतं, कारण आता देशाबाहेर विस्तार करणं क्रमप्राप्त होतं. २००४ ते २००७ या तीन वर्षांसाठी आम्ही 'प्राज व्हिजन' हाती घेतलं. त्यानुसार प्राजची निम्मी उलाढाल परदेशी बाजारात व्हावी आणि नफा दर वर्षी ३५ टक्क्यांनी वाढावा, असा संकल्प केला. हे कसं करावं, याबाबत सल्ला देण्याची जबाबदारी या संस्थेला देण्यात आली. परंतु, त्यांचा अहवाल यायला वेळ होता. दरम्यानच्या काळात आमची घोडदौड सुरूच होती.

युनिव्हर्सल कन्सलटंटचा अहवाल जुलै २००५मध्ये आला. त्यातून जगभरातली भविष्यातली संभाव्य आकडेवारी समोर आली. त्याद्वारे इथेनॉलची मागणी मोठ्या प्रमाणात वाढत असल्याचं सूचित झालं. विस्तार आणि व्यवसायवाढीसाठी जगभर आणि विशेषतः अमेरिकेत मोठ्या संधी असल्याचं आणि त्यासाठी त्या देशातल्या एखाद्या कंपनीचं सहकार्य घेण्याचं या अहवालानं सुचवलं. ब्राझीलमध्येही तिथल्या एखाद्या स्थानिक कंपनीशी सहकार्य करार करण्याचा सल्लाही दिला. या अहवालानं आणखी एका महत्त्वाच्या मुद्द्यावर प्रकाश टाकला- जगात बायोमासपासून इथेनॉल उत्पादनाची मागणी मोठ्या प्रमाणात वाढत आहे. त्यामुळे हे तंत्रज्ञान विकसित करण्याला सर्वोच्च प्राधान्य देऊन प्रयत्न करायला हवेत... या अहवालानं आमचा आक्रमकपणे विस्तार करण्याचा मार्ग मोकळा करून दिला. आता थांबण्याचं कारणच नव्हतं. लगोलग २००५च्या अखेरीस या अहवालानुसार पावलं टाकणं सुरू केलं.

यशाच्या मार्गावर असा प्रवास सुरू असतानाच, दुसरीकडे प्राजला आणि मला समाजात मान्यता मिळत होती. आयआयटी-पवईनं २००५मध्ये माझा 'डिस्टिंग्विश्ड ॲल्युम्नी' म्हणून विशेष सन्मान केला. हे कौतुकही मोठं बळ देणारं होतं, कारण त्याच ठिकाणी मी माझे इंजिनिअरिंगचे धडे गिरवले होते, मोठी स्वप्नं पाहायला आणि ती प्रत्यक्षात आणायला शिकलो होतो. याच सुमारास जगप्रसिद्ध 'फोर्ब्ज' मासिकातही मी झळकलो... पुण्याच्या उद्योगविश्वात हळूहळू माझं नाव होत होतं. माझ्यासाठी ही अभिमानाची बाब होती.

२० खोसलांची शोधक स्वारी

प्राज इंडस्ट्रीजच्या प्रगतीच्या गाडीनं आता वेग घेतला होता. प्राज व्हिजननुसार सर्वकाही सुरळीत सुरू होतं. या प्रगतीची गती टिकवून ठेवणं आणि हळूहळू वाढवणं हे आमचं उद्दिष्ट होतं. या काळात इतक्या सकारात्मक गोष्टी घडत गेल्या, की ही गती आपोआपच वाढत होती. याच सुमारास प्राजच्या इतिहासातली एक महत्त्वाची घटना घडली. तिनं सर्व समीकरणंच बदलून टाकली.

२००५चा सप्टेंबर महिना होता. असाच एक दिवस माझ्या कार्यालयात बसून ई-मेल पाहत होतो. त्यात विनोद खोसला नावाच्या व्यक्तीच्या कार्यालयातून अमेरिकेतून एक ई-मेल आला होता. 'खोसला यांना माझ्याशी बोलायचं आहे,' असा उल्लेख त्यात होता. ते वाचून प्रश्न पडला- कोण हे खोसला? त्यांच्याविषयी मी अनभिज्ञ होतो. त्या सुमाराला माझा मुलगा पार्थ अमेरिकेत शिक्षण घेत होता. तो सुटीमध्ये भारतात आला होता. खोसलांच्या मेलबाबत सांगितल्यावर तो आश्चर्यचकित झाला. खोसलांनी माझ्यामध्ये आणि प्राजमध्ये रस दाखवणं ही मोठी घटना आहे, असं त्यानं सांगितलं. खोसला खूपच मोठं प्रस्थ असल्याचं तेव्हा मला समजलं. त्यांचा अमेरिकेच्या उद्योग आणि गुंतवणूक जगतात दबदबा होता. हे खोसला माझ्याशी बोलू इच्छितात, हे ऐकून पार्थ खूप खूष झाला होता. मी मात्र त्यांच्याबद्दल पहिल्यांदाच ऐकत होतो.

या खोसला महाशयांबाबत कुतूहल निर्माण झालं. त्यांची माहिती घेतली. ते मूळचे भारतीय. माझ्यापेक्षा तिनेक वर्षांनी लहान. वडील भारतीय लष्करात होते. विनोद खोसलांनी वयाच्या सोळाव्या वर्षी इंटेल या जगप्रसिद्ध कंपनीच्या स्थापनेबाबत ऐकलं. त्याच वेळी त्यांनी तंत्रज्ञानाच्या क्षेत्रात स्वत:ची कंपनी सुरू करण्याचं स्वप्न पाहिलं. पुढे दिल्ली आयआयटीमधून

इंजिनिअरिंग केल्यानंतर सोयाबीनच्या दुधाची कंपनी काढण्याचा प्रयत्न केला; पण तो फसला. मग पुढच्या शिक्षणासाठी ते अमेरिकेत गेले. 'सन मायक्रोसिस्टीम्स'चे ते सहसंस्थापक होते. ('सन' हे 'स्टॅनफर्ड युनिव्हर्सिटी नेटवर्क' या शब्दांच्या आद्याक्षरांपासून तयार झालेलं नाव.) कल्पकता, व्यवस्थापनकौशल्य आणि कष्टाच्या जोरावर त्यांनी आर्थिक प्रगतीचे अनेक टप्पे पार केले. प्रचंड संपत्ती मिळवली. त्यांची गुंतवणूक मुख्यत: स्टार्ट अप कंपन्यांमध्ये असते. जे संशोधक, उद्योजक नव्यानं काही उद्योग उभारू इच्छितात, त्यांपैकी निवडक लोकांच्या उद्योगांमध्ये गुंतवणूक करणं, हा त्यांचा व्यवसाय. त्यातून संशोधकांना-उद्योजकांना हात मिळतो. नव्यानं उभ्या राहिलेल्या कंपनीतून नफाही मोठा मिळतो. त्यामुळे खोसला पर्यावरणाशी निगडित तंत्रज्ञान असलेल्या स्टार्ट अप्समध्ये गुंतवणूक करतात. खासगी मालकीच्या कंपन्यांमध्येच त्यांना रस असतो, ते लिस्टेड कंपन्यांमध्ये अजिबात गुंतवणूक करत नाहीत. अशा व्यक्तीनं प्राजसारख्या लिस्टेड कंपनीत रस दाखवावा, हे विशेष आणि काहीसं अनाकलनीयसुद्धा होतं.

खोसलांबद्दल माहिती गोळा केल्यावर मला त्यांचं आणि त्यांच्या मेलचं महत्त्व समजलं. त्यांच्या कार्यालयातून ई-मेल आल्यानंतर पाठोपाठ सप्टेंबर २००५च्या शेवटी आमचं फोनवर बोलणं झालं. ते अमेरिकेत आणि मी भारतात. त्यांनी माझ्याशी पंधरा मिनिटं बोलायचं ठरवलं होतं; पण आमची चर्चा इतकी रंगली, की फोन कॉल जवळजवळ पाऊण तास चालला. खोसलांनी मला भेटीसाठी अमेरिकेत यायचं आमंत्रण दिलं. त्यानुसार मी १० नोव्हेंबर २००५ला त्यांना भेटलो. केलॉगमध्ये आमची भेट ठरली. केलॉग हे शिकागोचं बिझनेस स्कूलसाठी जगप्रसिद्ध असलेलं उपनगर. याच स्कूलच्या संचालक मंडळावर खोसला होते. तिथं ते येणार होते. त्यामुळे त्यांनी तिथली वेळ दिली होती.

या भेटीबाबत उत्सुकता होती. थोडीशी धडधडही होती. खोसलांबद्दल माहिती काढली होती. तरीही ते नेमके कसे आहेत, त्याच्या मनात काय कल्पना आहेत, आपल्याला कसा प्रतिसाद देतील, असे अनेक प्रश्न मनात होते. त्यामुळेच हुरहुरसुद्धा. नोव्हेंबर म्हणजे अमेरिकेतले थंडीचे दिवस. मी शिकागो विमानतळाजवळच्या एका हॉटेलमध्ये उतरलो होतो. सकाळी सातची वेळ म्हणजे कडाक्याची थंडी. बर्फ पडलं नव्हतं; पण गोठवणारं वातावरण होतं. सकाळी साडेसातच्या सुमारास खोसलांची गाडी मला घ्यायला आली.

लांबलचक लिमो गाडी, काळ्या रंगाची. मी काही मिनिटांत केलॉग बिझनेस स्कूलमध्ये पोचलो. प्रसन्न वातावरण, जुन्या इमारती... लगबगीनं फिरणारे विद्यार्थी-विद्यार्थिनी... त्या वातावरणानं माझा ताबाच घेतला. हार्वर्डनंतर दहा वर्षांनी पुन्हा मी अशा वातावरणात आलो होतो.

खोसलांना भेटेपर्यंत अनामिक हुरहुर होती. त्यांना भेटताच ती आपोआप नाहीशी झाली. खूपच अबोल, अतिशय मोजून शब्द वापरणारे. मुद्देसूद बोलणारे, अघळपघळ नाही. आदर वाटावं असं व्यक्तिमत्त्व. आमच्या छान गप्पा झाल्या. त्यांचा प्रतिसाद चांगला वाटला. त्यांना माझ्यात नेमका का रस होता, हे प्रत्यक्ष समजलं.

खोसलांनी बॉस्टनजवळच्या लेबनन शहरातल्या मास्कोमा नावाच्या एका स्टार्ट अप कंपनीत गुंतवणूक केली होती. ही कंपनी बायोमासपासून इथेनॉलनिर्मितीचं तंत्रज्ञान विकसित करत होती. संशोधक मंडळी आणि तंत्रज्ञ वेगवेगळे शोध लावतात; पण ते व्यवहारात आणणं हे जिकिरीचं काम असतं. संशोधनातून उलगडलेल्या माहितीद्वारे उत्पादन करणं, त्याचं प्रमाण वाढवणं आणि ते व्यवहार्य बनवणं, अशी अनेक आव्हानं असतात. या गोष्टींत प्राजला मोठा अनुभव होता. खोसला यांना त्याचाच फायदा करून घ्यायचा होता. मास्कोमा कंपनीसाठी त्यांना आमचं अशा प्रकारचं सहकार्य हवं होतं. आमचा हा अनुभव, तंत्रज्ञान विकसन आणि ते प्रत्यक्षात आणण्यासाठीची आमची 'आर अँड डी ', प्रयोगशाळेतल्या तंत्रज्ञान चाचणीवर आधारित उत्पादननिर्मितीचं कौशल्य, त्यासाठी भारतात येणारा कमी खर्च, या क्षेत्रातलं आमचं नाव या गोष्टींमुळे खोसला आमच्याकडं आकर्षित झाले होते. याचा अर्थ, मुळात प्राजमध्ये त्यांना रस होता. हे मला सुखावणारं होतं.

हे बोलणं सुरू असताना माझ्या मनावरचं दडपण कमी झालं. त्यांनाच आपली गरज असल्याचं स्पष्ट झाल्यावर ती माझ्यासाठी चालून आलेली संधीच होती. मी पटकन खडा टाकून म्हटलं, ''व्हाय डोंट यू टेक पोझिशन इन माय कंपनी?'' आमचं असं सहकार्य घ्यायचंय तर आमच्याच कंपनीत गुंतवणूक करा ना !... मी जरा जास्तच बेधडक बनलो होतो. म्हणून तर खोसलांना ही ऑफर देऊ शकलो. अर्थात, त्यांनी ती उडवून लावली. लिस्टेड कंपनीत गुंतवणूक न करण्याचं त्यांचं धोरण होतं. तरीही त्यांना या गोष्टीसाठी तयार करता येईल का, या दृष्टीनं मी विचार सुरू केला होता.

केलॉगची भेट उरकल्यानंतर शिकागोहून मी माझ्या कामासाठी बॉस्टनला जाणार होतो. ते काम उरकल्यावर माझ्याकडे थोडा वेळ उपलब्ध होता. खोसलांनी गुंतवणूक केलेल्या मास्कोमा कंपनीला मी भेट द्यावी, अशी त्यांची इच्छा होती. त्या लेबनन शहरात जाण्यासाठी त्यांनी खास विमान उपलब्ध केलं. खोसला स्वतःहून माझ्यापर्यंत पोचल्यामुळे माझा उत्साह वाढला होता. दिल्लीतल्या 'टेरी'च्या तत्कालीन महासंचालकांकडून खोसला यांनी प्राजबद्दल ऐकलं होतं. त्यांच्या संदर्भानंच त्यांनी माझ्याशी संपर्क साधला होता, हे मला नंतर समजलं.

अमेरिकेतल्या या भेटीनंतर खोसलांशी संपर्क चालूच राहिला. ते प्राजच्या संपर्कात राहणं ही माझ्यासाठी मोठी बाब होती. त्यांनी यदाकदाचित प्राजमध्ये गुंतवणूक केलीच, तर ती बाब आमच्या वाटचालीला दिशा देणारी ठरणार होती. त्यामुळे मी नियोजनबद्ध रीतीनं त्यांचा पिच्छा पुरवायचं ठरवलं. गमतीची बाब पाहा ना– त्यांनी त्यांचं हित पाहून मला बोलावून घेतलं आणि आता मी माझं हित साधलं जातंय का, याची चाचपणी करत होतो!

पुढं खोसला दिल्लीत येणार होते. मी ०२ फेब्रुवारी २००६ला त्यांची तिथं भेट घेतली. या वेळी मी त्यांना प्राजमध्ये गुंतवणूक करण्याचं थेट आवाहन केलं. त्यांचं कारण तयारच होतं; पण मीसुद्धा त्यांना प्राजमधल्या गुंतवणुकीचं महत्त्व पटवून द्यायचा प्रयत्न केला. या गुंतवणुकीमुळे प्राज ही त्यांच्या सर्व कंपन्यांसाठी हक्काची एजन्सी असेल, असं म्हटलं. तरीही खोसलांचा होकार येईना... मी प्रचंड आशावादी माणूस आहे. समोरच्या माणसाच्या कलाकलानं घेऊन होकार मिळवण्याचा प्रयत्न करतो. त्यानुसार मी प्रयत्न सुरूच ठेवले.

त्या वेळी खोसलांशी झालेलं संभाषण संक्षिप्तपणे असं होतं :

खोसला : भारतात मूलभूत विज्ञानाऐवजी उपयोजित विज्ञानामध्ये संशोधन आणि विकास करतात. मूलभूत विज्ञानामध्ये गुंतवणूक आवश्यक आहे.

मी : इथं प्रतिभेचा प्रश्न नाही! त्यासाठी साधनसामग्री आणि इतर खर्चासाठी पैसे लागतील.

खोसला : पण, चांगल्या गुणवत्तेच्या संशोधनासाठी पैसेही उभे राहू शकतात!

(याचा अर्थ, चांगल्या गोष्टीसाठी ते त्यांच्या तत्त्वाला मुरड घालायला तयार झाले होते. त्यांची तंत्रज्ञानाची आवड यातून स्पष्टपणे दिसत होती.)

याच सुमारास खोसला ब्राझीलला जाणार होते. मी त्यांना पुढे कोलंबियाला जायचा आग्रह केला. तिथं आम्ही पाच प्रकल्प उभे केले होते. ते पाहून या, असा मी आग्रह केला. पण, कोलंबियामध्ये यादवीसदृश परिस्थिती होती. असुरक्षितता ही मोठी समस्या होती. त्यामुळे ते तिथं जायला उत्सुक नव्हते. मग मी कोलंबियाच्या माझ्या ग्राहकाला सांगून विशेष सुरक्षा पुरवायची व्यवस्था केली. विमानतळ ते प्रकल्प आणि पुन्हा विमानतळ, अशी ही खास सुरक्षा होती. त्या ग्राहकानंही स्वतः जातीनं लक्ष घालून सुरक्षा पुरवली. तो प्रकल्प पाहिल्यावर खोसला खूपच प्रभावित झाले. आम्ही आंतरराष्ट्रीय दर्जाचं काम आर्थिकदृष्ट्या परवडणाऱ्या दरात करत होतो. या भेटीनं नेमका परिणाम साधला.

खोसलांनी लगेचच त्यांच्या सहकाऱ्यांना भारतात प्राजच्या पाहणीसाठी पाठवलं. त्यांचे सहयोगी समीर कौल आणि काही सहकारी २०-२१ मार्च २००६ला पुण्यात आले. प्राजला भेट दिल्यावर त्याची टीम खूष झाली. प्राजबद्दल त्यांचं सकारात्मक मत बनत गेलं. त्यानंतर फोनाफोनी सुरू होती. २१ एप्रिल २००६ला मी अमेरिकेत सॅन फ्रान्सिस्कोला जाऊन खोसलांना पुन्हा भेटलो. प्राजमध्ये गुंतवणूक करण्यासाठी ते आता मनापासून तयार झाले होते. दहा टक्के गुंतवणूक करायचं त्यांनी मान्य केलं. आम्ही लगोलग, २ मे रोजी विशेष सर्वसाधारण सभा बोलावली. तीत ठराव करून खोसलांना गुंतवणूक करण्यास परवानगी दिली. त्यांनी प्राजमध्ये ११० ते १२० कोटींची गुंतवणूक केली. हा संपूर्ण पैसा प्राथमिक संशोधन आणि विकासासाठी होता. माझा आशावाद प्रत्यक्षात उतरला होता. प्राजच्या प्रगतीच्या दृष्टीनं हा महत्त्वाचा टप्पा होता. कारण खोसलांची गुंतवणूक मोठ्या योजनांना चालना देणारी ठरली.

प्राजला २००३पासून चांगले दिवस आले होते. आलेख चढता होता. आम्ही सातत्यानं चांगली कामगिरी करत होतो. विस्ताराच्या योजनांवर काम सुरू होतं. राकेश झुनझुनवाला यांनी २००४मध्ये कंपनीत गुंतवणूक केली. त्याने बळ येऊन आम्ही विस्ताराचं आक्रमक धोरण अवलंबलं. पाठोपाठ, खोसलांनी गुंतवणूक केली. या मंडळींमुळे आम्हाला नवी दृष्टी मिळाली...

प्राजच्या कार्यालयात विनोद खोसला यांचं स्वागत.

२००६ हे वर्ष अतिशय महत्त्वाच्या घडामोडींचं ठरलं. आम्ही २००६ ते २००९ या काळासाठी 'गुड टू ग्रेट' ही थीम घेतली होती. त्याचं हे पहिलंच वर्ष. कंपनीचा फायदा वाढत होता. त्यामुळे विस्तारासाठी योग्य ती पार्श्वभूमी तयार झाली होती. २००६-०७ या आर्थिक वर्षाच्या सुरुवातीलाच (मे २००६) खोसला यांनी गुंतवणूक केली. पाठोपाठ अमेरिकेतली सी.जे. श्नायडर ही छोटी इंजिनिअरिंग कंपनी आम्ही विकत घेतली. युनिव्हर्सल कन्सल्टंटनं आधीच्याच वर्षी दिलेल्या अहवालात, विस्तार आणि व्यवसायवाढीसाठी अमेरिकेत मोठ्या संधी असल्याचं म्हटलं होतं. त्यासाठी अमेरिकेतल्या एखाद्या कंपनीशी करार करण्याचंही सुचवलं होतं. त्यानुसारच हे केलं. या मार्गावर जाणारं आमचं हे पहिलं पाऊल होतं. त्यासाठी सुमारे २५ ते ३० कोटी रुपये मोजले. उत्पादनवाढीची मोठी योजना तयार होती. त्यापैकी बहुतांश निर्यातच होणार होती. त्यामुळे गुजरातमध्ये कांडल्यातल्या विशेष आर्थिक क्षेत्रात (सेझ) कारखाना काढण्याचा निर्णय झाला. खोसलांची गुंतवणूक मेमधली. पाठोपाठ जुलै-ऑगस्टमध्ये प्राजचे सीईओ शशांक आणि इतर अधिकाऱ्यांशी चर्चा करून काही महत्त्वाचे निर्णय झाले. त्यानुसार कांडल्यातल्या कारखान्याबरोबरच पुणे जिल्ह्यात आळंदीजवळ मरकळमध्ये भाड्याची जागा घ्यायची आणि तिथं फक्त निर्यातीसाठी युनिट सुरू करायचं ठरलं. भारताबाहेर उत्पादन करण्यासाठी पूर्व युरोपमध्ये उत्पादन केंद्र सुरू करण्याबाबत गांभीर्यानं चर्चा झाली. आतापर्यंत आमचं मुख्यालय पुण्यात

बावधनमध्ये प्राज हाऊसमध्ये होतं. बेसमेंट आणि दोन मजले, असं त्याचं स्वरूप होतं. विस्तार वाढल्यामुळे ते अपुरं पडू लागलं. त्याच्यावर एक मजला चढवण्याचं ठरलं. आधीच्या चाळीस हजार चौरस फुटांवर आणखी पंधरा हजार चौरस फूट बांधकाम वाढवायचं होतं. ते हाती घेतलं.

गुजरातमध्ये कांडला इथल्या विशेष आर्थिक क्षेत्रात प्राजनं उभारलेला उत्पादन प्रकल्प.

खोसलांनी मूलभूत संशोधन आणि विकासासाठी गुंतवणूक केली होती. त्यांचे पैसे आल्यामुळे त्यासाठीच्या ठिकाणाचा शोध सुरू केला. युरोपातही कार्यालय सुरू करायची योजना होती. श्नायडरचा ताबा घेतल्यानंतर पुढच्या टप्प्यात आणखी मोठी कंपनी ताब्यात घेण्याचा विचार होता... हनुमान झेप घेण्याचीच ती तयारी होती.

व्यवसाय वेगानं वाढत होता. तो आकड्यांमध्येही परिवर्तित होताना दिसत होता. प्राजनं २००३-०४ या आर्थिक वर्षात शंभर कोटींचा टप्पा गाठला होता. आता २००६-०७च्या आर्थिक वर्षात म्हणजे फक्त तीन वर्षांत तो तब्बल सहा पटींनी वाढणार होता. तसं आमची कामगिरी सूचित करत होती. त्यातही २००६मधली कामगिरी जबरदस्त होती. झुनझुनवाला, खोसला यांच्या कंपनीतल्या प्रवेशाचा आम्ही चांगलाच उपयोग करून घेतला होता. ते दोघंसुद्धा त्यांच्या प्राजमधल्या गुंतवणुकीबद्दल बेहद्द खूष होते. झुनझुनवाला तर पार्ट्यांमध्ये जाहीरपणे सांगायचे, 'प्रमोदने मुझे अमीर बनाया!' हे वातावरण मानसिक समाधान देणारं होतंच; शिवाय पुढच्या योजना हाती घेण्यासाठी बळ

देणारंसुद्धा! त्यामुळे आत्मविश्वासही वाढला होता. त्या वेळी माझ्या डायरीतील नोंद आहे- 'प्राजचं एक हजार कोटी रुपयांच्या उलाढालीचं २०१०साठीचं उद्दिष्ट २००९च्या सुरुवातीलाच पूर्ण होईल.'

२००६ ऑक्टोबरमध्ये मी सहकाऱ्यांशी संवाद साधला. त्या वेळी त्यांना एक प्रश्न विचारला... इथेनॉलच्या उत्पादनात जगातलं पहिल्या क्रमांकाचं स्थान रिकामं आहे. ते हस्तगत करण्यापासून आपण किती मागं आहोत? यावरून आमचं जागतिक अग्रस्थान गाठण्याचं उद्दिष्ट स्पष्ट होतं.

२००६ ते २००९ या तीन वर्षांची योजना तयार असतानाच, माझ्या डोक्यात त्यानंतरच्या सहा वर्षांचं (२००९ ते २०१५) नियोजन आकार घेत होतं. त्यासाठी उद्दिष्ट घेऊन तिथपर्यंत कसं पोचायचं, यावर विचार सुरू केला होता. त्याचाच एक भाग होता- 'क्वांटम जंप' अर्थात हनुमान झेप! नोव्हेंबर २००६मधलं नियोजन त्याबाबत भाष्य करणारं होतं. ही झेप घेण्याच्या नियोजनाचा काही भाग म्हणजे-

१. कंपनीच्या वाढीला वेग देण्यासाठी बाहेरच्या सल्लागाराची मदत घ्यायची का, हे ठरवणं.

२. 'मिशन २०१५' डोळ्यांसमोर धरून त्यासाठी कंपनीतल्या विविध विभागांच्या अधिकाऱ्यांचा कृतिगट तयार करणं. ही मंडळी दैनंदिन कामात लक्ष न देता केवळ याच उद्दिष्टावर लक्ष केंद्रित करतील.

ही सारी एकट्या २००६ या वर्षातली कामगिरी होती. म्हणूनच त्याचं वर्णन मी नेहमी 'इयर ऑफ हॅपनिंग' असं करतो. हे हॅपनिंग प्राजसाठीही महत्त्वाचं होतं आणि माझ्यासाठीही!

२१ | टाटांची दूरदृष्टी

'इयर ऑफ हॅपनिंग'नं उत्साह वाढवला. हा उत्साह आणि वेग पुढंही टिकवून ठेवणं गरजेचं होतं. विनोद खोसला यांचा प्राजमध्ये प्रवेश झाल्यापासून गाडीनं टॉप गिअर टाकला होता. तेव्हापासून प्राजची गाडी सुसाट चालली होती. संभाव्य आर्थिक आकड्यांचा अंदाज आल्यामुळे मनःस्थिती अतिशय छान आणि पुढच्या योजनांसाठी पूरक होती. २००६-०७ आर्थिक वर्षातल्या कामगिरीचे आकडे मार्चअखेरीस आले. उलाढालीनं सहाशे कोटी रुपयांचा टप्पा ओलांडला. अवघ्या तीन वर्षांत ही सहा पट वाढ होती. एप्रिल २००४मधल्या कार्यक्रमात पाच वर्षांत पाच पटींचा मी जो शब्द दिला होता, त्याच्या दोन वर्षं आधीच आम्ही हा टप्पा ओलांडला होता!

हा वेग टिकवून ठेवणं आणि आणखी पुढं जाणं हे आव्हान होतं. हे कार्यविस्ताराचं आव्हान आमच्या भोवतालच्या काही कंपन्यांनी व्यवस्थित पेललं होतं. त्यांपैकी एक होती इन्फोसिस. याबाबत काही गोष्टी समजून घेण्यासाठी त्या कंपनीचा अनुभव उपयुक्त ठरणार होता. त्यासाठी इन्फोसिसचे नंदन नीलेकणी ही योग्य व्यक्ती होती. १८ एप्रिल २००७ला नीलेकणी यांना मी प्राजमध्ये आमंत्रित केलं. मी आणि नंदन दोघेही आयआयटीयन. त्यामुळे आमचा परिचय होताच. विविध व्यासपीठांवर अधूनमधून आमची गाठही पडायची. माझ्या ओळखीमुळे आणि प्राजबाबत समजून घेण्याच्या कुतूहलापोटी ते आले. त्यांनी प्राजच्या पुण्यातल्या कार्यालयामधल्या सर्वांशी संवाद साधला आणि व्हिडिओ कॉन्फरन्सिंगद्वारे त्याचं आमच्या सर्व कार्यालयांत प्रक्षेपण करण्यात आलं. त्यामुळे सर्वांना प्रोत्साहन मिळालं... असे काही प्रयोग, प्रयत्न सुरूच होते. प्राजची वार्षिक सर्वसाधारण सभा जून २००७मध्ये झाली. त्या वेळी उलाढाल वाढलेली होती, शेअरची किंमत चांगलीच वधारली होती. त्यामुळे या बैठकीत गुंतवणूकदारांनी आम्हाला डोक्यावर घेतलं.

हे यश अनुभवत असताना, याच सुमारास बऱ्याच घडामोडी सुरू होत्या. त्यांनासुद्धा २००७मध्येच मूर्त रूप आलं. त्यापैकी सर्वांत महत्त्वाची म्हणजे- टाटा यांनी प्राजमध्ये केलेली गुंतवणूक. खुद्द रतन टाटा यांना मी स्वत:चे काही शेअर विकले. प्राजचे सुमारे सात टक्के शेअर त्यांना दिले, त्याची किंमत तीनशे कोटी रुपयांपेक्षा जास्त होती. २७ सप्टेंबर २००७ या दिवशी हा व्यवहार झाला. प्राज आणि वैयक्तिक माझ्या दृष्टीनंही अतिशय अभिमानाची गोष्ट. याला मोठी पार्श्वभूमी होती...

अपारंपरिक ऊर्जा आणि पर्यावरणपूरक इंधनांचा स्वीकार करण्याचा विचार रतन टाटा यांनी टाटा समूहातल्या कंपन्यांपुढे मांडला होता. ही संकल्पना टाटा समूहामधल्या टाटा केमिकल्सनं प्रत्यक्षात आणण्याचं ठरवलं. आम्ही गेली काही वर्षं याच तंत्रज्ञानावर काम करत होतो, ते यशस्वीपणे राबवतही होतो. त्यापैकी एक नावीन्यपूर्ण कल्पना होती- कडवळ पिकवून त्यापासून इथेनॉलची निर्मिती करणं. कडवळ म्हणजे 'स्वीट सोरगम किंवा गोडी ज्वारी. त्याच्या चिपाडाच्या रसापासून इथेनॉल तयार करण्याचं तंत्रज्ञान आम्ही विकसित केलं होतं. आपल्याकडे तोपर्यंत उसाच्या मळीपासून किंवा धान्यापासून इथेनॉल तयार केलं जायचं. त्याला कडवळ हा उत्तम पर्याय होता. हा वेगळा प्रयोग होता. कडवळाच्या कणसापासून धान्य मिळतं, पानं जनावरांसाठी खाद्य म्हणून वापरली जातात, तर चिपाडापासून इथेनॉल तयार करता येतं. त्यामुळे हे पीक अतिशय उपयुक्त समजलं जातं. शेतकऱ्यांना कडवळ लावायला प्रोत्साहन द्यावं आणि त्यातून इथेनॉलचं उत्पादन करावं, असा प्रस्ताव आम्ही टाटा केमिकल्सला दिला होता. हे पीक ११० ते १२० दिवसांत, म्हणजे साधारणत: चार महिन्यांमध्ये येतं. त्यामुळे त्याचं पीक वर्षातून दोनदा घेणं शक्य होतं. त्यासाठीचं तंत्रज्ञान आणि इथेनॉल निर्मितीची यंत्रसामग्री आम्ही पुरवणार होतो. या पिकावर देशातल्या मोजक्याच संस्था काम करत होत्या. आम्हीसुद्धा एक जात अमेरिकेतून आणली होती. मात्र, याबाबतच्या एकात्मिक प्रयत्नांमध्ये आम्ही इतरांच्या कितीतरी पुढे होतो. आमची कल्पना टाटा केमिकल्सला आवडली. त्यावर कामही सुरू झालं. नांदेड इथं असा प्रकल्प उभारण्याला मान्यता मिळाली.

दरम्यानच्या काळात माझी रतन टाटा आणि त्यांच्या कॉर्पोरेट ऑफिसचे विशेष अधिकारी के.आर.एस. जामवाल यांच्याशी भेट झाली. नवी दिल्लीत 'कॉन्फेडरेशन ऑफ इंडियन इंडस्ट्रीज'च्या (सीआयआय) मुख्याधिकाऱ्यांच्या परिषदेत ती दोघं भेटली. त्या वेळी त्यांची ओळख करून घेतली. टाटा

केमिकल्सचा पुरवठादार, एवढाच काय तो टाटा समूहाशी माझा तोवर संबंध होता. जामवाल यांच्याशी झालेली ओळख पुढं वाढत गेली. मला इथं वेगळी संधी दिसत होती. कारण, इथेनॉल हा विषय टाटा समूहातल्या विविध कंपन्यांसाठी आकर्षक असा होता. टाटा केमिकल्सला त्याचा कृषिप्रक्रियेसाठी उपयोग होता, तर टाटा मोटर्सला इंधनातल्या इथेनॉल मिश्रणासंदर्भात! त्यांच्यासाठी आमचं दर्जेदार तंत्रज्ञान निश्चितच पूरक ठरणार होतं. टाटांनी प्राजमध्ये गुंतवणूक करावी, यासाठी ही पूरक बाब होती.

मी जामवाल यांच्या संपर्कात होतो. त्यांना आमच्या तांत्रिक आणि विस्तार योजनांबाबत माहिती दिली. आमची निश्चितच काही बलस्थानं होती:

१. कडवळापासून इथेनॉल तयार करणं हा नावीन्यपूर्ण प्रस्ताव.
२. विनोद खोसला यांनी प्राजमध्ये केलेली गुंतवणूक.
३. संशोधन आणि विकास केंद्राची उभारणी. संशोधनावर देत असलेला भर.
४. जागतिक पातळीवर ठसा उमटवण्याचं आमचं स्वप्न, त्यासाठीचं नियोजन.

आम्ही केवळ बाकीच्या सर्वसाधारण कंपन्यांसारखे नसून तंत्रज्ञानात काम करणारी विशेष कंपनी असल्याचं जामवाल यांना यामुळे पटवून देता आलं. त्याचा नेमका परिणाम झाला. आमच्या प्रस्तावातल्या तांत्रिक आणि आर्थिक बाजूमुळे जामवाल प्रभावित झाले. टाटा प्राजमध्ये गुंतवणूक करू शकतील, हे या चर्चेतून मला जाणवलं. केवळ समूहातली एखादी कंपनी नव्हे, तर प्रत्यक्षात टाटांची मूळ कंपनी असलेली टाटा सन्सच ही गुंतवणूक करेल, असं वाटून गेलं. टाटांची गुंतवणूक ही साधी बाब नव्हती. त्याचा विविध प्रकारे फायदा होऊ शकणार होता. प्रतिष्ठा, गुंतवणूक आणि टाटा समूहातल्या कंपन्यांचं (उदा : टाटा प्रोजेक्ट्स, टाटा फायनान्स यांचं) पाठबळ मिळणार होतं.

याच सुमाराला माझ्या मनात प्राजच्या दैनंदिन जबाबदारीतून मुक्त होण्याचा विचार सुरूच होता. त्याचबरोबर प्राजच्या व्यवस्थापनातील व्यावसायिकता आणखी वाढवण्याची एक संधी म्हणूनही मी टाटांशी जुळणाऱ्या संभाव्य संबंधांकडे पाहत होतो. मी आणि माझ्या साथीदारांनी कष्टानं वाढवलेली प्राज एखाद्या चांगल्या हाती द्यावी; जेणेकरून ती अधिक बहरेल, विस्तारेल, असं मला वाटू लागलं होतं. त्यासाठी मी तिच्या दैनंदिन

कामकाजातील सहभाग व नियंत्रण हळूहळू कमी करावं, असा विचार होता. ती टाटा समूहाचा भाग व्हावी, असं स्वप्न मी पाहू लागलो होतो. तसं झालं तर ते माझ्यासाठी सार्थक होण्याजोगं होतं. जामवाल यांनाही मी तशी कल्पना दिली. तेही यासाठी अनुकूल वाटले.

टाटांनी प्राजमध्ये गुंतवणूक करावी, ही माझी कल्पना जामवाल यांना पटली. त्यांनी रतन टाटांकडे तशी शिफारस केली आणि त्याला तात्त्विक मान्यताही मिळाली. याचदरम्यान, त्यांनी माझी रतन टाटा यांच्याशी भेट घडवून आणली. टाटांच्या बॉम्बे हाऊसमध्ये माझं आधीही जाणं व्हायचं. टाटा केमिकल्सचं कार्यालय त्याच इमारतीत होतं. जामवाल हेही याच इमारतीत बसायचे. त्यामुळे माझ्यासाठी बॉम्बे हाऊस नवं नव्हतं; पण रतन टाटा जिथं बसायचे, तिथं मी तोवर कधी गेलो नव्हतो. मी ३० ऑगस्ट २००७ला दुपारच्या वेळी त्यांना भेटलो. साधारणत: अर्ध्या तासाची भेट! त्यांचं शांत-हळुवार बोलणं... त्यांनी माझी पार्श्वभूमी ऐकून घेतली, अनेक गोष्टीही समजून घेतल्या. त्यातून त्यांना अनेक गोष्टींबाबत कुतूहल असल्याचं जाणवलं. भेट झाल्यानंतर ते मला दारापर्यंत सोडायला आले. त्यांना भेटून मी अधिकच प्रभावित झालो.

टाटांवरही माझ्या बोलण्याचा प्रभाव पडल्याचं जाणवलं. त्यानंतर प्राजमध्ये गुंतवणूक करण्याच्या कल्पनेला त्यांची मान्यता मिळाली. रतन टाटा यांच्या शिफारशीनंच ही बाब टाटा सन्सपर्यंत पोचवण्यात आली. तिच्या संचालक मंडळानंही याबाबतचा ठराव संमत केला. व्यवहार करायचं नक्की झालं. टाटांना गुंतवणूक करायची होती; पण त्यासाठी पुन्हा नव्यानं बाजारात शेअर आणणं योग्य नव्हतं. खोसला यानी गुंतवणूक केली तेव्हाच तसं केलं होतं. आता पुन्हा तेच करणं गुंतवणूकदारांना रुचलं नसतं. त्यामुळे मी माझ्याकडे असलेले शेअर त्यांना विकायचा निर्णय घेतला. प्राजमध्ये माझे २७ टक्के शेअर होते. मी टाटांना शेअर दिले, तर माझा कंपनीतला हिस्सा २५ टक्क्यांपेक्षा कमी होणार होता. ही फार महत्त्वाची बाब होती, कारण कंपनीत २५ टक्के मालकी असणं महत्त्वाचं मानलं जातं. २५ टक्क्यांपेक्षा जास्त मालकी असेल, तर अशा गुंतवणूकदाराला सर्वसाधारण सभेतला कुठलाही ठराव रोखता येतो. मी २५ टक्के मालकी ठेवायची म्हटलं, तर टाटांना केवळ दोनच टक्के शेअर विकू शकलो असतो. टाटांना इतके नाममात्र शेअर देणं बरं दिसणार नव्हतं. त्यामुळे, मी माझा हिस्सा कमी करण्याचा धोका पत्करला आणि त्यांना सात टक्के समभाग द्यायचं ठरवलं. माझे समभाग

त्यांना विकण्याचा प्रस्ताव त्यांना मान्य होतो का, हेही पाहणं तितकंच महत्त्वाचं होतं. कारण, कंपनीत गुंतवणूक करताना कुठलाही गुंतवणूकदार प्रवर्तकाचे शेअर घ्यायला उत्सुक नसतो. प्रवर्तक कंपनीतला आपला हिस्सा कायम ठेवून शेअर देत असेल, तर ते अधिक सोयीचं मानलं जातं... पुढच्या काळात मी टाटांना आणखी हिस्सा देण्यास तयार होतो. जामवाल यांच्याशी झालेल्या चर्चेत तसं मी सांगितलंही होतं. कारण, मलाही माझी प्राज चांगल्या हाती पडणार असेल तर हवंच होतं... अखेर टाटांना प्राजमधले माझे शेअर विकत घेण्याचा प्रस्ताव मान्य झाला. त्यामुळे मी स्वत: प्राजमधील २७ टक्क्यांवरून २० टक्क्यांवर आलो.

हा निर्णय घेताना माझीही काही गणितं होती. एक म्हणजे, मला आज ना उद्या कंपनीची सूत्रं मोठ्या कुणाकडे तरी द्यायची होती. दुसरं म्हणजे, माझ्या शेअरमधली काही रक्कम रोकड करून घ्यायची होती. तेव्हा प्राजच्या शेअरला चांगला भाव असल्यानं ती वेळही त्यासाठी योग्य होती. तिसरं म्हणजे, टाटांचाही सन्मान राखला जाईल, असं पाहायचं होतं... आमच्या मध्यस्थामार्फत व्यवहाराची बोलणी झाली. शेअरची अंदाजे किंमत ठरली. त्यानंतर सप्टेंबरमध्ये प्रत्यक्ष व्यवहारही झाला. टाटांची प्राजमध्ये गुंतवणूक होत असल्याची बाब अतिशय गोपनीय ठेवण्यात आली होती. कायदेशीरदृष्ट्या, नैतिकदृष्ट्या आणि व्यवहाराच्या दृष्टीनंसुद्धा ही गोपनीयता पाळणं महत्त्वाचं होतं. त्यामुळं ही बाब केवळ मला आणि या व्यवहारात कायदेशीर मदत करणाऱ्या माझ्या मध्यस्थाला माहीत होती.

व्यवहाराचा तो दिवस अजूनही आठवतोय. २७ सप्टेंबर २००७. गुरुवार होता. माझ्या आजोबांच्या पुण्यतिथीचा कार्यक्रम होता. त्यासाठी मी अहमदनगरला गेलो होतो. त्या दिवशी त्यांच्या स्मारकाचा जीर्णोद्धार करण्यात येणार होता. टाटा यांना समभाग विकण्याचा व्यवहार माझ्यासाठी खूपच महत्त्वाचा होता. त्या वेळी असे मोठ्या प्रमाणात खरेदी-विक्रीचे व्यवहार (ब्लॉक डील) शेअर बाजार सुरू होण्यापूर्वी केवळ पाच मिनिटं व्हायचे. या व्यवहारात तांत्रिकदृष्ट्या काही अडचणी येणार नाहीत ना, व्यवहाराचे पैसे वेळेत जमा होतील ना, अशा अनेक शंका होत्या. मी पुण्याबाहेर असलो, तरी माझं लक्ष मात्र व्यवहाराकडे होतं. मी कार्यक्रमात असतानाच शेअर दलालाचा संदेश आला, 'व्यवहार झाला, पैसेही ट्रान्स्फर झाले...' माझ्या मनावरचा ताण हलका झाला. बाहेर कुणालाही याची कल्पना नव्हती. बाजार दुपारी बंद झाल्यावर, साडेतीननंतर नेमका काय व्यवहार झाला, हे समजलं.

शेअर बाजारासाठी ही मोठी बातमी होती. तिथूनही चांगला प्रतिसाद मिळाला. प्राजच्या शेअरची किंमत पाच-दहा टक्क्यांनी वाढली... टाटांना मी समभाग विकणं, हा माझ्या कारकिर्दीतला एक महत्त्वाचा टप्पा ठरला.

प्राजमध्ये टाटांनी गुंतवणूक केल्यामुळे वेगळाच उत्साह होता. या सुमारास जगभरातून, विशेषत: अमेरिकेतून ऑर्डर्स चांगल्या आल्या होत्या. २००७-०८च्या आर्थिक वर्षअखेर सातशे कोटींचा टप्पा ओलांडला जाईल, असं वातावरण होतं. प्रत्यक्षात मार्च २००८चे आकडे आले, तेव्हा कंपनीनं ७७७ कोटी रुपयांचा टप्पा पार केल्याचं स्पष्ट झालं. यामध्ये आतापर्यंतचा सर्वाधिक म्हणजे सुमारे १७३ कोटी रुपयांचा नफा होता. आधीच्या वर्षी १११ कोटी नफा होता. तो तब्बल साठ टक्क्यांपेक्षाही जास्त वाढला होता. ही वाढ नेत्रदीपक होती. त्यामुळे उलाढाल २००९मध्येच एक हजार कोटींवर जाईल, असं वाटत होतं. एक हजार कोटी हे २०१०साठीचं उद्दिष्ट होतं. ते एक वर्ष आधीच पार होईल, असा आत्मविश्वास आला होता. दरम्यानच्या काळात, पिरंगुट इथं जागतिक दर्जाच्या संशोधन आणि विकास केंद्राचं काम वेगात सुरू होतं. एक लाख चौरस फुटांवरील हे बांधकाम पूर्ण होऊन एप्रिल २००८मध्ये त्याचं उद्घाटन झालं. त्यासाठी आयसीआयसीआय बँकेचे तत्कालीन अध्यक्ष के.व्ही. कामत आणि टाटा मोटर्सचे तत्कालीन व्यवस्थापकीय संचालक प्रकाश तेलंग उपस्थित होते. या केंद्रामधून बरंच काही निष्पन्न होईल, अशी आशा होती.

'मॅट्रिक्स'च्या नव्या इमारतीचं उद्घाटन करताना के.व्ही. कामथ आणि प्रकाश तेलंग. त्यांच्यासमवेत मी आणि शशांक इनामदार.

पिरंगुटमधल्या आमच्या संशोधन आणि विकास केंद्राचं वैशिष्ट्य म्हणजे ते केवळ तेवढ्यापुरतंच मर्यादित नाही, तर आमच्या व्यवसायाशी संबंधित सर्व प्रक्रियांची संपूर्ण साखळी आणि उत्पादनं यांच्या पथदर्शी चाचण्यांचंही कामतिथं चालतं. अन्य संशोधन आणि विकास केंद्रांमध्ये सर्वसाधारणतः अशी सोयउपलब्ध नसते. हे केंद्र उभारण्यापूर्वी संशोधन आणि विकास यांचं आमचंही काम अगदी मर्यादित स्वरूपात, आमच्या कंपनीच्या तळमजल्यावरच्या जागेत चालत होतं. प्राथमिक स्वरूपाच्या प्रयोगशाळेतल्या चाचण्या तिथं होत असत. पिरंगुटमध्ये आम्हाला शक्य झाल्या, तशा पथदर्शी चाचण्या आम्ही तिथं करू शकत नव्हतो. भारतात प्रथमच आम्ही अशी सोय उपलब्ध करू शकलो आहोत. फक्त, ठरल्यापेक्षा थोडं उशिरा आम्हाला हे केंद्र सुरू करता आलं.

सेकंड जनरेशनच्या जैवइंधनाच्या निर्मितीत आमच्याआधी अनेकांनी प्रयत्न केले आहेत आणि त्यात त्यांच्या हाती अपयश आलं आहे. त्यांचे ते प्रयोग आणि आमचा स्वानुभव यांमुळे हे आव्हान किती कठीण आहे, याची आम्हाला कल्पना आली. त्यासाठी ठरलेलं असं काही सूत्र नसल्यामुळे आमची गृहितकं आणि आकलन यांच्या आधारेच आम्हाला मार्ग शोधावा लागला. त्यातून या तंत्रज्ञानात अचूकता आणण्यासाठी आणि त्याचा व्यावसायिक वापर करण्याइतपत त्यात प्रगती साधण्यासाठी जोमानं प्रयत्न करावे लागले.

प्राज मॅट्रिक्स या आमच्या संशोधन आणि विकास केंद्राची पिरंगुटमधली दिमाखदार वास्तू.

इतकी उत्तम परिस्थिती आणि चांगला वेग गाठलेला असताना मी आणखी पुढचा विचार करत होतो. ब्लू स्काय चॅलेंजचं स्वप्न पाहत होतो. व्यवसायात रेड स्काय चॅलेंज, ब्लू स्काय चॅलेंज या संकल्पना आहेत. रेड स्काय चॅलेंज म्हणजे, इतर सर्व स्पर्धकांना मागे टाकून पुढे जाणं. ब्लू स्काय चॅलेंज ही तर त्याहून पुढची संकल्पना. एखादी अफलातून, कल्पक गोष्ट सुरू करून स्पर्धेचे नियमच बदलून टाकायचे. त्यामुळे तुम्ही इतके पुढे गेलेले असता, की इतरांना स्पर्धा करण्यासाठी काही वावच उरत नाही... असं काही तरी करावं, याचा गांभीर्यानं विचार सुरू होता. अशा ब्लू स्काय चॅलेंजचा आराखडा जुलै २००८पर्यंत तयार करावा, अशी योजना होती. त्याद्वारे व्यवसायात आणखी मोठी उडी मारण्याची कल्पना होती.

यावर विचार करून जुलै २००८मध्ये चार कल्पना प्रत्यक्षात कागदावर मांडल्यासुद्धा :

१. संशोधन आणि विकास केंद्रातील कामाद्वारे नवा व्यवसाय आणणं.
२. कार्यपूरक क्षेत्रविस्तार (सिनर्जिक डायव्हर्सिफिकेशन), म्हणजेच आपण करत असलेल्या व्यवसायाशी संबंधित गोष्टींमध्ये व्यावसायिक संधी निर्माण करणं.
३. ब्लू स्काय चॅलेंजद्वारे पाच-सहा वर्षांत व्यवसाय आणखी तिपटीहून अधिक वाढवायचा. तो अडीच हजार कोटी रुपयांपर्यंत न्यायचा. मी पुढे २००९ ते २०१५ या सहा वर्षांसाठी योजना तयार केली. त्या योजनेची पूर्वतयारी म्हणून याकडे पाहायला हरकत नाही.
४. कार्येतर क्षेत्रविस्तार (अनरिलेटेड डायव्हर्सिफिकेशन)- आताच्या व्यवसायाशी काहीही संबंध नसलेला वेगळाच व्यवसाय सुरू करणं; असा काही व्यवसाय सुरू करण्याबाबत विचारमंथन करणं.

अमेरिकेत व्यवसाय जोरात सुरू होता, त्याच्या जोरावरच हे सर्व नियोजन सुरू होतं. अमेरिकेतल्या आमच्या व्यवसायात प्रचंड वाढ झाली होती, अजूनही होत होती. पुढची स्वप्नं पाहत होतो ते त्याच आधारावर...

२००४ ते २००८ या काळात प्राजच्या वाढीसाठी जागतिक पातळीवर अतिशय अनुकूल परिस्थिती निर्माण झाली होती. ती आमच्या पथ्यावर पडली. स्वतःला सिद्ध केलं, की अनेक संधी पुढ्यात उभ्या राहतात, हे अनेकदा ऐकलं होतं. आता ते प्रत्यक्षात अनुभवत होतो. या संधींचं सोनं करण्याची वेळ आली होती. या टप्प्यात अतिशय वेगानं घडामोडी घडत गेल्या.

याच काळात जगभरातल्या कच्चा तेलाच्या किमती वाढायला सुरुवात झाली. कच्चं तेल म्हणजे संपूर्ण जगाच्या विकासाचं इंधन. त्याच्या किमती वाढल्या, की त्याला पर्याय ठरणाऱ्या जैवइंधनाची मागणी वाढते. ही आमच्यासाठी सुवर्णसंधी होती, कारण आम्ही पर्यायी जैवइंधनाच्या, अर्थात इथेनॉलनिर्मितीच्या क्षेत्रात होतो. जैविक पदार्थांपासून इथेनॉलनिर्मितीचं तंत्रज्ञान विकसित करणं आणि त्याचे प्रकल्प उभारणं, हाच प्राजचा प्रमुख व्यवसाय होता. त्यामुळे संपूर्ण देश आमच्याकडे पाहत होताच आणि प्रयत्न केले, तर जगसुद्धा पाहणार होतं. याच्या आधी १ जानेवारी २००३ला तत्कालीन पेट्रोलियममंत्री राम नाईक यांनी एक धोरण जाहीर केलं. पेट्रोलमध्ये पाच टक्के इथेनॉलचं मिश्रण करण्याची घोषणा त्यांनी केली. त्यामुळे इथेनॉलचं महत्त्व आणखीच वाढलं.

लॅटिन अमेरिकेतही अशीच अनुकूल परिस्थिती व्हायला सुरुवात झाली. आम्हाला कोलंबियामध्ये इथेनॉलची पाच प्लांट उभी करण्याची संधी मिळाली. आम्हाला ब्रिटिश शुगर या कंपनीच्या माध्यमातून युरोपातही पाय रोवायची संधी मिळाली.

ब्रिटिश शुगर कंपनीला २००७मध्ये मी दिलेली भेट.

आशिया आणि आफ्रिका या खंडांतल्या अनेक भागांत तोपर्यंत आम्ही पोचलो होतोच. आमचं पुढचं उद्दिष्ट अमेरिकेत जम बसवण्याचं होतं. प्रगतीचा मार्ग सुकर आणि वेगवान झाला होता; पण कुणाच्याही ध्यानीमनी नसताना हा आधारच खुंटला, सोबत आमची स्वप्नसुद्धा! कारण होतं अमेरिकेत फुटलेला सब-प्राइमचा फुगा आणि त्यामुळे तिथल्या बऱ्याच कंपन्यांची निघालेली आर्थिक दिवाळखोरी.

विभाग ६ | कलाटणी

२२ पुन्हा मंदीचा फेरा

चढ-उतार हे जीवनाचं एक वास्तवच! माझ्या उण्यापुऱ्या ६७ वर्षांच्या आयुष्यात मी ते अनेकदा अनुभवलं. पण, २००८ ते २०१० या काळात घडलं ते खास लक्षात राहणारं होतं, भरपूर काही शिकवणारंसुद्धा! २००८-२००९च्या सुमारास प्राज इंडस्ट्रीज वाटचालीच्या महत्त्वाच्या टप्प्यावर होती. ती छोटी बहुराष्ट्रीय कंपनी बनली होती. प्राज आणखी विस्तारावी आणि तिची संस्थात्मक बांधणी व्हावी, असा विचार होता. ती या टप्प्यात पोचलीही होती. वैयक्तिकरीत्या मी प्राजच्या जबाबदारीतून हळूहळू बाहेर पडेन; प्राजची पुढची पिढी तिचा ताबा घेईल. मी आता पालकत्वाच्या भूमिकेत जाईन; माझ्या वैयक्तिक आयुष्यात आतापर्यंत अपूर्ण राहिलेल्या कल्पनांवर काम करेन! नव्यानं उभ्या राहू इच्छिणाऱ्या उद्योजकांना सक्रिय मदत करण्याची माझी पूर्वीपासून इच्छा होती... त्यांना अगदी निधी देण्यापासून ते सर्व प्रकारचं मार्गदर्शन करण्यापर्यंत भूमिका बजावण्यापर्यंतची मदत. मी उभा राहिलो, ते कुणीतरी मला मदत केल्यामुळेच. मलाही हीच परंपरा पुढं न्यायची होती...

खरं सांगायचं, तर मी स्थित्यंतराच्या टप्प्यात होतो. रोजच्या धबडग्यातून बाहेर पडण्याच्या मनःस्थितीत! प्राजचं सर्वकाही सुरळीत चालू होतं. मार्च २००९मध्ये तर आम्ही नवा टप्पा पार करत होतो. स्वप्नवत अशी प्रगती अनुभवत होतो. समोर पुढचे टप्पे दिसत होते. आम्ही ठरवलेलं मोठं उद्दिष्ट गाठणं सहज शक्य वाटत होतं. हे उद्दिष्ट होतं, एक हजार कोटी रुपयांच्या उलाढालीचं! प्राजनं २००४मध्ये शंभर कोटी रुपयांच्या उलाढालीचा टप्पा ओलांडला. त्यानिमित्त साजऱ्या करण्यात आलेल्या समारंभात ज्येष्ठ शास्त्रज्ञ रघुनाथ माशेलकर यांनी आम्ही २०१०पर्यंत एक हजार कोटी रुपयांचा टप्पा गाठावा, अशी अपेक्षा व्यक्त केली होती. आम्हीसुद्धा त्यांची ही अपेक्षा आव्हान म्हणून स्वीकारली. त्यानुसार नव्या योजना, नवी व्यूहरचना, टीमचा विस्तार, नव्या कंपनी ताब्यात घेणं, संयुक्त प्रकल्प उभारणं, परदेशातला

व्यवसाय वाढवणं, विशेषतः अमेरिकेच्या मोठ्या बाजारपेठेत जम बसवणं अशा अनेक गोष्टी सुरू होत्या. सर्वकाही ठरल्यानुसार, सुरळीत सुरू होतं. प्रगतीचा वेगही कायम होता. किंबहुना तो आमच्या अपक्षेपेक्षाही जास्त होता. त्यामुळे 'माझ्या आयुष्यातलं आणि प्राजच्या इतिहासातलं उत्सवी आणि उत्साही वर्ष' असंच मी या वर्षाचं वर्णन करेन.

२००९मध्ये प्राजचा रौप्यमहोत्सव आणि माझी षष्ट्यब्दीपूर्ती हे समारंभ साजरे झाले. सर्व जण आनंदी वातावरणात होते. मी मात्र काहीसा अस्वस्थ, साशंक होतो. त्याला तशी पार्श्वभूमीही होती. कारण जागतिक परिस्थिती झपाट्यानं बदलत होती. २००८मध्ये अमेरिकेत सब-प्राइम गैरव्यवहार उघडकीस आला. त्यानंतर अमेरिकेत मंदी येऊ घातली होती. जागतिक अर्थव्यवस्थासुद्धा मंदीनं ग्रासत चालली होती. ही मंदी जगाला कुठं घेऊन जाणार, तिचे आपल्यावर नेमके परिणाम काय होणार, याची चिंता मला होतीच... माझ्या मनात एकाच वेळी दोन विचारप्रवाह सुरू होते, अगदी एकमेकांना समांतर असे. एकीकडे प्राजच्या प्रगतीच्या घोडदौडीचा विचार होता आणि दुसरीकडं जागतिक मंदीच्या परिणामांच्या धास्तीचा. यांपैकी कुठला घटक भविष्याचा ताबा घेणार, याबाबत नेमकेपणानं सांगता येत नव्हतं. एकीकडं या परिस्थितीतही प्रगती कायम ठेवण्याचा विश्वास, तर दुसरीकडं भविष्यातल्या नकारात्मक परिणामांची हुरहुर होती. ही अनिश्चितता मनावरचा ताण वाढवणारी होती. वर्ष सरलं आणि मनातली भीती प्रत्यक्षात येऊ लागली. २००९चा उत्साहही सरला आणि २०१०मध्ये त्याची जागा चिंतेनं घेतली. एकापाठोपाठ एक संकटं येतच होती. पहिल्यातून मार्ग काढायच्या आतच पुढचं संकट उभं ठाकत होतं. खरं तर या चढ-उतारांनीच माझं आयुष्य घडवलं, मला भक्कम बनवलं, पुढं नेलं, जगायला शिकवलं. २००९ आणि २०१० यांच्यामधलं स्थित्यंतर हे त्याचंच तर एक ठळक उदाहरण!

२००९ हे प्राजचं रौप्यमहोत्सवी वर्ष. आतापर्यंतच्या काळात प्राजनं चांगलीच प्रगती केली होती. त्याला तशी पार्श्वभूमी होती. विशेषतः २००४नंतर आम्ही जी धोरणं हाती घेतली, त्यांचे चांगले परिणाम प्रत्यक्षात दिसले. गेल्या पाच वर्षांत आम्ही प्रगतीचा मोठा टप्पा गाठला होता. जागतिक पातळीवर कच्च्या तेलाचे दर गगनाला भिडले होते. त्यामुळे पर्यायी इंधन असलेल्या इथेनॉलची मागणी वाढली होती, दिवसेंदिवस वाढतच चालली होती. या घडामोडींचा आम्ही व्यवसायाच्या दृष्टीनं योग्य फायदा उठवला होता. व्यवसायाची उलाढाल वेगानं वाढत चालली होती. २००९मध्ये

आम्ही २५ वर्षांचा टप्पा पूर्ण करणार होतो. या वाटचालीत ज्यांनी हातभार लावला, त्यांची कृतज्ञता मानणं आवश्यक होतं. प्रत्येक टप्प्यावर मी हे तत्त्व पाळलं होतं, कारण प्राजचं यश एकट्याचं नव्हतं. त्याला शेकडो लोकांचा हातभार लागला होता. त्यांची झालेली मदत पैशांत मोजणं केवळ अशक्य होतं. त्यांच्याविषयी कृतज्ञता व्यक्त करण्यासाठी १५ फेब्रुवारी २००९ रोजी कार्यक्रम योजला होता - 'इन ॲटिट्यूड ऑफ ग्रॅटिट्यूड'. पं. विजय कोपरकर यांच्या संगीतवृंदाचा 'भैरव ते भैरवी' हा कार्यक्रम आयोजित केला होता. पुण्यातल्या ल मेरेडियन हॉटेलच्या त्याच भव्य रीगल हॉलमध्ये बरोबर पाच वर्षांनी तो पुन्हा रंगला. सुमारे चारशे लोक हजर होते. अनेक जणांची गाठ कितीतरी दिवसांनी पडत होती. जुन्या आठवणी, कसोटीचे क्षण अन् ते मंतरलेले दिवस. खरंच, गतकाळात हरवून जायला होत होतं.

याच कार्यक्रमात मी निवृत्ती जाहीर केली. भाषणात त्याचं सूतोवाच केलं. २००४मध्ये आमची शंभर कोटींची उलाढाल होती. ती चार वर्षांत ७५० कोटींवर गेली होती. पाचही खंडांमध्ये आम्ही पोचलो होतो. प्राजची मालकी आणि व्यवस्थापन परस्परांपासून स्वतंत्र करण्याचे मला वेध लागले होते. मी कार्यकारी पदावरून दूर होऊन प्राज इतरांच्या ताब्यात देणार होतो, कारण मला कंपनी एक संस्था म्हणून प्रगतिपथावर जाताना पाहायचं होतं. तेच कंपनीच्या हिताचं होतं. या कार्यक्रमात मी तत्कालीन मुख्य कार्यकारी अधिकारी शशांक इनामदार यांच्याकडे औपचारिकरीत्या जबाबदारी सोपवलीसुद्धा! त्यावर लोकांची प्रतिक्रियाही चांगली आली.

भैरव ते भैरवी : पं. विजय कोपरकर आणि त्यांच्या संगीतवृंदानं
२००९मध्ये सादर केलेला कार्यक्रम.

प्राजच्या कार्यकारी पदावरून दूर होऊन
शशांक इनामदार यांच्याकडं कंपनीचं सूत्रं सोपवताना.

हे वर्ष प्राजसाठी आणखी एका कारणासाठी महत्त्वाचं ठरलं. अमेरिकेतल्या मंदीच्या पार्श्वभूमीवरही आधीच्या पुण्याईच्या जोरावर आम्ही प्रगती साधली. मार्च २००९मधल्या आर्थिक कामगिरीनुसार आमची उलाढाल ९८० कोटी रुपयांच्या जवळ पोचली होती. गेल्या पाच वर्षांतला प्रगतीचा वेग आणि तेव्हा हातात असलेल्या ऑर्डर पाहता, पुढच्या वर्षापर्यंत म्हणजे मार्च २०१०पर्यंत एक हजार कोटी रुपयांचा व्यवसाय करणं ही केवळ औपचारिकता उरली होती. त्यामुळे एक मोठं आव्हान पेलल्याचा आनंद मिळणार होता.

या यशाला लाभलेली सोनेरी किनार म्हणजे, हे सारं रौप्यमहोत्सवी वर्षात घडत होतं. या यशात माझ्या प्राज परिवाराला सामावून घेणं गरजेचं होतं. त्यासाठी पुण्यात म्हात्रे पुलाजवळच्या सिद्धी लॉन्सवर २५ एप्रिल २००९ला मोठा कार्यक्रम केला. 'मृद्‌गंध, आपल्या मातीचा सुगंध!' हे त्याचं नाव होतं. आर्थिक पातळीवर प्राजनं आतापर्यंतची सर्वोत्तम कामगिरी केली होती. त्यामुळे उत्साह दुणावला होता. प्राजचं कुटुंब, त्यांचे नातेवाईक, पाहुणेमंडळी, खासआमंत्रित असे दीड हजार लोक या कार्यक्रमात सहभागी झाले होते. प्राज परिवारानंच कार्यक्रमाची संपूर्ण आखणी केली होती. कुणी गीतं लिहिली, कुणी नाटक बसवलं, वगनाट्य लिहून ते बसवलं, गाणी गायली, वाद्यवृंद सादर केला. सर्वकाही प्राज परिवारानंच केलं. परिवारातल्या या गुणवंतांना व्यासपीठ देण्यासाठीच हा 'मृद्‌गंध' घडवून आणला होता. ही कल्पना

परिमलला सुचली होती. स्वतः परिमलनं प्राजचा २५ वर्षांचा इतिहास मांडणारी ध्वनिचित्रफीत तयार केली होती. एका छोट्याशा खोलीत सुरू झालेली प्राज, वाढत-वाढत तिचं वटवृक्षात झालेलं रूपांतर! हा संपूर्ण प्रवास, आलेले चढ-उतार, स्थित्यंतरं त्यात मांडली होती. प्राजचा तोपर्यंत जपानपासून अमेरिकेपर्यंत आणि ब्रिटनपासून आफ्रिका खंडातल्या देशांपर्यंत विस्तार झाला होता. ही अभिमानाची बाब होती. प्राजनं उभ्या केलेल्या प्रकल्पांवरचा सूर्य कधीच मावळत नाही, अशा स्थितीत आम्ही पोचलो होतो. त्याआधीच्या काही वर्षांत परदेशांत मिळालेलं यश तर मान उंचावणारं होतं. आपल्यावर दीडशे वर्षं राज्य करणाऱ्या गोऱ्यांच्या ब्रिटनमध्येही प्राजनं प्रकल्प उभा केला होता. त्याचा सार्थ अभिमान होता. तंत्रज्ञानात अतिशय प्रगत असलेल्या जर्मनी, बेल्जियम यासारख्या देशांमध्येही प्रकल्प होते. गुणवत्तेबाबत काटेकोर अशा ऑस्ट्रेलिया, जपानमध्येही स्थान प्राप्त केलं होतं. अमेरिका खंडात तर व्यवसायात मोठी वाढ झाली होती... प्राजवरच्या या फिल्मनं सर्वांनाच जुन्या काळात नेलं. प्रगतीच्या प्रत्येक टप्प्याच्या आठवणी जाग्या केल्या. ही फिल्म बघून या प्रवासाचे साक्षीदार जुन्या दिवसांत हरवले, तर नवीन मंडळींनी कंपनीचा प्रवास अनुभवला.

सर्वांनी या कार्यक्रमाचा भरभरून आनंद लुटला. तो आनंद, ते समाधान, ती तृप्तता प्रत्येक जण अनुभवत होता आणि त्या सर्वांबरोबर जबाबदारीची जाणीवही असल्यामुळे सर्वांच्या मनात संमिश्र भावना दाटून आल्या होत्या. माझ्याही मनात या सर्व भावना होत्याच; पण जोडीला कुठंतरी अस्वस्थता, चिंताही होती.

एप्रिल २००९मध्ये प्राजचा रौप्यमहोत्सव साजरा झाला. पाठोपाठ नोव्हेंबर २००९मध्ये पुढचा कार्यक्रम वाट पाहत होता. मी वयाची साठी पार केली होती. तो टप्पाही साजरा करण्याचं प्राज परिवारानं ठरवलं. त्यासाठी त्यांनीच पुढाकार घेतला. पुण्याच्या शासकीय अभियांत्रिकी महाविद्यालयाच्या (सीओईपी) सभागृहात २९ नोव्हेंबरला हा कार्यक्रम झाला. डॉ. रघुनाथ माशेलकर आणि प्रसिद्ध उद्योगपती बाबा कल्याणी प्रमुख पाहुणे म्हणून त्यात सहभागी झाले.

माझ्या षष्ट्यब्दिनिमित्त प्राज परिवारानं आयोजलेल्या
कार्यक्रमात केलेली माझी ग्रंथतुला.

माझ्या षष्ट्यब्दिनिमित्त आयोजित कार्यक्रमात डॉ. रघुनाथ माशेलकर यांनी
माझा सत्कार केला. आयआयटीमध्ये शिकत असताना
ज्या भारत फोर्जमध्ये मी सुटीतलं प्रशिक्षण घेतलं होतं, त्या कंपनीचे
अध्यक्ष डॉ. बाबा कल्याणी हेही या प्रसंगी उपस्थित होते.

त्या सोहळ्याचा दिवस उजाडला, मात्र माझ्या मनात तणाव आणि अस्वस्थतेचं काहूर घेऊनच! वरकरणी मी त्या सोहळ्याचा आनंद घेत होतो; पण मनात मात्र चिंतेचे ढग जमा झाले होते. कुठंतरी धोक्याची घंटा वाजू

लागली होती. जगभर मंदीची अवस्था होती. त्याचा प्राजनं विकसित केलेल्या तंत्रज्ञानाच्या मागणीवर आणि त्यामुळे प्राजच्या व्यवसायावर पुढं नेमका काय परिणाम होईल, हे सांगता येत नव्हतं. प्रगतीला खीळ बसणारं वेगळं काहीतरी घडतंय, याचा मात्र पक्का अंदाज आला होता. २०१०मध्ये एक हजार कोटींचं उद्दिष्ट गाठता येणार नाही, हेही उमगलं होतं. दिवसेंदिवस चिंता वाढतच होती. प्राजच्या परिवारातलं वातावरण मात्र आनंदाचं होतं. मी या परिवाराचा कर्ताधर्ता; त्यामुळे माझ्या मनातलं काहूर कुणापुढे बोलून दाखवायचीही सोय नव्हती... खरंच, शिखरावर तुम्ही एकाकी असता! त्याचा किती त्रास असतो, हे मी अनुभवत होतो. कारण दौर्बल्य दाखवायचं स्वातंत्र्य तुम्हाला नसतं. तशी सोयही नव्हती! परिणामी, माझ्यावरचा ताण वाढत होता.

२३ | चिंतेचं वर्ष!

२००४मध्ये आम्ही शंभर कोटी रुपये उलाढालीचा टप्पा पार केला होता. त्यानंतरच्या चार वर्षांत आम्ही झपाट्यानं प्रगती केली. अमेरिकी बाजारपेठेत मक्यापासून इथेनॉलनिर्मितीचा रेटा वाढू लागला होता आणि त्या लाटेवर आम्हीही स्वार झालो होतो. यासाठी आम्हाला त्या देशातून अनेक ऑर्डर्सही मिळू लागल्या होत्या. परंतु, सप्टेंबर २००८मध्ये लेहमन ब्रदर्स कंपनीनं दिवाळखोरी जाहीर केली आणि अमेरिकी अर्थव्यवस्थेला मोठा हादरा बसला. मक्यापासून इथेनॉलनिर्मितीच्या प्रयत्नांनाही त्यामुळे झटका बसला. या सब-प्राइम गैरव्यवहारामुळे नव्या प्रकल्पांसाठी निधी मिळणं थंडावलं. केवळ अमेरिकेतच नव्हे, तर ज्या-ज्या देशांच्या बाजारपेठा अमेरिकेवर अवलंबून होत्या, त्या सर्वांना त्याचे परिणाम भोगणं भाग होतं. प्राजला झळ बसणंही अपरिहार्य होतं. आमची स्वप्नं आणि योजना आता कागदावरून प्रत्यक्षात उतरणं कठीण झालं होतं. ब्लू स्काय चॅलेंजच्या नियोजनाची शाई वाळत नाही, तोच ते सर्व नियोजनच गुंडाळून ठेवण्याची वेळ आली होती. अमेरिकेतल्या त्या पेचाची कमीत कमी झळ बसावी, एवढंच काय ते आम्ही करू शकत होतो आणि त्याला आम्ही सर्वोच्च प्राधान्य दिलं. त्यामुळे ब्लू स्काय चॅलेंजऐवजी आम्ही टर्ब्युलन्स चॅलेंज (टी-चॅलेंज) हाती घेतलं. ऑक्टोबर २००८मध्ये त्याची घोषणा केली आणि जानेवारी २००९मध्ये सुरुवात.

आम्हाला अमेरिकेहून मिळणाऱ्या नवीन कामांच्या ऑर्डर्सचा वेग २००९च्या मध्यापर्यंत खूप मंदावला होता. शेवटी त्या पूर्ण थांबल्या. वाटाघाटी सुरू झालेली कंत्राटंही रद्द होऊ लागली. त्यातून आम्हाला पाश्चिमात्य देशांतून मिळणारा व्यवसाय रोडावला. आधी हाती आलेल्या ऑर्डर्सचं काम अजूनही सुरू असल्यामुळे त्या पेचाचे दुष्परिणाम तातडीनं जाणवले नाहीत. खरं तर २००९पर्यंत आमची स्थिती चांगलीच होती...

आणि टी-चॅलेंज आम्हाला त्या संकटातून तारून नेईल, असंच वाटत होतं. ते आमचं रौप्यमहोत्सवी वर्ष होतं आणि माझ्या षष्ट्यब्दीचंही! त्यामुळे आमच्या प्राज परिवाराला तर उत्साहाचं उधाण आलं होतं... आणि मी मात्र वेगळ्याच विचारांत गुंतलेलो होतो. वर्ष सरेल, तशी माझी अस्वस्थता वाढत चालली होती.

अमेरिकेतल्या पेचातून आम्ही फार काळ सुटका करून घेऊ शकत नव्हतोच. २०१०मध्ये आमचा कारभार आणखीनच थंडावणार, हे आता उघड झालं होतं. मला तर या कसोटीच्या वेळी १९९९च्या मंदीची आठवण येत होती. त्या वेळी पुण्यात, आणखी एक मराठी उद्योजक झोपला, अशी कुजबुज चालू असे. आता पुन्हा एका दशकानंतर काहीशी तशीच परिस्थिती निर्माण झाली होती; पण या वेळी मी त्याला तोंड द्यायला सज्ज होतो. १९९९च्या संकटातून धडा घेऊन आम्ही हाती पुरेशी रोकड ठेवली होती. ती २०१०मध्ये कामी येत होती. तरीही, हे सारं संयमाची परीक्षा घेणारं, कसोटी पाहणारं होतं.

अजूनही सब-प्राइम संकटामुळे अनेक देश आर्थिक पेचातून बाहेर पडू शकले नव्हते. जॉर्ज डब्ल्यू. बुश यांच्या अध्यक्षीय कारकिर्दीत अमेरिकेनं २०२२पर्यंत दर वर्षी ३६ अब्ज गॅलन जैवइंधन तयार करण्याचं उद्दिष्ट जाहीर केलं होतं. त्यांपैकी १५ अब्ज गॅलन मक्यापासून, तर उरलेलं २१ अब्ज गॅलन आधुनिक जैवइंधन बायोमासपासून (सेकंड जनरेशन) तयार करण्याचं ठरलं होतं. त्या काळात अमेरिकेत दर वर्षी मक्यापासून चार अब्ज गॅलन इथेनॉलची अतिरिक्त भर पडणं अपेक्षित होतं. त्याचा फायदा आम्हाला नक्कीच अपेक्षित होता. अमेरिकेतल्या अनेक कंपन्या तसे प्रस्ताव घेऊन आमच्याशी संपर्कही साधत होत्या; परंतु जसजशी मक्याची किंमत वाढायला लागली, तसा मक्यापासून इथेनॉल उत्पादनातला नफाही कमी झाला. अगदी मोजक्या कंपन्यांनाच ते परवडू लागलं. सब-प्राइमच्या संकटामुळे तर या क्षेत्राची अवस्था दयनीय झाली. याच काळात अन्न की इंधन, या वादानेही अमेरिकेत जोर धरला. अमेरिकेतला श्रीमंत वर्ग त्यांच्या गाड्यांना इंधन मिळावं, म्हणून गरिबाच्या तोंडचा घास (स्वस्तातल्या अन्नाचा मक्याचा पर्याय) पळवून नेत असल्याच्या आरोप-प्रत्यारोपांचं वारं तिथं वाहू लागलं. हा वाद मेक्सिको आणि आफ्रिकेपर्यंत जाऊन धडकला. (मेक्सिकोत तर याला 'तोर्तिला युद्ध' असंच नाव देण्यात आलं.) थोडक्यात

काय, मक्यापासून इथेनॉलचं उत्पादन करण्याची संधी आणि त्यासाठीचे आमचे प्रयत्न यांना अचानक खीळ बसली.

संकटं येतात ती एकमेकांचं बोट धरूनच. इतरांचं माहीत नाही; पण माझ्या आणि प्राजच्या बाबतीत हे आता घडत होतं. अमेरिकेतल्या आर्थिक संकटाचा परिणाम जगाच्या इतर भागांतही जाणवत होता. युरोप आणि दक्षिण अमेरिकेचीही त्यातून सुटका झाली नव्हती. खनिजतेलाचा पर्याय म्हणून जगभर लाडकं ठरू लागलेलं इथेनॉल अचानक ती संधी गमावू लागलं होतं. कच्च्या तेलाच्या किमती गगनाला भिडल्या होत्या, तेव्हा त्याला पर्याय म्हणून इथनॉलचं महत्त्व वाढलं होतं. त्या वेळी अमेरिकेच्या बाजारानंच त्याला उचललं; पण आता अमेरिकेतच आर्थिक मंदी निर्माण झाल्यानं इथेनॉलचा विषय पुरता जमिनीवर आला आणि त्या धंद्यातले आमच्यासारखे उद्योगसुद्धा! मार्च २००९मध्ये आम्ही एक हजार कोटी रुपयांच्या उंबरठ्यावर पोचणारी विक्रमी उलाढाल केली होती. त्यानंतर वर्षभरात, मार्च २०१०मध्ये आमची कामगिरी ७८० कोटींपर्यंत खाली आली होती आणि ती आणखी खाली जाण्याची भीती पिच्छा पुरवत होती!

जागतिक संकटामुळे मार खात असलेला व्यवसाय पूर्वपदावर आणण्यासाठी अनेक पुढाकार घेण्यात आले होते. अमेरिकेतल्या २००८च्या संकटानंतर व्यवसायात महत्त्वाचा बदल करावा लागणार होता. मुख्य व्यवसायाशी संबंधित असलेल्या काही गोष्टींकडंही व्यावसायिक दृष्टीनं पाहावं लागणार होतं. टी-चॅलेंजची आखणी त्या दृष्टीनंच केली होती. कठोर उपाय केले, तरच व्यवसायात वाढ शक्य होती आणि कंपनीची गाडी तातडीनं रुळावर आणता येणार होती. त्याची तातडीनं अंमलबजावणी करण्यासाठी कंपनीच्या संचालक मंडळाचा मोठा दबाव होता. त्यामुळे ब्राझीलमधला प्राज-जराग्वा आणि अमेरिकेतला प्राज-श्नायडर अशा नफा न मिळवणाऱ्या व्यवसाय-क्षेत्रांतून बाहेर पडण्याला आम्ही सुरुवात केली. पूर्व युरोपातल्या विस्ताराच्या योजनांचा विचार आम्ही बाजूला ठेवला. भारतातही मूळ व्यवसायाला पूरक अशा क्षेत्रविस्ताराकडे लक्ष दिलं. इथेनॉलवरचं लक्ष इतरत्रही वळवून अन्य व्यवसायक्षेत्रांत आमची व्यवसायकौशल्यं अजमावून पाहणं आणि त्यांद्वारे व्यवसायातले धोके कमी करणं, ही यामागची कल्पना होती. टी-चॅलेंजसाठी आम्ही सांडपाणी प्रक्रियेचं क्षेत्र निवडलं होतं. या क्षेत्रात आम्हाला सल्ला देण्यासाठी 'ए.टी. कर्नी' या आंतरराष्ट्रीय सल्लागार कंपनीकडे काम दिलं.

त्यांनी त्या बाजारपेठेचा अभ्यास केला, सर्वेक्षण केलं आणि उपाय सुचवले. त्यानुसार सर्व केमिकल, पेट्रोकेमिकल आणि तेल व वायू क्षेत्रातल्या उद्योगांतल्या कळीच्या प्रक्रियांसाठी लागणारी उपकरणं तयार करणं आणि पाणी आणि सांडपाणी प्रक्रिया प्रकल्प उभारून देणं यांवर भर देण्याची गरज या सर्वेक्षणातून व्यक्त झाली. तोवर आम्ही या गोष्टींकडं फारसं लक्ष दिलं नव्हतं. एकूण व्यवसायात याचा केवळ पाच ते दहा टक्क्यांपर्यंत वाटा होता. आता त्याचा स्वतंत्र विभाग सुरू करून त्यातला व्यवसाय वाढवण्यावर आम्ही विशेष भर दिला.

या संकटामुळे व्यवसाय लगेचच कमी झाला नाही; पण नफा कमी होऊ लागला. मार्च २००९मध्ये आमची वार्षिक उलाढाल ९८० कोटींवर गेली; मात्र नफा १७५ कोटींवरून १४५ कोटींपर्यंत खाली आला. व्यवसायातली अनिश्चितता आणि संभाव्य घसरण आम्हाला दिसत होती. शशांक तेव्हा कंपनीचा मुख्य कार्यकारी अधिकारी होता. टी-चॅलेंजचं नेतृत्व त्याच्याकडेच होतं; पण त्यानं जीव तोडून प्रयत्न करूनही यश आम्हाला हुलकावणी देत होतं. स्वाभाविकपणे कामगिरी सुधारण्यासाठी संचालक मंडळाकडून दबाव वाढत होता. जणू एखादं दुःस्वप्न पडावं, अशा गर्तेत आम्ही सापडलो होतो... अखेर २००९ मागं सरलं. आमच्या टी-चॅलेंजचा पुरता फज्जा उडाला.

या स्थितीतून आपण सुखरूपपणे बाहेर कसं पडायचं, ही माझ्यापुढची चिंता होती. मार्च २०१०च्या आर्थिक निकालांमध्ये व्यवसाय आणखी घसरल्याचं दिसलं. पाठोपाठ २०१०-११च्या पहिल्या तिमाहीत या निकालाचे आकडे आणखी खाली गेले. त्याच सुमारास शशांकला हृदयविकाराचा त्रास जाणवू लागल्यानं त्या संकटाच्या मुकाबल्यासाठी त्याला मर्यादा येऊ लागल्या. त्यातून त्यानं या जबाबदारीतून मुक्त होण्याचा निर्णय घेतला. ऑगस्ट २०१०मध्ये तो प्राजमधून बाहेर पडला. त्याची जागा घेण्यासाठी नवीन माणूस हवा होता. त्याची निवडीची प्रकिया सुरू होती; पण ही पोकळी तातडीनं भरून काढणं गरजेचं होतं. तूर्तास तरी माझ्यापुढं दुसरा पर्याय नव्हता. मी आधीच्याच वर्षी प्राजच्या दैनंदिन जबाबदाऱ्यांमधून मुक्त होण्याचा विचार जाहीर केला होता; पण तो बाजूला ठेवला आणि नव्या दमानं मैदानात उतरायचं ठरवलं. मी २३ ऑगस्ट २०१०ला प्राजची सूत्रं पुन्हा ताब्यात घेतली.

विभाग ७ | अडकलेला श्वास

२४ | रेज द रिदम

कंपनीला संकटातून बाहेर काढण्यासाठी मी बराच विचार केला. त्यासाठी 'रेज द रिदम' ही संकल्पना घेऊन आलो. कंपनीच्या सर्वच घटकांनी एकमेकांना पूरक काम करून लय वाढवायची, अशी ही संकल्पना होती. त्यावर मी काम करायला घेतलं; पण त्याची किंचितही वाच्यता केलेली नव्हती. हा पुढच्या १८ महिन्यांचा कार्यक्रम होता. म्हणजेच सहा तिमाहींचा. तो पूर्ण करून ३१ मार्च २०१२पर्यंत कंपनीची गाडी पुन्हा रुळावर आणण्याचं उद्दिष्ट होतं. कंपनीतल्या सर्व वरिष्ठांना सोबत घेऊनच मला हे करावं लागणार होतं. मी त्यांच्याशी संवाद साधून ही संकल्पना त्यांच्यासमोर मांडणार होतो. त्याचा मुहूर्त एक ऑक्टोबरचा होता. त्याची सर्व तयारीसुद्धा झाली; पण...

आमच्या पुढच्या समस्या कमी होत्या म्हणून की काय, निसर्गानंही आघात केला. प्राजचं मुख्य कार्यालय बावधनला होतं. त्या इमारतीच्या बाजूनं राम नदी वाहते. पुण्यात २९ सप्टेंबरच्या रात्री आणि ३० सप्टेंबरच्या पहाटे मुसळधार पाऊस पडला. ढगफुटीच झाली. रात्रीच राम नदीला मोठा पूर आला. एरवी जणू अस्तित्व नसलेली ही नदी जागी झाली. तिनं अक्राळविक्राळ रूप धारण केलं. ती काठावरच्या अनेक बांधकामांना भिडली. कुंपण भेदून प्राजच्या ऑफिसमध्ये पाणी शिरलं. तळमजला पाण्यात गेला. संगणक, जनरेटर, फर्निचर, फायली सर्वकाही पाण्यात बुडालं, भिजलं. आमची बोर्डरूम पहिल्या मजल्यावर होती. ती सुदैवानं भिजली नाही, तिथंच सर्व अधिकाऱ्यांसमोर माझं प्रेझेंटेशन होणार होतं.

राम नदीला आलेल्या पुरानं प्राजचं बावधनमधलं कार्यालय आणि आवारात मोठं नुकसान झालं.

एक ऑक्टोबरचा मुहूर्त गाठायचा आणि कार्यक्रम वेळेत सुरू करायचा, तर तिथली वीजजोडणी ३६ तासांत पूर्ण होणं आवश्यक होतं. काम कठीण होतं, आव्हानच होतं ते; पण ते टीम प्राजनं यशस्वीपणे पेललं. जोडणी पूर्ण केली. आम्ही ठरलेल्या मुहूर्तावरच रेज द रिदम मोहिमेची तुतारी फुंकली. म्हटलं तर ही लहानशी सुरुवात. आम्ही पेललेलं हे छोटंसं आव्हान; पण हीच गोष्ट टीम प्राजला एकत्र आणणारी, प्रेरणा देणारी ठरली.

'रेज द रिदम' कार्यक्रम युद्धकालीन परिस्थितीसारखा हाती घ्यावा लागला. त्याची ती गरजच होती. आम्ही त्यासाठी वॉर रूम तयार केली. संघभावना वाढवण्यासाठी आणि विविध विभागांमध्ये चांगला समन्वय निर्माण होऊन तो वाढीला लागावा, यासाठी वेगवेगळ्या विभागांना एकत्र आणणारे संच तयार केले. सर्व कामांवर देखरेख सुरू केली. उदाहरणार्थ- उत्पादनाचा पुरवठा वेळेत केलाच पाहिजे, दिलेला शब्द पाळला गेलाच पाहिजे, त्याचा मागोवा घेतला पाहिजे, दिलेलं काम किती टक्के पूर्ण झालं, झालं नसेल तर काय अडचणी आल्या... याचं मोजमाप करण्यासाठी काही निकष तयार करण्यात आले. सर्वच कामांबाबत हा विचार आणि क्रिया सुरू झाली. त्यामुळे कामातला मोघमपणा निघून गेला. त्यात अधिक स्पष्टता आणण्यात आली.

हा कार्यक्रम सुरू असतानाच गजानन नाबर हे नवे मुख्य कार्यकारी अधिकारी म्हणून शशांकच्या जागी १६ नोव्हेंबरला रुजू झाले. त्यांनी सुरुवातीच्या ४५ दिवसांत कंपनीचं कामकाज, कार्यपद्धती समजून घेतल्या. दोन जानेवारीपासून यात प्रत्यक्ष लक्ष घालणं सुरू केलं. त्यांच्याकडे नव्या व्यवसायावर लक्ष देण्याची जबाबदारी सोपवली. ग्राहकानुरूप आणि कळीच्या प्रक्रियांशी निगडित सामग्री तयार करणं, सांडपाणी प्रक्रिया प्रकल्प उभारून देणं ही त्यांची जबाबदारी ठरली. इतर गोष्टी मी स्वत: पाहणार होतो. मी स्वत: लक्ष घालून सर्वांमध्ये कामाची नेमकेपणानं विभागणी केली. मी आणि नाबर यांच्यातही कामाची वाटणी केली. त्यामुळे कुणी नेमकं काय काम करायचं, यात स्पष्टता आली. सर्वांना प्रोत्साहन दिलं. सततचा संपर्क, सातत्यानं बैठका सुरूच होत्या. रेज द रिदमचा गाभा म्हणजे सर्वांनी एका लयीत काम करायचं. आपली जबाबदारी पार पाडून इतरांना मदत करायची. त्याची सुरुवात १ ऑक्टोबर २०१०ला झाली. प्रचंड पाऊस आणि पूर यामुळे प्राजच्या कार्यालयात पाणीच पाणी झाल्यानंतरही सर्वांनी कष्ट करून ठरलेल्या वेळेत रेज द रिदमला सुरुवात झाली. असा मुहूर्त साधणं हासुद्धा या कार्यक्रमासाठी शुभशकुनच होता. हा कार्यक्रम १८ महिन्यांचा होता.

रेज द रिदम सुरू करूनही लगेच फायदा झालाच नाही; उलट मार्च २०११चे व्यवसायाचे आकडे खूपच वाईट होते. आम्ही २०१०मध्ये एक हजार कोटींचा टप्पा पार करण्याचं स्वप्न पाहिलं होतं, प्रत्यक्षात आमची उलाढाल ६९४ कोटी रुपयांपर्यंत खाली आली. २०१०-११ हे आर्थिक वर्ष सर्वांत वाईट गेलं. ते स्वाभाविकही होतं. हा कार्यक्रम म्हणजे काही जादूची कांडी नव्हती. लय सापडायला आणि सर्व जण एका लयीत यायला वेळ तर लागणारच होता. तो दिल्यावर पुढं मात्र या कार्यक्रमाचे चांगले परिणाम दिसू लागले. आमची उलाढाल कमालीची वाढली. त्यामुळेच २०१०साठी पहिलेलं स्वप्न आता तरी पूर्ण होऊ शकलं. २०११-१२ या आर्थिक वर्षात (मार्च २०१२अखेर) एकट्या प्राज इंडस्ट्रीजची उलाढाल ९२३ कोटींवर पोचली. त्याचदरम्यान मुंबईची 'नीला सिस्टम्स' नावाची एक कंपनी आम्ही ताब्यात घेतली. एकूण उलाढालीमध्ये तिची १००-१२५ कोटी रुपयांची भर पडली. त्यामुळे याच वर्षी आम्ही हजार कोटी रुपयांच्या उलाढालीचा टप्पा पार केला. मार्च २०१२अखेरीस वार्षिक उलाढाल १०४७ कोटींवर पोचली. याचा अर्थ आम्ही आर्थिक संकटातून नुसतेच बाहेर पडलो नाही, तर एकदम

शिखराकडे पावलं टाकत होतो. लयबद्ध कार्यक्रमाचा कसा फायदा होऊ शकतो, हे आकड्यांनीच दाखवून दिलं.

नीला सिस्टम्स ही कंपनी विकत घेतल्यामुळे प्राजला एक हजार कोटींचा टप्पा ओलांडायला मदत झाली. व्यवसायातली वाढ आणि वैविध्य आणण्याच्या दृष्टीनं हा व्यवहार खूप महत्त्वाचा ठरला. क्षेत्रविस्तार कसा करावा, यासाठी ए.टी. कर्नी या आंतरराष्ट्रीय सल्लागार कंपनीची मदत घेतली होती. त्यांचा सल्ला होता– या व्यवसायात यशस्वी होण्यासाठी तुमच्याकडं पाण्यावर प्रक्रियेचे प्रकल्प उभे करण्याची क्षमता असायला हवी. मग ते काम स्वतःच करावं असं नाही, तर इतरांकडून घेतलं तरी चालेल. या सल्ल्याला अनुसरून नीला सिस्टम्स ही मुंबईची कंपनी जानेवारी ते मार्च २०१२दरम्यान ताब्यात घ्यायचं ठरलं. ही पाणी शुद्धीकरण क्षेत्रातली तंत्रज्ञान विकसित करणारी कंपनी. औषधनिर्मिती आणि वैद्यकीय उद्योगासाठी लागणारं अतिशुद्ध पाणी निर्माण करणारी यंत्रसामग्री हे त्यांचं उत्पादन होतं. हिमांशू शहा हे तिचे मालक होते. त्यांचं औपचारिक शिक्षण फारसं नव्हतं; पण 'व्यावसायिक' म्हणून उत्तम माणूस. त्यांनी स्वबळावर आणि अगदी शून्यातून ही कंपनी उभी केली होती. वार्षिक उलाढाल सुमारे शंभर कोटी रुपयांच्या आसपास होती. मुंबईत गोरेगावला त्यांचं कार्यालय होतं आणि भिवंडीजवळ वाडा इथं कारखाना.

आम्ही त्यांच्याकडे विचारणा केली, तेव्हा ते द्विधा मनःस्थितीत होते. आपण स्वतः वाढवलेली कंपनी विकावी का, हा भावनिक प्रश्न होता; पण त्याचबरोबर कंपनीची पुढची प्रगती साधायची असेल तर ती आपल्या आवाक्यातली बाब नाही, याचीही त्यांना कल्पना होती. नेमकं काय करावं, हा निर्णय त्यांना घेता येत नव्हता. त्यामुळे ते व्यवहाराबाबत फारसे उत्सुक दिसत नव्हते. अशा वेळी माणूस रक्कमही जास्त मागतो. त्यामुळे त्यांच्याशी व्यवस्थित बोलणी करावी लागणार होती. पैसा हा एक मुद्दा; त्याचबरोबर त्यांचा स्वाभिमान, भावना कशात गुंतल्या आहेत, हेही पाहून त्यानुसार त्यांच्याशी बोलावं लागणार होतं. हे नाजूक काम होतं. आमच्याकडून मुख्य कार्यकारी अधिकारी नाबर बोलणी करत होते. प्राजसारख्या नावाजलेल्या कंपनीत असले तरी नाबर हे कंपनीचे अधिकारी. शहा स्वतः उद्योजक. ते शहांना खटकत तर नाही ना, हेही पाहावं लागणार होतं. असे व्यवहार दोघांच्याही पथ्यावर पडणारे असावे लागतात. किंबहुना, ते तसे असतील

तरच यशस्वी होतात. त्यामुळे, यामध्ये शेवटच्या टप्प्यात मी स्वत: लक्ष घालणं गरजेचं होतं. स्वत:ची कंपनी लगेचच विकून मोकळं होणं कुणालाही पटणार नाही. त्यामुळे शहा यांनी तीन वर्षांपर्यंत काही हिस्सा कंपनीत कायम ठेवावा. पुढंही दीडेक वर्ष त्यांनीच कंपनी चालवावी, त्यानंतर ती प्राजकडे येईल... हा प्रस्ताव त्यांना पटला. ते तयार झाले. हा व्यवहार सुमारे दीडशे कोटींना झाला.

तीन वर्षांनंतर कंपनीचा संपूर्ण ताबा प्राजकडे आला. कंपनीची नवी ओळख निर्माण करण्यासाठी हळूहळू बदल केले. ती घेतल्यानंतर दोन वर्षांनी म्हणजे २०१४मध्ये तिचं नाव बदललं. 'प्राज हायप्युरिटी' हे नवं नाव दिलं. अशी कंपनी घेताना तिथल्या कर्मचाऱ्यांनाही विश्वासात घ्यावं लागतं. आपण चांगल्या समूहामध्ये जात आहोत, हे त्यांनाही पटलेलं चांगलं. म्हणजे त्यांनाही नव्या साच्यात सामावून जाणं सोपं, सोयीचं होतं. त्याचीही पुरेशी काळजी घेतली. आता नीला प्राजमध्ये संपूर्णपणे सामावली गेली आहे.

नीला सिस्टम्स प्राज परिवारात : कंपनीचे तत्कालीन प्रमुख हिमांशू शहा आणि प्राजचे मुख्य कार्यकारी अधिकारी गजानन नाबर यांच्यासमवेत.

२५ | पिछेहाट

प्राजच्या कामगिरीला २००९नंतर घसरण लागली होती. त्याचा परिणाम शेअरच्या किमतीवरही होत होता. २०१०-११ या आर्थिक वर्षातली कामगिरी अगदीच वाईट झाल्यामुळे प्राजचा शेअर आणखी उतरला. तो सत्तर रुपयांपर्यंत खाली आला. अशा स्थितीत आमचे शेअरधारक आणि गुंतवणूकदार स्वाभाविकपणे निराश झाले. प्राजचं वलय गळून तर पडत नाहीये ना, असा प्रश्न खुद्द झुनझुनवालांनी जाहीरपणे केला होता. त्यामुळे गुंतवणूकदारांचा विश्वास टिकवून ठेवणं आणि त्यांना दिलासा देणं गरजेचं होतं. त्यासाठी बाजारातून काही शेअर विकत घेऊन ते नष्ट करायचे, अशी शेअर बाय बॅक योजना लागू केली. त्याअंतर्गत कंपनीनं बाजारातून सुमारे पाच टक्के समभाग विकत घेतले आणि ते नष्ट केले. त्यामुळे उरलेल्या शेअरधारकांच्या शेअरचं वजन वाढलं. कंपनीची गंगाजळी उत्तम असल्यामुळे हे शक्य झालं. पुरेशी गंगाजळी राखणं आणि कंपनीला कर्जमुक्त ठेवणं, हे धोरणच होतं. १९९९-२०००मधल्या मंदीत कंपनीची फरफट झाली होती. हातात वाडगा घेऊन पैसे गोळा करायची वेळ आली होती. त्या अनुभवातून हे शिकलो होतो. त्यामुळे नंतरच्या काही वर्षांमध्ये कंपनीला चांगले दिवस आलेले असताना गंगाजळी वाढवली. ती पाचशे ते सहाशे कोटी रुपयांच्या घरात कायम राखली. त्याचा फायदा आता झाला. शेअर बाय बॅक अगदीच सहज शक्य झालं. शेअरधारकांना अशा प्रकारे विश्वास देण्याचा हा प्रयत्न होता; पण त्याचा भलता विचित्र परिणाम होईल, हे आमच्या ध्यानीमनीही नव्हतं.

२०१२ मध्ये औद्योगिक विकासाची गती मंदावली होती. सरकारकडे जमा होणाऱ्या कंपनीकराचं प्रमाण कधी नव्हे एवढं घटलं होतं. प्राप्तिकर विभाग पुण्यातल्या उद्योजकांवर एकापाठोपाठ एक छापे टाकत होता. त्यांच्या नजरेला आम्ही पडणं साहजिकच होतं. आम्ही नुकतीच 'नीला सिस्टम्स'

विकत घेतली होती आणि पाठोपाठ शेअर बाय बॅकवर खर्च केला होता. तरीही, नफ्याचं प्रमाण घटल्यानं आणि उत्पादनांच्या आघाडीवर करबचत केल्यामुळे आमचा प्राप्तिकर भरणा कमी झाला होता. वास्तव असं असलं, तरी आम्ही करअधिकाऱ्यांच्या डोळ्यावर आलो होतो. तेच आम्हाला भोवलं.

मार्च २०१२अखेर आमची मनःस्थिती चांगली होती. अशा आनंदाच्या वातावरणात ३ एप्रिल २०१२ हा दिवस उजाडला...

सकाळी आठची वेळ होती. प्राप्तिकर विभागाच्या पथकानं माझं घर आणि सात अन्य ठिकाणी एकाच वेळी छापे घातले. त्यांत आमचं कार्यालय आणि माझ्या निकटच्या काही लोकांची घरंही होती. रेज द रिदमच्या यशापाठोपाठ हे घडलं. त्यानं आम्हाला धक्का दिला. आम्ही तडजोड लवादाकडे अपील केलं. तिथं आमच्या बाजूनं निकाल लागला. आम्हाला छाप्यामुळे भरावी लागलेली बरीचशी रक्कम व्याजासह परत करण्यात आली. सगळं पुन्हा आलबेल झालं; पण माझ्या कंपनीच्या नावाला बट्टा लागला. अर्थात, या सगळ्या प्रकरणानं आम्हाला धडाही शिकवला!

एप्रिल २०१२मध्ये आम्ही एक हजार कोटींच्या उलाढालीचा टप्पा ओलांडला, तरीही शेअरच्या किमतीत विशेष वाढ झाली नाही. तो मार्च २०१२मध्ये ८० रुपयांपर्यंत वाढला आणि पुन्हा घसरून ४७-४८ रुपयांना टेकला. ही घसरण सुरूच राहिली. (पुढं सप्टेंबर २०१३मध्ये तर तो ३६ रुपयांपर्यंत खाली आला.) मार्च २०१२नंतर आमची उलाढालही वाढत नव्हती; उलट ती कमीच झाली. विशेष म्हणजे नफ्याचं प्रमाण बरंच घटलं. त्याचाच हा फटका होता. नेमकं काय होतंय, हे शोधणं आता गरजेचं झालं. संचालक मंडळाच्या बैठकीत यावर ताशेरे ओढले जात होते. जुलै २०१२च्या बैठकीत तर मंडळानं स्पष्टपणे सांगितलं, व्यवस्थापनाकडे व्यवस्थित लक्ष द्या. उद्दिष्टं गाठली जात नाहीयेत, नफा खाली येतोय, कामगिरी चांगली नाही... पुढच्या बैठकीतही असेच ताशेरे आले. त्याला कारणही तसंच होतं. व्यवसायात घट होत होती. एक हजार कोटींचा टप्पा ओलांडल्याचा आनंद मावळला होता...

रेज दे रिदमचं यश २०११-१२च्या आर्थिक वर्षात अनुभवलं. त्या वेळी पुन्हा ते सोनेरी दिवस परततील, असं घडीभर वाटलं. आमची गाडी रुळावर येईल आणि २००९पर्यंतचा वेग घेईल, असंही वाटत होतं; पण ते घडलं नाही. पुढं फारशी वाढ झाली नाही. विशेषतः नवा धंदा मिळवणं शक्य झालं

नाही. जुना आणि नवा व्यवसाय यांची टक्केवारी मार्च २०१५पर्यंत ५०:५० अशी असावी, असं उद्दिष्ट ठेवलं होतं. मात्र, ते गाठणं कठीण वाटत होतं. (पुढे २०१५मध्येही या व्यवसायाचा वाटा ३० टक्क्यांपर्यंतच राहिला.) २०१२-१३ हे आर्थिक वर्ष अगदीच सपक चाललं होतं. निम्मं वर्ष झालं, तरी बदलाची चिन्हं दिसत नव्हती. सप्टेंबर २०१२मध्येही उलाढाल वाढत नव्हती. व्यवसायात पीछेहाट सुरू होती. निव्वळ नफ्याचं प्रमाणही खाली येत असल्याचं दिसत होतं. नवे व्यवसाय म्हणावे तसं बाळसं धरत नव्हते. असं का होतंय, याचा शोध घेताना माझं एक निरीक्षण होतं, की लोकांच्या मनात प्राजची अजूनही विशिष्ट प्रतिमा होती. इथेनॉल आणि अल्कोहोलची निर्मिती करणारी यंत्रसामग्री पुरवणारी कंपनी म्हणूनच ते या कंपनीकडं पाहत होते. ती ओळख घट्ट होती. नवा व्यवसाय वाढवण्यासाठी आणि त्या माध्यमातून करायच्या विस्तारासाठी प्राजची ही ओळख अडथळा ठरत होता. त्यावर जोरदार चर्चा झाली. त्यातून बाहेर पडून नवी ओळख निर्माण करायला हवी, नवं ब्रँडिंग हवं, या विचारानं जोर धरला. डिसेंबर २०१२मध्ये तसं करण्याचं पक्कं केलं.

हा निर्णय तातडीनं घेण्यामागं तशी कारणंही होती. सद्यःस्थिती पुन्हा संकटाकडे नेणारी होती. शिस्त, व्यवस्थापन, प्रोत्साहन, प्रत्यक्ष कामगिरी अशा सर्वच पातळ्यांवर आम्ही अपयशी ठरत होतो. याचा परिणाम म्हणून आत्ताच हातपाय हलवणं गरजेचं होतं. बदल कशासाठी हवे होते? तर कंपनीची उत्पादनं, विस्तार, कार्यपद्धती यांमध्ये बरेच बदल झाले होते. त्यामुळे चेहरा बदलणंही गरजेचं होतं. त्यासाठी कंपनीचं कार्यालयही नव्यानं स्थापन करणं आवश्यक होतं. तेव्हा बावधनला कार्यालय होतं. त्या जागेत फारसा विस्तार करणं शक्य नव्हतं. कारण, जवळच 'हाय एक्सप्लोझिव्ह मटेरियल रीसर्च लॅबोरेटरी' (एचईएमआरएल) ही संरक्षण आस्थापना होती. त्यामुळे विस्ताराला काही बंधनं होती. त्याचबरोबर या कार्यालयात असताना मोठा पूर, प्राप्तिकर विभागाचा छापा अशी अनेक विघ्नं आली होती. त्यामुळे नाही म्हटलं तर तिथं काही प्रमाणात नकारात्मक मानसिकता निर्माण झाली होती. त्यातून बाहेर पडण्याची आता एक संधी होती. हा विचार करून, नव्या कार्यालयात जाण्याचं ऑक्टोबर ते डिसेंबर २०१२च्या सुमारास पक्कं केलं. त्या दृष्टीनं नव्या जागेचा शोध सुरू झाला.

विभाग ८ | पुन्हा मुसंडी

२६ नवं कार्यालय... नवं राज्य...

प्राजचं मुख्य कार्यालय पुणे-बेंगळुरू राष्ट्रीय महामार्गावर होतं. त्याच परिसरात आम्ही जागा पाहिल्या. अखेर हिंजवडीमधली जागा पसंत पडली. त्या जागी व्हॅसकॉन कंपनीनं इमारतीचा सांगाडा उभारला होता. बांधकाम व्यवसायिक साबळे यांनी ती जागा आणि इमारत विकत घेतली होती. त्यांनी ती प्राप्तिकर विभागाला लीजवर द्यायचं ठरवलं होतं. या विभागाचं कार्यालय बेंगळुरूरहून पुण्यात स्थलांतरित होणार होतं. मात्र, हे स्थलांतर बारगळलं. त्यामुळे तो सांगाडा तसाच ठेवून साबळे त्यासाठी ग्राहक शोधत होते. ही इमारत प्राजनं विकत घेतली. बांधकामाचा सांगाडा तयार असल्यानं ती लवकरात लवकर वापरात आणणं शक्य होतं. म्हणूनही या जागेला प्राधान्य दिलं. शिवाय, बांधकामाचं क्षेत्रफळही तब्बल एक लाख वीस हजार चौरस फुटांचं होतं. म्हणजे आधीच्या कार्यालयाच्या तुलनेत दुप्पट. त्यामुळे सर्व गरजाही भागणार होत्या. जानेवारी-फेब्रुवारी २०१३च्या सुमारास हा व्यवहार पक्का केला. कंपनीच्या कार्यालयाबरोबरच कारभारातही बदल येऊ घातले होते.

इकडं कंपनीची घसरण सुरूच होती. आकडे सर्वकाही सांगत होते. मार्च २०१३अखेरीस एकूण उलाढाल १०४७ कोटी रुपयांवरून ९७० कोटी रुपयांपर्यंत खाली आली. नफ्याचं प्रमाण १२० कोटींवरून ९२ कोटी रुपयांपर्यंत घसरलं. विस्तार आणि त्यासाठी तातडीनं कार्यवाही करणं गरजेचं होतं. सध्याच्या व्यवस्थापनाला मार्ग सुचत नसेल, तर बाहेरची मदत घ्यायला हवी होती. तशी सूचना संचालक मंडळाच्या ऑक्टोबर २०१३मध्ये झालेल्या सहामाही बैठकीतून आली. मुख्य कार्यकारी अधिकारी नाबर यांची या सूचनेवर काय प्रतिक्रिया येईल, याची कल्पना नव्हती. मात्र, आम्ही त्यावर काम करणं सुरू केलं. मी आणि आमचे दोन संचालक- बर्जिस देसाई आणि दलजित मिरचंदानी यांनी त्याची जबाबदारी स्वीकारली. कंपनीत बदल करण्याबाबत

बाहेरच्या सल्लागार संस्थेची मदत घेण्याचं ठरलं. कंपनीला नवी ओळख देण्याचं काम म्हणजेच लोगो, फलकांचं डिझाइन व संबंधित गोष्टी बनवण्याचं काम 'एलिफंट डिझाइन' या प्रसिद्ध कंपनीला देण्यात आलं. याआधीचा लोगोसुद्धा याच कंपनीनं तयार केला होता. त्यामुळे त्यांना प्राधान्य दिलं.

कार्यालयाची नवी इमारत, नवं ब्रँडिंग याचबरोबर तिसरा महत्त्वाचा भाग होता- अंतर्गत कामकाज बदलणं, ते अधिक कार्यक्षम करणं. नावीन्य (इनोव्हेशन) आणि प्रावीण्य (एक्सलन्स) ही प्राजची मूल्यं आहेत. या मूलभूत गोष्टींमध्ये सुधारणा झाली, तरच आमची परिणामकारकता वाढणार होती. त्यासाठी 'मॅकेन्झी' या प्रसिद्ध सल्लागार कंपनीची मदत घेतली. आमच्या कामकाजाचा लेखाजोखा (ऑपरेशनल परफॉर्मन्स ॲनालिसिस) मांडण्याची आणि शेअरधारकांना गुंतवणुकीचा पुरेपूर परतावा देण्यासाठी मार्ग सुचवण्याची जबाबदारी त्यांच्यावर सोपवण्यात आली. थोडक्यात, या कंपनीनं परिस्थितीचं निदान आणि विश्लेषण करून उपाय सुचवायचे होते.

परिस्थिती झपाट्यानं बदलत होती. प्राजसाठी नवा गतिशील लोगो तयार झाला होता. तो काळाशी आणि बदलांशी सुसंगत होता. १६ जानेवारी २०१४मध्ये त्याचं अनावरण बजाज ऑटोचे व्यवस्थापकीय संचालक राजीव बजाज यांच्या हस्ते ऑर्किड हॉटेलमध्ये झालं. हा दिवस प्राजसाठी ऐतिहासिक ठरला, कारण आम्ही करत असलेल्या स्थित्यंतराला त्या दिवशी मूर्त रूप येत होतं. त्याच दिवशी औपचारिकरीत्या नव्या कार्यालयातल्या प्रवेशाची फीत कापण्यात आली. प्राजचे संचालक किशोर चौकर यांच्या हस्ते हा कार्यक्रम झाला. यानिमित्तानं पत्रकार परिषद घेऊन आम्ही स्थित्यंतर करत असल्याचं जगासाठी जाहीरही केलं. या दिवशी लोगोच्या प्रकाशनाच्या कार्यक्रमात किशोर चौकर यांनी, प्राजचा नवा लोगो २४ तासांत सर्व कामकाजात यावा, असं आव्हान दिलं. प्राजच्या टीमनं ते पेललं. पूर्वतयारी झालेलीच होती. मग फलक, पाट्या, व्हिजिटिंग कार्ड्स, लेटरहेड्स, संगणकाचा दर्शनी भाग अशा सर्व ठिकाणी नव्या लोगोनं २४ तासांत जागा घेतली. पाठोपाठ, त्यानंतर ३१ जानेवारी २०१४ला नव्या कार्यालयात जाण्यासाठी हलवाहलवी सुरू केली. हेही काम तीन-चार दिवसांत पूर्ण झालं. ४ फेब्रुवारी २०१४पासून नव्या कार्यालयातून प्रत्यक्ष कारभार सुरू झाला. या बदलानिमित्त आम्ही पूर्वीपासूनच अंगीकारलेल्या जबाबदारी (रिस्पॉन्सिबिलिटी), भरवसा (रिलायबिलिटी),

नावीन्य (इनोव्हेशन), चपळता (एजिलिटी), सचोटी (इंटिग्रिटी) आणि ध्यास (पॅशन) या सहा मूल्यांचा अधिकृतरीत्या स्वीकार केला.

प्राजचं नवं कार्यालय आणि कंपनीचा नवा लोगो.

प्राजनं स्थित्यंतर केलं. आणखी एक कात टाकली– नवं कार्यालय, नवा लोगो आणि नव्या ध्येयाच्या रूपात! त्यात भर म्हणजे मॅकेन्झीच्या सल्ल्यामुळे आम्हाला मिळणार होती नवी दिशा.

प्राजचं रोपटं लावून आता तीस वर्षं झाली होती. त्या रोपट्याचं मोठ्या वृक्षामध्ये रूपांतर झालं होतं. या वृक्षाच्या शाखांमधून आमची मूल्यं उद्योजकतेचा संदेश घेऊन जगभर पसरली होती.

बरोबर दहा वर्षांपूर्वी, ३० एप्रिल २००४ला आम्ही अशाच एका टप्प्यावर पोचलो होतो. संस्थेनं तेव्हा शंभर कोटींचा टप्पा ओलांडला होता. त्यानंतर पाचच वर्षांत आम्ही हजार कोटींच्या उंबरठ्यावर पोचलो खरे; पण काही निसरडी गृहीतकं आणि जागतिक परिस्थिती यांमुळे प्रगतीच्या त्या वाटेवर अडखळलो. त्यातून सावरलोही हिमतीनं आणि सर्वांच्या परिश्रमांनी. त्या सर्वांविषयी कृतज्ञता व्यक्त करण्याची पुन्हा वेळ आली होती... आपल्याला मदत करणाऱ्यांची, सुहृदांची प्रत्येक महत्त्वाच्या टप्प्यावर आठवण ठेवणं ही प्राजची परंपराच. त्यानुसार ४ एप्रिल २०१४ला पुन्हा कृतज्ञता सोहळा झाला. पुन्हा हॉटेल ल मेरेडियन हेच ठिकाण. बदलला होता तो संदर्भ नि काळ! प्राजच्या प्रवासातला महत्त्वाचा क्षण आम्ही सगळेच अनुभवत होतो...

या कार्यक्रमात आमचा तीस वर्षांचा प्रवास एका ध्वनिचित्रफितीतून उलगडण्यात आला. माझा जुना सहकारी आणि माजी मुख्य कार्यकारी अधिकारी शशांक इनामदार यानं आमच्या प्राजच्या प्रवासाबद्दल अनुभवकथन केलं.

त्या संध्याकाळी माझ्या पत्नीनं- परिमलनं पहिल्यांदाच प्राजच्या व्यासपीठावरून भाषण केलं. तिनं तीन मुद्द्यांवर भर दिला. ती म्हणाली, ''आपण गेली अनेक वर्षं प्राजच्या प्रवासाचे भागीदार झालो आहोत. यापुढं लवकरच प्राजच्या नव्या पिढीकडं प्राजची सूत्र देण्याची वेळ येणार आहे. यापुढच्या अशा कार्यक्रमांत आपण प्रेक्षक म्हणून जास्त आनंदानं सहभागी होऊ.

''प्राजच्या कठीण काळात आमच्या खांद्याला खांदा लावून आमच्याबरोबर उभं राहणाऱ्यांचे मी आभार मानते. चांगल्या काळात तर सगळे सोबतच असतात; पण अंधाऱ्या काळात आम्हाला आधार देणाऱ्या, आमच्या पाठीशी सदैव असणाऱ्या सर्व हितचिंतकांचे मी आभार मानते.

''प्राजशी संलग्न असणाऱ्या अनेक गरजवंतांना आम्हाला मदत करता आली, याचं आम्हाला समाधान आहे. भूतकाळात कदाचित नेहमी मदत करता आली नसेल; पण आता आम्हाला प्रत्येकाला मदत करता येते, याचाही अभिमान आहे.''

तिच्या या भावना उपस्थितांपर्यंत नेमकेपणानं पोचल्या. त्यामुळे सर्व जण भारावून गेले.

२०१४चा कृतज्ञता सोहळा : प्राजच्या व्यासपीठावरचं परिमलचं पहिलंच भाषण. तिनं या परिवाराला भावपूर्ण साद घातली आणि त्याला प्रतिसादही उत्स्फूर्तपणे मिळाला.

त्यानंतर मीही भाषण केलं. माझ्या सर्व जुन्या-नव्या सहकाऱ्यांचे आणि कंपनीच्या कामगिरीत मनापासून वाटा उचलणाऱ्या सर्वांचे आभार मानले. ज्या स्थित्यंतराची प्रक्रिया आम्ही सुरू केली होती, तेही मला सर्वांना समजून सांगायचं होतं. प्राजचा हा नवा दृश्यावतार महत्त्वाचा होता, कारण आम्ही आमचं कार्यक्षेत्र इथेनॉलपलीकडे नेलं होतं... आणि आम्हाला मिळणाऱ्या व्यावसायिक मार्गदर्शनातून आम्ही आणखी भक्कम होणार होतो...

व्यक्तिशः माझ्यासाठी हा कार्यक्रम म्हणजे माझ्या सर्व सहकाऱ्यांना आणि हितचिंतकांना प्राजविषयीची माझी स्वप्नं आणि भविष्यकालीन वाटचाली सांगण्याची संधी होती.

२७ | नवी पहाट

एखाद्या जलद गतीनं वाढणाऱ्या कंपनीमध्ये घटनाही तेवढ्याच जलद घडतात. वार्षिक कामगिरी, वार्षिक उलाढाल, बाजारातला वाटा, शेअरभाव हे घटक त्या उद्योगाचं आरोग्य कसं आहे, हे ठरवतात. २०१४ ते २०१६ या दरम्यान प्राजच्या प्रगतीचा जोर कायम होता. कंपनी आणि कंपनीच्या बाहेर अनेक महत्त्वपूर्ण घडामोडी घडल्या. मे २०१४मध्ये भारतात झालेल्या सत्ताबदलानं नवी ऊर्मी तयार झालेली. राष्ट्रीय लोकशाही आघाडी (एनडीए) सरकारच्या जोशपूर्ण आश्वासनांमुळे 'ब्रँड इंडिया' तयार करण्यासाठी नवी उमेद, नव्या संधी आणि नवा आत्मविश्वास मिळाला होता. त्यामुळे प्रत्येक उद्योजक आंतरराष्ट्रीय पातळीवर चमकण्याची वाट बघत होता. 'मेक इन इंडिया'ची घोषणा यशामध्ये भरच घालणारी होती.

जैवइंधन क्षेत्रासाठी इथेनॉल मिश्रणाला चालना देणारी घोषणा तर महत्त्वाची होती. इथेनॉल यंत्रसामग्रीची उत्पादक असल्यानं या घोषणेमुळे प्राजला आतापर्यंतचे सर्वांत जास्त ग्राहक मिळाले. त्यामुळे उत्पादनक्षमता वाढवण्याला प्राधान्य देणं गरजेचं होतं. याच कामात अतिशय व्यग्र झालो. प्राजनं केलेल्या इथेनॉलसंबंधित संशोधन आणि विकासाची फळं आता आम्हाला चाखायला मिळत होती. आम्ही आमची आर्थिक कामगिरी आणखी उंचावू पाहत होतो. लवकरच भारतात सेकंड जनरेशन इथेनॉलच्या उत्पादनाला सुरुवात होणार होती... त्या तंत्रज्ञानाच्या आमच्या पथदर्शी प्रकल्पाचं काम सुरू आहे. तो लवकरच कार्यान्वित होईल. ज्या क्षणी हा प्रयोग अपेक्षित व्यापक कामगिरी करू शकेल, तो क्षण जागतिक स्तरावरचा महत्त्वाचा टप्पा गाठणारा असेल. या तंत्रज्ञानानं या क्षेत्रातली गणितंच बदलून जायला आता फक्त काही वेळ बाकी आहे.

जैवरसायनं, पशुधन आरोग्य व पौष्टिक अन्न, माणसाचा निरोगीपणा-आरोग्य यांवरच्या प्रक्रिया आणि उत्पादनांच्या पेटंटसाठी अर्ज करण्याचा

प्राज मॅट्रिक्सचा वेग वाढला होता. नव्या उत्कंठावर्धक संधी निर्माण झाल्या होत्या. आमची संशोधन प्रयोगशाळा बाहेरच्या काही ग्राहकांना प्रकल्प स्वरूपात कंत्राटी संशोधन सेवाही (कॉन्ट्रॅक्ट रीसर्च आउटसोर्सिंग) देत होती. यातूनही आम्हाला काही प्रमाणात उत्पन्न मिळत होतं. काही वर्षांपूर्वी आम्ही संशोधन आणि विकास केंद्रामध्ये केलेल्या योजनाबद्ध नियोजनाचा हा परिणाम होता. आमच्या शास्त्रज्ञांनी अशा प्रकारे पूर्ण केलेला प्रत्येक प्रकल्प कंपनीची गंगाजळी वाढवत होता.

दरम्यान, मॅकेन्झीला दिलेल्या माहितीच्या आधारे त्यांनी आम्हाला काही सूचना केल्या. त्यांच्या अहवालातल्या सूचनांची दखल घेण्यात आली. संस्थात्मक परिवर्तनातून मूल्यवृद्धी साधण्याचे प्रयत्न सुरू झाले. त्यातही नावीन्य आणि उत्कृष्टता या दोन बाबींवर विशेष भर देण्यात आला. परिवर्तनासाठी तोच मोठा आधार आहे.

प्राजमध्ये मोठ्या प्रमाणावर संस्थात्मक बदल होत आहेत. नफा वाढवण्यासाठी कार्यक्षमता आणि कार्यपद्धतीचा वेग वाढवणारे विभाग नव्यानं तयार केले. कंपनीतल्या प्रत्येक गोष्टीला धंदेवाईकतेची नवी धार येऊ लागली. मॅकेन्झी अहवालातल्या सूचनांचा फायदा होऊ लागला. कंपनीच्या सर्व अंतर्गत प्रक्रिया सुरळीत आणि शिस्तबद्ध झाल्यामुळे अधिक प्रभावी होऊ लागल्या. प्राजचं सामर्थ्य वाढत आहे. प्राजमधला प्रत्येक वरिष्ठ अधिकारी त्याची वैयक्तिक वाढ काळजीपूर्वक साधत आहे. त्यांच्यातला प्रत्येक जण या बाजारपेठेतल्या नव्या स्पर्धेत टिकून राहण्यासाठी नवी कौशल्यं आत्मसात करत आहे. संपूर्ण कंपनीनं टिकाऊ स्वरूपाची कामगिरी करावी, यासाठी भविष्यातली नेतृत्वाची फळी तयार होणं गरजेचं होतं. त्या दृष्टीनं आम्ही धोरण आखलं. त्यासाठी नेतृत्वगुण विकास कार्यक्रम राबवायला सुरुवात केली आहे. अशा सक्षम नेतृत्वाचं मार्गदर्शन करणारी ही संस्थाच म्हणा... मार्च २०१६मधल्या ताज्या फेररचनेत मी व्यवसाय आणि कामकाज व्यवस्थापनासाठी नवी रचना कार्यान्वित केली. त्याचबरोबर, सक्षमीकरण (एम्पॉवरमेंट), बारकाव्याची वृत्ती (ग्रुन्युलॅरिटी), शिरस्तेवाईकपणा (प्रेडिक्टॅबिलिटी), वचनबद्धता (कमिटमेंट) आणि उत्तरदायित्व (अकौंटॅबिलिटी) या मूल्यांवर आधारित पंचसूत्राची संकल्पनाही राबवायला सुरुवात केली. कर्मचाऱ्यांकडूनही त्याला उत्साहवर्धक प्रतिसाद मिळतो आहे.

प्रदीर्घ काळ कंपनी चालवताना अनेक प्रसंगांतून मी बरंच काही शिकलो. त्या आधारावर माझ्या सहकाऱ्यांना अनुभवाचे बोल सांगणं आणि त्यांच्याशी संवाद कायम ठेवणं, यांवर माझा विश्वास होता.

माझे अनुभव समाजापर्यंत पोचवण्याची एकही संधी मी अजिबात दवडत नाही. उद्योजकता आणि त्याचा प्रसार, नावीन्य असे अनेक विषय हे माझ्या अगदी आवडीचे आहेत. मलाही तरुणपणी अशा प्रकारचं मार्गदर्शन मिळालं होतं. त्याचीच परतफेड करण्याचा मी प्रयत्न करत होतो. सीआयआयच्या जैवऊर्जाविषयक राष्ट्रीय समितीचा मी गेली सात वर्षं अध्यक्ष आहे. मराठा चेंबर ऑफ कॉमर्स, इंडस्ट्रीज अँड ॲग्रिकल्चर (एमसीसीआयए) या संस्थेच्या अध्यक्षपदाचा कार्यभार २०१६-१८ या दोन वर्षांसाठी मी हाती घेतला आहे. देशभरातल्या चेंबर ऑफ कॉमर्समधल्या सर्वांत सक्रिय संस्थांपैकी ही एक आहे. हे पद प्रतिष्ठेचं आणि सन्मानाचं आहे.

मराठा चेंबर ऑफ कॉमर्स, इंडस्ट्रीज अँड ॲग्रीकल्चरच्या अध्यक्षपदाची सूत्रं सतीश मगर यांच्याकडून, स्वीकारताना. या प्रसंगी व्यासपीठावर केंद्रीय मंत्री नितीन गडकरी, पुण्याचे पालकमंत्री गिरीश बापट आणि चेंबरचे महासंचालक डॉ. अनंत सरदेशमुख.

आता मी माझ्या उद्योजकीय, व्यावसायिक आणि वैयक्तिक करिअरकडे, जगलेल्या त्या क्षणांकडे निवांतपणे मागे वळून बघू शकतो. प्रत्येक अनुभवानं मी समृद्ध झालो. मी मिळवलेली प्रत्येक माहिति, ज्ञान, आकलन हे माझ्या उद्योगाच्या व्यावसायिक यशाइतकंच महत्त्वाचं आहे.

विभाग १ | मागोवा

२८ | कर्तव्याचं देणं

परोपकार-दानधर्म करणं भारतीयांसाठी नवं नाही. आपल्याकडे किती संपत्ती आहे, याचा दातृत्वभावाशी संबंध असतोच असं नाही. ज्यानं कुणी कधीही दान केलं असेल, तो हे नक्की सांगू शकेल. दान वेगवेगळ्या प्रकारे करता येतं. वेळ, पैसा, ऊर्जा किंवा समर्पणभाव अशा कुठल्याही स्वरूपात ही दानस्वरूपी मदत करता येते. जेव्हा हे दान करणाऱ्याची कुठल्याच स्वरूपात परतफेडीची अपेक्षा नसते, तेव्हा त्या दातृत्वाचं मोल आणखी वाढतं.

रोजच्या व्यवहारात कर्तव्यभावनेनं सामाजिक कार्य करणारी अनेक माणसं आमच्या कंपनीत पूर्वीही होती आणि आजही आहेत, हे प्राजचं भाग्य. कंपनीच्या या सामूहिक सद्‌गुणामुळे 'कॉर्पोरेट सोशल रिस्पॉन्सिबिलिटी' (सीएसआर) कायदा बंधनकारक होण्याआधीपासूनच प्राज सामाजिक कार्यात सहभागी होण्यासाठी सज्ज झाली होती.

१९८७-८८मध्ये प्राज अगदी नवोदित कंपनी होती आणि समाजाला देण्यासाठी आमच्याकडं अतिरिक्त निधीही फारसा नव्हता, तेव्हाही ही परोपकाराची भावना आणि इच्छा यांमुळे आम्ही सामाजिक कार्य करत होतो. आमच्याकडे 'फ्लोमोअर ट्युबवेल्स' कंपनीच्या नावे स्वतःचे बोअरवेल खोदण्याचे रिग होते. आम्ही खेडेगावांतले गरजू गावकरी, आश्रम आणि खोदकामाचे दर न परवडणाऱ्या इतरांना बोअरवेल खणून द्यायचो.

कंपनीच्या सामाजिक कार्याला २००४पर्यंत मूर्त स्वरूप मात्र नव्हतं. त्या वर्षी आम्ही 'प्राज फाउंडेशन'ची स्थापना केली. परिमल त्याची व्यवस्थापकीय विश्वस्त झाली. त्यानंतर आमच्या सामाजिक कार्याला आकार आला. तोवर आम्ही आम्हाला जाणवणाऱ्या सामाजिक समस्या आणि आमच्या व्यावसायिक गरजा याआधारेच काम करत होतो आणि त्याला कशी दिशा असावी, याविषयी

चाचपडत होतो. प्राज फाउंडेशन स्वबळावर उभं राहीपर्यंतचं कार्यक्षेत्र आणि त्यासाठीची तरतूद यांचं प्रमाण त्याच्या स्थापनाकाळात ठरवलं होतंच. फाउंडेशननं त्यात काळानुरूप फेरफार करून पर्यावरण (५० टक्के), आरोग्य (१५ टक्के), शिक्षण (१५ टक्के), कला (१० टक्के) आणि समाजातले उपेक्षित घटक (९ टक्के) अशी साधारण कार्यक्षेत्राची विभागणी आणि तरतूद केली. याव्यतिरिक्त, काही तरतूद (१ टक्का) प्राजमधल्या व्यक्तिगतरीत्या सामाजिक कार्य करणाऱ्या कर्मचाऱ्यांशी संबंधित प्रकल्पांकरिता केली. आमचं काम पुणे जिल्ह्यापुरतंच मर्यादित ठेवण्याचा निर्णय आम्ही घेतला. देशभर त्रोटक स्वरूपात काम करण्याऐवजी स्थानिक पातळीवर, आपल्या आवाक्यातल्या परिघात ठोस कार्य उभारण्याचा विचार त्यामागं होता.

तरीही, सुरुवातीच्या काळात फार पाठपुरावा करावा लागेल किंवा परिणाम दिसायला वेळ लागेल, असे प्रकल्प आम्ही हाती घेतले नाहीत. त्याऐवजी, आमच्या कार्यक्षेत्रात कमी कालावधीचे उपक्रम राबवणं आम्ही सोयीचं मानलं.

दरम्यान, आमच्याकडे प्राज फाउंडेशनचे मुख्य प्रकल्प अधिकारी म्हणून विनायक केळकर रुजू झाले. त्यांना वनस्पतिशास्त्र आणि व्यवस्थापकीय शिक्षणाची पार्श्वभूमी होती. सामाजिक वनीकरण आणि ग्रामीण विकास क्षेत्रात त्यांनी काम केलं होतं. प्राज फाउंडेशनमध्ये रुजू होण्याआधी त्यांनी मणिभाई देसाई यांच्या 'भारतीय ॲग्रो इंडस्ट्री फाउंडेशन' (बाएफ) आणि नंतर 'मराठा चेंबर ऑफ कॉमर्स, इंडस्ट्रीज अँड ॲग्रिकल्चर' मध्ये (एमसीसीआयए) काम केलं होतं. त्यांच्या या अनुभवामुळे आमच्या सीएसआरच्या जबाबदारीसाठी ते योग्य होते.

आता आम्ही काही समाजघटकांच्या शाश्वत विकासावर लक्ष केंद्रित करायचं ठरवलं आणि त्यांच्या उन्नतीसाठी परिणामकारक प्रकल्प आखले. त्यांच्या अंमलबजावणीसाठी काही सेवाभावी संस्थांची हे प्रकल्प राबवताना समाजाच्या समस्या, त्या सोडवण्यासाठी लागणारा नावीन्यपूर्ण दृष्टिकोन, शाश्वत उपाययोजना आणि प्रकल्पांच्या पुनरावृत्तीची शक्यता या गोष्टींचा विचार करण्यात आला.

२००६मध्ये मी आणि परिमलनं अमेरिकेचे माजी उपाध्यक्ष आणि पर्यावरणवादी अल गोअर यांचा 'ॲन इनकन्व्हिनियंट ट्रूथ' नावाचा चित्रपट अमेरिकेमध्ये पाहिला. जागतिक तापमानवाढीचा कायमस्वरूपी परिणाम

आणि मानवजातीसाठी असलेली ही धोक्याची सूचना, हा त्याचा विषय. त्यात मांडलेल्या वस्तुस्थितीमुळे अभावितपणे प्राज फाउंडेशनच्या कार्याला दिशा मिळाली. तापमानवाढीच्या परिणामांकडे लक्ष देणं आणि ते परिणाम कमी करण्यासाठी प्रयत्न करणं, हेच आमचं उद्दिष्ट बनलं.

शाळा-शाळांमधले शिक्षक, मुख्याध्यापक आणि विद्यार्थ्यांपर्यंत तापमानवाढ म्हणजे काय, हे पोचवणं आमचं पहिलं मोठं पाऊल होतं. 'ॲन इनकन्व्हिनियंट ट्रूथ' हा चित्रपट आम्ही शाळा-शाळांत जाऊन दाखवला. 'तापमानवाढीचा परिणाम कमी करण्यातलं माझं योगदानफ या विषयावर आम्ही निबंधस्पर्धा घेतली. त्यामध्ये पुण्याच्या १०७ शाळांमधले साडेअकरा हजारांपेक्षा जास्त विद्यार्थी आणि साठ शिक्षक यांनी भाग घेतला. या स्पर्धे तून जास्तीत जास्त मुलांपर्यंत आणि शिक्षकांपर्यंत हा विषय पोचवण्याची काळजी आम्ही घेतली. हा प्रकल्प पूर्णतः प्राज फाउंडेशननं राबवला. त्यातून अनेक गोष्टी आम्हाला शिकायला मिळाल्या.

विद्यार्थ्यांबरोबरीनं पुण्यातल्या नागरिकांपुढे तापमानवाढीचा विषय आणायचं ठरलं. तो हाताळण्यासाठी सर्वसामान्य पुणेकर काय करू शकतो, असेच विषय पुढं आणण्याचा निर्णय घेतला. पुण्यातल्या कचऱ्याच्या समस्येला तर स्वाभाविकपणे प्राधान्य होतं. कचरा तयार होण्यापासून त्याच्या विल्हेवाटीपर्यंतच्या साखळीचा आम्ही संपूर्ण अभ्यास केला. त्यातून, कचरा जिथं संकलित होतो, त्या ठिकाणाऐवजी तो जिथं निर्माण होतो, तिथं लक्ष केंद्रित केलं तर या समस्येवर शाश्वत उपाय काढता येईल, असं आमच्या लक्षात आलं.

हा दृष्टिकोन ठेवून आम्ही ओल्या कचऱ्याच्या समस्येवर आधी काम करायचं ठरवलं. शहरातल्या एकूण कचऱ्यात ओल्या कचऱ्याचं प्रमाण साठ टक्के होतं. इनोरा (इन्स्टिट्यूट ऑफ नॅचरल ऑरगॅनिक ॲग्रिकल्चर) या सेवाभावी संस्थेमार्फत ओल्या कचऱ्याचं कम्पोस्ट खत करण्याचा उपक्रम आम्ही सुरू केला. आवारातल्या भाजीपाला-फळझाडांसाठी खत म्हणून कम्पोस्टचा उपयोग होताच; शिवाय या उपक्रमामुळे पर्यावरणाला हानिकारक अशा मिथेन वायूची निर्मिती रोखायलाही मदत होते.

ओल्या कचऱ्याचा विषय जवळजवळ सर्व स्तरांवर महिलांनाच हाताळावा लागतो. त्यामुळे हा उपक्रम यशस्वी होण्यासाठी महिला हा महत्त्वाचा घटक ठरणार, असा आमचा विश्वास होता. प्राज फाउंडेशननं शहरातल्या नऊ

ठिकाणी कचरा मार्गदर्शन केंद्रं सुरू केली. बागकामाची आवड असणाऱ्या आणि कम्पोस्ट खतातून बाग फुलवणाऱ्या महिलांची केंद्रप्रमुख म्हणून निवड केली. ओल्या कचऱ्यातून कम्पोस्ट खत तयार करण्याबद्दल स्थानिकांना माहिती देणं, उपक्रमात सहभागी होण्यासाठी त्यांना प्रवृत्त करणं, लोकांच्या शंकांचं निरसन करणं अशा जबाबदाऱ्या या केंद्रप्रमुखांकडे देण्यात आल्या. हा उपक्रम नागरिकांचा व्हावा म्हणून त्यांना प्रोत्साहन देण्यासाठी शहरात आम्ही 'कचऱ्यातून बागनिर्मिती'स्पर्धा आयोजित केली.

याचबरोबरीनं प्राज फाउंडेशननं कचरा व्यवस्थापन क्षेत्रात सामाजिक उद्योजकता ही नवी कल्पना पुढे आणली. याअंतर्गत सहा सामाजिक उद्योजकांनी पुण्याच्या नागरिकांसाठी कचरा व्यवस्थापनाच्या सेवा द्यायला सुरुवात केली. यातून अनेकांना रोजगारसंधीही उपलब्ध झाल्या. कचऱ्यापासून साधनसंपत्तीची निर्मिती होऊ शकते, याविषयी नागरिकांना जागरूक करणारा हा आमचा उपक्रम आजवरचा सर्वांत यशस्वी असा प्रकल्प आहे. यामुळे रोज शहरातल्या तीस टन ओल्या कचऱ्याचं कम्पोस्ट तयार होतंय.

प्राज फाउंडेशननं महाराष्ट्र एज्युकेशन सोसायटीच्या मुळशीतल्या राणी लक्ष्मीबाई मुलींच्या सैनिकी शाळेत 'हरित कल्पना' हा उपक्रम सुरू केला. या निवासी शाळेच्या कँटीनमध्ये तयार होणाऱ्या ओल्या कचऱ्यासाठी आम्ही कम्पोस्ट खताचा प्रकल्प राबवला. तो चालवण्याची जबाबदारी शाळेतल्या विद्यार्थिनींकडे दिली. त्यातून तयार होणारं कम्पोस्ट शाळेतल्या भाजीपाल्याच्या बागांमध्ये वापरण्यात आलं. त्यातून तयार होणारा सेंद्रिय भाजीपाला पुन्हा कँटीनमध्ये मुलींच्या जेवणासाठी वापरण्यात आला. यावरून ओल्या कचऱ्याची उपयुक्तता मुलींच्या लक्षात आली. याबरोबरीनं, या उपक्रमांतर्गत शाळेमध्ये औषधी झाडं आणि वृक्षारोपण केलं गेलं. शाळेतल्या प्रत्येक मुलीवर एका झाडाची जबाबदारी दिली होती. पर्यावरणसंवर्धनाच्या उपक्रमांमध्ये वर्षभर उत्स्फूर्तपणे भाग घेणाऱ्या विद्यार्थिनींना 'हरित शिष्यवृत्ती' दिली जाते. गेल्या आठ वर्षांमध्ये चाळीस विद्यार्थिनींनी ही शिष्यवृत्ती मिळवली आहे.

'ॲप्लाइड एनव्हायर्नमेंटल रीसर्च फाउंडेशन'च्या (एईआरएफ) प्रकल्पांमध्ये सहभागी व्हायचं आम्ही ठरवलं, तेव्हा प्राज फाउंडेशनच्या पर्यावरणसंवर्धनाच्या कामाला नवीन दिशा मिळाली. एईआरएफच्या पश्चिम घाटातल्या 'जंगले वाचवा' प्रकल्पात आणि भारतीय ॲग्रो-इंडस्ट्रीज

फाउंडेशनच्या ठाणे आणि पुणे या जिल्ह्यांतल्या देवराई संवर्धन प्रकल्पात आम्ही सहभागी झालो.

प्राज फाउंडेशनच्या दीर्घकाळ चालणाऱ्या प्रकल्पांतून आम्हाला खूप काही शिकायला मिळलं. जगातल्या कुठल्याही चांगल्या गोष्टीचं मूळ रुजण्यासाठी खूप वेळ, संयम आणि सकारात्मक ऊर्जा लागते. २००८-०९पर्यंत आम्ही अधिक परिणामकारक प्रकल्प अनेक सेवाभावी संस्थांच्या मदतीनं हाती घेतले. एखादा उपक्रम मुली/महिलांशी निगडित असल्याचं जर आमच्या लक्षात आलं, तर आम्ही त्यात नक्की सहभागी व्हायचो. 'प्रतिबंधात्मक उपाय हे औषधांपेक्षा उपयुक्त' आणि 'अन्न हेच उत्तम औषध' या कल्पनांवर प्राज फाउंडेशनचा ठाम विश्वास आहे. २००८मध्ये रचना सोसायटीच्या सहयोगानं मुळशीत आमच्या प्राज मॅट्रिक्स या संशोधन आणि विकास केंद्राजवळच्या तीन गावांमधल्या महिलांसाठी प्रतिबंधात्मक आरोग्यसेवेचा प्रकल्प आम्ही राबवला. तिथं केलेल्या प्राथमिक सर्वेक्षणामध्ये गावातल्या ७५ टक्क्यांपेक्षा जास्त महिलांची हिमोग्लोबीन पातळी कमी असल्याचं आढळलं. त्यावर आरोग्यविषयक कार्यशाळांमध्ये सांडपाण्यातून भाजीपाल्याची बाग तयार करणं, बागेत गांडूळखताचा वापर करणं, लोखंडी भांड्यामध्ये स्वयंपाक करणं असे छोटे उपयुक्त उपाय या गावांतल्या महिलांना शिकवले.

ज्या-ज्या महिलांनी हे उपाय अमलात आणले, त्यांच्या हिमोग्लोबीन पातळीमध्ये सुधारणा झाली. त्यांचा उत्साह आणि कामाचा झपाटा वाढला. या प्रकल्पामध्ये कुठल्याही औषधांचा वापर करण्यात आला नसल्यानं हे उपाय गावातल्या इतर महिलांनीही सहजपणे आत्मसात केले. प्राज फाउंडेशनच्या या प्रकल्पामुळे मुळशी आणि वेल्हे या तालुक्यांमधल्या १९ गावांत एक हजारांहून अधिक महिलांच्या आरोग्यामध्ये लक्षणीय बदल झालेला दिसून आला.

या गावांमध्ये सेंद्रिय शेतीचीही ओळख करून दिली गेली. गांडूळ खताचा वापर आणि बायो पेस्ट कंट्रोल पद्धतीनं सेंद्रिय शेतीचे प्रयोग केले गेले. भातपिकाच्या लागवडीमध्ये नत्र स्थिरीकरणासाठी अझोला या नीलहरित शैवालाचा खत म्हणून मोठ्या प्रमाणावर वापर करण्यात आला. याच भागात पाच एकरांपासून आम्ही सुरू केलेला सेंद्रिय शेतीचा प्रयोग आता जवळजवळ १८० एकर क्षेत्रावर यशस्वीपणे राबवला जात आहे.

प्राज फाउंडेशननं **कला**क्षेत्रासाठीही अल्प प्रमाणात तरतूद केली आहे. आमच्या जिव्हाळ्याचा विषय असल्यामुळेच या क्षेत्रातल्या लाभार्थींची निवड काळजीपूर्वक केली जाते. मराठी भाषेच्या संवर्धनासाठी, जोपासनेसाठी, साहित्य, नाटक अशा मराठीतल्या सर्व अभिव्यक्ती जपण्यासाठी, वाढवण्यासाठी आम्हाला काम करायचं होतं. आम्ही अपेक्षित वाचकगटांसाठी संदर्भपुस्तकं तयार करायला मदत केली. कल्पनाशक्तीला वाव देणाऱ्या कार्यशाळा आयोजित केल्या. अंध मुलांना नृत्यकला शिकवली. त्यांना वेगळ्या पद्धतीनं पेंटिंग्जचा आस्वाद घ्यायला शिकवलं. प्रायोगिक रंगभूमीवर स्थिरावू बघणाऱ्या तरुणांना मदत केली.

शिक्षणक्षेत्रासाठी प्राज फाउंडेशननं तरतूद केलेला निधी विविध प्रकारे वापरला. पूरक शिक्षण, पर्यावरणसंवर्धन शिक्षण, विज्ञानावर आधारित शिक्षण, पूर्वप्राथमिक अभ्यासक्रम, आयबीटी स्कूल, महिला सबलीकरण, विशेष मुलांसाठी व्यावसायिक प्रशिक्षण, गरजू मुलांसाठी शिष्यवृत्ती या सर्व प्रकारचे प्रकल्प फाउंडेशननं राबवले.

आमच्या सगळ्या उपक्रमांसाठी सेवाभावी संस्थांची मदत घेणं गरजेचं नाही, असं आमच्या लक्षात आलं. योगायोगानं त्याच काळात माझा आयआयटीतला वर्गमित्र शेखर दसनूरकर हा नुकताच निवृत्त झाला होता. त्यानंतर त्यानं प्राज फाउंडेशनच्या कामात सहभागी होणं पसंत केलं. आमच्या सीएसआरच्या कक्षा रुंदावण्याचा प्रस्ताव त्यानं ठेवला. शिरूर तालुक्याच्या दुष्काळग्रस्त आणि साधनांची कमतरता असणाऱ्या भागात प्रकल्प राबवायचं त्यानं सुचवलं. या प्रकल्पाचं नाव त्यानं 'ज्ञानराई' ठेवलं. ज्ञानराई म्हणजे ज्ञानाची राई. शैक्षणिक गुणवत्ता सुधारणं, विद्यार्थ्यांना मदत करणं, जैवविविधता सुधारणं, संगणक साक्षरता, शाळेतली विद्यार्थ्यांची गळती रोखणं ही या प्रकल्पाची उद्दिष्टं होती. हा प्रकल्प पूर्णपणे प्राज फाउंडेशन संचालित होता. प्राजमधल्या सर्व कर्मचाऱ्यांना त्यांच्या इच्छेनुसार या प्रकल्पामध्ये सामाजिक काम करायचं आवाहन आम्ही केलं. कर्मचाऱ्यांचा उस्त्फूर्त प्रतिसाद बघून आमचा उत्साह वाढला.

प्राज फाउंडेशनचा समाजकार्याचा आलेख कायम चढता राहिला आहे. २००८मध्ये १३ लाखांचं असलेलं आमचं योगदान २०१४-१५पर्यंत २३१ लाखांपर्यंत पोचलं आहे. आकडे वाढलेले दिसत असले, तरी त्यामानानं तितकीशी गुणवत्ता आम्ही गाठली नव्हती. सामाजिक कार्य करताना काही

प्रकारच्या वास्तवाचं भान तुम्हाला ठेवावंच लागतं. तुम्ही जेवढं देता, त्याप्रमाणात त्याचं फळ मिळेल, असं होत नाही. या काळात अनेक चांगले-वाईट अनुभव आले, घटना घडल्या. पण, अशी कुठलीही घटना आमचा आशावाद कमी करू शकली नाही, हे आमच्या सातत्यपूर्ण कामामागचं रहस्य आहे.

आम्ही आमच्या कल्पनांवर प्रभावीपणे काम करायला लागलो, तसं आम्हाला वेगवेगळ्या समाजसमूहांसाठी काम करण्याचे नवनवीन मार्ग सुचायला लागले. सीएसआरमधल्या आमच्या कल्पक आणि नावीन्यपूर्ण कामामुळे २०१२चा 'एमसीसीआयए- बी.जी. देशमुख सीएसआर' हा प्रतिष्ठेचा पुरस्कार आम्हाला मिळाला.

२०१४मध्ये आम्ही आमच्या कर्मचाऱ्यांच्या परोपकारी वृत्तीला प्रोत्साहन द्यायचं ठरवलं. आम्ही पर्सनल सोशल रिस्पॉन्सिबिलिटी (पीएसआर) कार्यक्रम जाहीर केला. कर्मचाऱ्यांनी कामाव्यतिरिक्त जलस्रोत विकास, जैवविविधता संवर्धन, वृक्षारोपण, स्वच्छता मोहीम, पर्यावरणपूरक गणपती विसर्जनासाठी जनजागृती, विशेष मुलांना वेळ देणं- त्यांना शिकवणं अशा प्राज फाउंडेशननं आयोजित केलेल्या सामाजिक कार्यांत सहभागी होण्यासाठी प्रोत्साहन देणारा हा कार्यक्रम. या उपक्रमातून कर्मचाऱ्यांना व्यवस्थापकीय नेतृत्व, संघबांधणी-संघभावना ही नवी कौशल्यं शिकता येणार होती. या उपक्रमानं कर्मचारी आणि त्यांच्या कुटुंबाला सामाजिक समस्यांची जाणीव झाली. अशा छोट्या उपक्रमांतून सामाजिक काम केल्याचं समाधानही त्यांना मिळालं.

२०१४मध्ये भारत सरकारनं कॉर्पोरेट कंपन्यांच्या सीएसआर नियमावलीत बदल केले. इतके दिवस ऐच्छिक स्वरूपाचं असलेलं हे काम सरकारनं अनिवार्य केलं. कॉर्पोरेट कंपन्यांनी त्यांच्या नफ्यातला काही भाग सामाजिक कार्यासाठी खर्च करण्याचा नियम सरकारनं केला.

कंपनी कामकाज खात्यातर्फे जाहीर केलेल्या कंपनी कायदा २०१३च्या परिशिष्ट ७, विभाग १३५मधल्या या बदललेल्या नियमामुळे अनपेक्षितपणे सामाजिक कामासाठी मोठ्या प्रमाणावर निधी उपलब्ध झाला. सरकारी खात्यानं अचानक केलेले नियम पाळणं बंधनकारक असल्यामुळे सगळीकडे हातघाईची परिस्थिती तयार झाली. नशिबानं, आम्ही दीर्घकाळ हे काम करत असल्यामुळे या परिस्थितीला सामोरं जाण्यासाठी सज्ज होतो.

भारताच्या विकासामध्ये अनन्यसाधारण महत्त्व असलेला घटक म्हणजे **पाणी!** गेल्या काही वर्षांपासून पुण्यात आणि महाराष्ट्राच्या काही भागांत पाण्याचं संवर्धन करण्यासाठी आम्ही कार्यरत आहोत. निवृत्त लेफ्टनंट कर्नल सुरेश पाटील यांच्या 'ग्रीन थंब' या सेवाभावी संस्थेनं हाती घेतलेल्या खडकवासला धरणातला गाळ काढायच्या कामाला प्राज फाउंडेशननं सहकार्य केलं. गाळ काढण्याच्या कामातून धरणाची साठवण क्षमता तर वाढलीच; शिवाय धरणाच्या काठावर वृक्षारोपण करण्याची आणि जैवविविधतेच्या संवर्धनाची संधीही आम्हाला मिळाली.

खडकवासला धरणातला गाळ काढल्याचा फायदा जसा पुणे शहराला झाला, तसाच फायदा दुष्काळग्रस्त गावांना व्हावा म्हणून २०१३मध्ये आम्ही शाश्वत जलस्रोत विकास प्रकल्प राबवायला सुरुवात केली. अहमदनगर जिल्ह्यातल्या बालमटाकळी या गावात एका बंधाऱ्यातला गाळ काढल्यामुळे भूगर्भातली पाण्याची पातळी वाढली आणि ७० एकर जमीन ओलिताखाली आली. गाळ काढल्यामुळे तलाव, गावाजवळची शेती, पशुपालन व्यवसाय यांच्यावर अतिशय सकारात्मक परिणाम झाला. शेतीचं क्षेत्र टिकून राहण्यासाठी हाच एक योग्य मार्ग असल्याची आमची खात्री पटली. या यशामुळे आमचा आत्मविश्वास दुणावला. त्यामुळे आम्ही अहमदनगर आणि जालना या जिल्ह्यांतल्या अशाच दहा दुष्काळग्रस्त गावांमध्ये गाळ काढण्याचा प्रकल्प राबवला. या कामासाठी आम्ही निवडलेल्या सगळ्या गावांतल्या गावकऱ्यांनी मिळून ३० टक्के खर्च केला, तर उरलेला सत्तर टक्के खर्च प्राज फाउंडेशननं केला. या वर्षी वरुणराजनं कृपा केल्यानं आम्ही काम केलेले सगळे बंधारे भरतील आणि त्याचा फायदा पाच हजार एकर क्षेत्राला होऊन त्यांची वाटचाल आर्थिक सुबत्तेकडे होईल.

हे अतिशय विलक्षण चक्र आहे. प्राजची सुरुवात पाण्याच्या कामांपासून झाली आणि आताही आम्ही पाण्यासाठीच काम करत आहोत.

२०१६मध्ये, म्हणजे याच वर्षी आम्ही आमचा 'प्राज डे' चा खर्च कमी केला. प्राज डेला प्राजमधल्या सर्व कर्मचाऱ्यांना आम्ही तहानलेल्या महाराष्ट्रासाठी वैयक्तिक मदतीचं आवाहन केलं. प्राज डेच्या समारंभातून वाचलेली रक्कम, कर्मचाऱ्यांनी केलेली आर्थिक मदत, परिमल आणि माझ्या वैयक्तिक मदतीतून गोळा झालेली रक्कम आम्ही अहमदनगरच्या मांडवगण गावातल्या बंधाऱ्यातला गाळ काढण्यासाठी वापरली. यातून त्या गावातलं

पाण्याचं दुर्भिक्ष कमी व्हायला मदत होईल. आमचा सहकारी संजीव खांडेकर याच्या प्राजमधल्या कारकिर्दीला प्राज डेला तीस वर्षं पूर्ण झाली. त्याचा यथोचित सन्मान करण्यासाठी कंपनीतून काही रक्कम त्याला भेट देण्यात आली. संजीवनं ही रक्कम प्राज फाउंडेशनच्या कामासाठी दिली.

स्वतःपेक्षा दुसऱ्याच्या भल्यासाठी मदत करणारी अशी माणसं बघायला मिळणं यापेक्षा समाधानाची दुसरी कुठली गोष्ट असू शकेल बरं!

दुसऱ्याला देत राहावं, समाजाच्या ऋणातून मुक्त व्हावं, या प्रामाणिक आणि सकारात्मक वृत्तीइतकी अवघड; परंतु आत्मिक समाधान देणारी अन्य बाब समाजात नाही, यावरचा माझा विश्वास यामुळे अधिक दृढ झाला.

२९

देवदूतांची मांदियाळी

त्या जोहानच्या कथेतला जोहान आपणच आहोत, असं मला नेहमी वाटतं. मृत्यूनंतर जोहान स्वर्गात गेला. तो देवासमोर बसला असताना त्याला समुद्रकिनाऱ्यावर वाळूत दोन वेगवेगळ्या पावलांचे ठसे दिसले. दोन्ही ठसे त्याच्या आयुष्यात कायम बरोबरीनं होते, असं दिसलं.

"बघ, मी नेहमीच तुझ्यासोबत चालत होतो..." शेजारी-शेजारी असलेले पावलांचे ठसे दाखवत देव म्हणाला.

पण, जोहानला काही ठिकाणी फक्त एका प्रकारच्या पावलांचेच ठसे दिसले.

"तिकडं पाहा," जोहान म्हणाला... "तिथं मी अगदी एकटा चालताना दिसतोय, तुम्ही मला सोडून गेलात. हा माझ्या आयुष्यातला सगळ्यांत एकाकी काळ होता आणि तेव्हाच मला तुमची सगळ्यात जास्त गरज होती..."

यावर देवानं नुसतंच स्मित केलं.

देव म्हणाला, "नाही मुला, ते ठसे तुझ्या पावलांचे नाहीत, माझ्या पावलांचे आहेत..."

"तेव्हा मी तुला माझ्या हातात उचलून धरलं होतं."

प्राजच्या यशाचं संपूर्ण श्रेय अवाजवीपणे फक्त मलाच दिलं जातं; पण मी नेहमी विचार करतो, की हे सारे देवदूत, ज्यांनी मला या प्रवासात जणूकाही उचलून नेलं, त्यांच्याशिवाय मी कुठं असतो?

प्राजमध्ये **शशांक इनामदार**बरोबर माझं सर्वांत जास्त काळ आणि सगळ्यांत सुफळ असं साहचर्य होतं. प्राजच्या निर्मितीसाठी, धारणेसाठी आणि कल्याणासाठी निःशंकपणे आम्ही दोघांनी ऊर्जा लावली. आम्ही

दोघांनी चांगले-वाईट दिवस एकत्रितपणे पाहिले. आम्ही भेटलो, तेव्हा तो मला कुशाग्र बुद्धीचा, कष्टाळू, बांधिलकी मानणारा एक पक्का नास्तिक, तरुण उद्योजक वाटला. त्याला तंत्रज्ञानाच्या क्षेत्रात आपली मोहोर उमटवायची होती. प्राजमध्ये एकत्र आल्यापासून तंत्रज्ञान आणि तांत्रिक बाबींमधला तो माझा सगळ्यांत भरवशाचा माणूस! माझ्या विक्रीव्यवसाय वाढीच्या धडपडीत त्याचं मला पाठबळ असे. तंत्रज्ञानातलं सखोल ज्ञान ही त्याची जमेची बाजू. या ज्ञानाचा व्यावहारिक उपयोग करण्याचं कौशल्यही त्याच्याकडे होतं. त्यामुळे मला तो विशेष भावत असे. प्राजच्या सुरुवातीच्या काळात आमचा दोघांचा जवळजवळ गाडी-रस्त्यावर किंवा विमानातच मुक्काम होता. आम्हा दोघांमधला समान सूर म्हणजे तंत्रज्ञान आणि त्याचा इतरांसाठी वापर. आम्हा दोघांनाही आकड्यांत गती होती! माझ्यापेक्षा तो जास्त हुशार होता. त्याची पारख आणि वापरही पुष्कळदा होत असे. ताळेबंदावर सर्व काळ तीक्ष्ण नजर ठेवण्याची आमच्या दोघांनाही आच होती! आणि याचमुळे आमचं साहचर्य अगदी व्यवस्थित जुळलं.

शशांकला सुरुवातीला कामाच्या ठिकाणी असणाऱ्या स्त्रियांच्या कार्यक्षमतेविषयी आकस होता; पण ते त्याच्या करिअरच्या सुरुवातीला! लवकरच तो आकस कमी झाला. आमच्याकडे आयआयटी-पवईतली अलका नावाची केमिकल इंजिनिअर होती. मला वाटतं, हे परिवर्तन तिच्यामुळे झालं असावं. तिचं तांत्रिक ज्ञान निर्दोष होतं. स्त्री असण्याची सबब तिनं कधी सांगितली नाही. नेहमी वेळेच्या आधीच ती कामावर यायची, पुष्कळ तास काम करायची, कामाच्या गरजेनुसार सगळीकडं फिरायची. तिनं कुठल्याही धार्मिक किंवा मौजेच्या कारणासाठी रजा मागितली नाही. एवढंच नव्हे, तर तिनं आजारपणासाठीही क्वचितच सुटी काढली. स्त्री असल्यामुळे तिच्यात कुठलीच कमतरता नव्हती. अलका आल्यानंतर कालांतरानं शशांकचा स्त्रियांविषयीचा आकस कमी झाला. तो स्त्रियांचं योगदान अधिक ओळखू लागला; निदान कामाच्या ठिकाणी तरी.

शशांकनं इतर कौशल्यंही संपादित केली. मासा पाण्यात पोहावा, तेवढ्या सहजतेनं तो संगणकावर काम करू लागला. तो संगणकाधारित अशी उत्कृष्ट प्रेझेंटेशन्स करायचा. त्यामुळे 'टेक्नो स्पीकर' म्हणून सगळे त्याला मान देत. उद्योजक म्हणून स्वतःची क्षेत्रं विस्तारण्याचा तो सतत प्रयत्न करत

राहिला; पण सर्वसाधारण कौशल्यं आत्मसात करण्यासाठी त्यानं कितीही गंभीरपणे खटपट केली, तरीही त्याचं पहिले प्रेम तंत्रज्ञान हेच होतं.

शशांकनं २०१०मध्ये निवृत्ती घेतली.

दिवाकर निमकर हा माझा न्यू इंग्लिश स्कूल, रमणबाग शाळेतला सोबती. शाळेत त्याच्याशी नुसतीच ओळख होती. आम्ही फ्लोमोअर ट्यूबवेल्स सुरू केल्यानंतर त्याचा माझ्या व्यावसायिक जीवनात प्रवेश झाला. कधीकधी दिवाकर सहकार क्षेत्राच्या वर्तुळात आमचा 'मार्केटिंग मॅन' होऊन दुहेरी भूमिकाही करत असे. फक्त ज्ञान, माहिती किंवा डेटाबेसवर आधारित क्षमतेवर विक्री करणाऱ्यांपैकी तो कधीच नव्हता. तो पूर्णपणे लोकांत रमणारा होता. परस्परसंबंध जोडण्यावर आणि ते टिकवण्यावर त्याचा विश्वास होता. अनेक व्यावसायिक सहकारी त्याचे मित्र होते. तोही अनेकांचा मित्र होता. त्याच्या मनात या दोन जगांत काही अंतरही नव्हतं. तो कधीही काटेकोर वेळापत्रकावर विसंबायचा नाही किंवा वेळ गाठण्याच्या प्रयत्नांमुळे दबूनही जायचा नाही. काम केल्याचा काही कागदोपत्री मागमूस तो ठेवायचा नाही. कामाच्या काटेकोर वातावरणात तो सगळ्यात लवचिक माणूस होता. म्हणूनच एरवी इतरांना परिस्थिती हाताबाहेर गेल्यासारखं वाटेल, तेव्हा त्याच्यावर विसंबून राहता यायचं. एकदा प्राज हाऊसमध्ये आग लागल्यावर असंच झालं होतं. साधारणपणे हाताखालच्या माणसांना तो 'बॉस' म्हणून काम करण्यासाठी सोपा वाटायचा... खडतर काळात किंवा कसोटीच्या प्रसंगांत ज्यावर विसंबावं, असा. त्याच्या निवृत्तीनंतर माझ्याप्रमाणं इतर अनेकांना त्याची अनुपस्थिती जाणवते.

सुरेश भोंडे हा नेहमीच 'शॉप फ्लोअर' वरचा माणूस होता. तो आमच्या उत्पादन विभागाचा संचालक होता. उत्पादनात 'असं झालं, तर तसं होईल' अशा तऱ्हेच्या मुद्द्यांनीच तो जास्त पछाडलेला असे. म्हणून धंद्यात जेव्हा विशिष्ट काळात किंवा मुदतीत ऑर्डर पूर्ण करण्याची वेळ येई, तेव्हा त्याच्याशी प्रदीर्घ चर्चा करून अंतिम तारीख पाळली जाईल, याची खात्री करून घ्यावी लागे. तो कारखान्यातला गुणवत्ता हमी (क्वालिटी ॲशुरन्स) कार्यक्रम चालवत असे. त्याच्यामुळे, त्याच्या सद्दीतच प्राजला उत्पादनातलं आयएसओ प्रमाणपत्र मिळालं; पण आपल्या मुलाचा व्यवसाय उभारण्यासाठी तो प्राज सोडून गेला. जाताना काही महत्त्वाची माणसंही त्याच्याकडं घेऊन गेला. या

अनैतिक खेळीला सुरेशइतकीच त्याच्याबरोबर गेलेली माणसंही जबाबदार होती. तो गेला; पण फारकतीची एक कडू चव मात्र मागे राहिली.

अनिल देशपांडे हा दिवाकरच्या अगदी विरुद्ध होता. आम्ही त्याला 'एएमडी' अशा आद्याक्षरांनी ओळखायचो. तो 'फेथइस मॅन' होता. त्याचा विचार करताच मनात सिस्टीम्स, योजना, फ्लो चार्ट्स हेच येतं. आमच्याकडे येण्यापूर्वी दहा वर्षं तो थरमॅक्समध्ये वेगवेगळ्या पदांवर काम करत होता. स्वतःला काय आवडतं, ते शोधून ते उद्दिष्ट पायरीपायरीनं गाठण्यासाठी तो काम करायचा. त्याच्याकडे संयम हा मोठा गुण होता; पण त्याच्या मतापलीकडच्या कशासाठीही हा संयम मुळीच नसायचा. हा संयम कधीकधी चालढकलीकडे झुकायचा आणि मग आम्हाला राग यायचा; पण आयुष्यातल्या भरमसाट अपेक्षा पुऱ्या होण्यासाठी याच गुणाचा त्याला उपयोग झाला. त्यानं दुनिया पाहिली होती. त्यामुळे तो आवडीनिवडींविषयी चोखंदळ होता. त्याच्या संयमी वृत्तीमुळे तो एक चांगला प्रशिक्षकसुद्धा बनला.

निवृत्त झाल्यानंतरही काही दिवस अनिल आम्हाला व्यवसायवृद्धीसाठीचा सल्लागार म्हणून मदत करत राहिला.

अभय चौधरी हा मी आधीच सांगितल्याप्रमाणे फक्त एका कंपनीलाच धरून राहिला, ती म्हणजे प्राज! त्या दृष्टीनं प्राजप्रति त्याची बांधिलकी माझ्याइतकीच पक्की होती. किंबहुना, काही गोष्टींत माझ्यापेक्षा जास्त! जेव्हा ग्राहकाला प्रकल्प विकण्याची वेळ यायची, तेव्हा अभयच्या या कंपनीप्रियतेच्या एककलमी कार्यक्रमाचा आधारच मिळायचा. कुणाकडूनही आणि त्यातही विशेषतः ग्राहकाकडून त्याला 'नाही' असं उत्तर ऐकायला आवडायचं नाही. तो भारताच्या उत्तर आणि ईशान्य भागात (कुरुक्षेत्र, दिल्ली, पाटणा आणि कोलकाता) वाढला असल्यामुळे उत्तर भारतीय ग्राहकांशी वागण्याची खुबी त्याच्याकडे होती. अस्खलित हिंदी बोलून तो त्याला हव्या त्या लोकांच्या थेट मनात उतरू शकायचा. कंपनीतले सगळे प्रवाह एकत्र आणण्याचं असामान्य कसब त्याच्याकडे होतं! कधीकधी मात्र त्याची चिडचिड व्हायची, विशेषतः मुख्यालयातले कर्मचारी त्याच्या क्षेत्राकडं दुर्लक्ष करतात, असं त्याला वाटलं की. एका तऱ्हेनं त्याची आनुवांशिक बांधिलकीच 'स्वदेशी' होती. एखाद्या आंतरराष्ट्रीय ग्राहकाकडं स्वदेशी ग्राहकापेक्षा जास्त लक्ष दिलं गेलं, तर तुमची काही खैर नसे... आणि प्राजला आंतराष्ट्रीय पातळीवर पोचवण्याच्या

प्रयत्नात असंच घडायचं. प्राजच्या वार्षिक समारंभात उत्तम व्यवस्थापक म्हणून बक्षीस मिळवण्यात त्याचा विक्रम आहे, यात नवल नाही.

अभयनं तीस वर्षांच्या नोकरीनंतर २०१४मध्ये प्राज सोडली. बाहेरही त्याची उत्तम प्रगती होत आहे.

जयंत गोडबोले म्हणजे आमचा कोलंबियातला माणूस! तो नवीन प्रदेशात घुसण्यासाठी कायम उत्सुक असतो. अगदी पक्का, नमुनेदार, गोरा-घारा, प्रखर असा पुणेरी ब्राह्मण. आमच्या बोगोटाच्या कार्यालयासाठी त्याची निवड काहींना जरा विचित्र वाटली होती. तमिळनाडू विभागात आणि श्रीलंकेत त्याला यश मिळालं; त्यामुळे त्यानं कोलंबियाला जाण्याचा धाडसी निर्णय घेतला. ज्या गोष्टींवर टीका करता येते, त्या जवळपास सर्व गोष्टींवर तो टीका करतो आणि ते बरोबरही आहे. जेव्हा ग्राहकाला काही विकायची वेळ येते, तेव्हा तो गुणवत्तेबाबत आग्रहीदेखील असतो. त्यानं जेव्हा बोगोटाला जायचं ठरवलं, तेव्हाच त्या संधीबरोबर येणारा एकटेपणा, झटून काम करण्याची गरज आणि ध्येयनिष्ठा हे सगळं त्यानं स्वीकारलं होतं.

प्राजच्या स्पर्धकांपेक्षा प्राजच्या प्रकल्पांत आर्थिक गुंतवणूक करणं कसं चांगलं आहे, हे तो ग्राहकाला पटवून देतो. हेच त्याच्या विक्रीचं चातुर्य आहे. अगदी पद्धतशीरपणे, बौद्धिक मार्गांनी आणि आकडेवारी देऊन तो बोलतो आणि त्यामुळेच ग्राहकाला पैशांचा खुळखुळाट ऐकू येतो. स्पॅनिश बोलणाऱ्यांसाठी परिसंवाद भरवण्याइतपत उत्तम स्पॅनिश बोलायला शिकण्याचं आव्हान त्यानं स्वीकारलं. या त्याच्या कष्टांना तीन वर्षांनंतर फळ आलं. कोलंबियातल्या पाचही मोठ्या ऑर्डर्स प्राजला मिळाल्या. बाजाराचा शंभर टक्के हिस्सा मिळवण्याचा हा एक प्रकारचा विक्रमच ठरला.

सध्या तो उत्तर आणि दक्षिण अमेरिकेतला प्राजचा व्यवसाय ह्युस्टन-टेक्सासमधून बघतो.

प्राजच्या प्रारंभापासून **अतुल मुळे** आमच्याबरोबर आहे. अभयच्या मागोमाग तो प्राजमध्ये आला. दीर्घकाळापर्यंत तो कंपनीतला सर्वांत तरुण एक्झिक्युटिव्ह होता. तंत्रज्ञान किंवा प्रकल्प उभारणं ही त्याची व्यवसायातील आवड नाही; पण लोकांना हाताळण्याचं कसब त्याच्याकडे आहे आणि ते तो अतिशय कल्पकतेनं वापरतो. परस्परसंबंध हा त्याच्या विक्री-व्यूहरचनेचा पाया आहे. म्हणून तो सुरुवातीला आमच्यासाठी सहकार

क्षेत्रात चपखल बसला. आमचा पश्चिम महाराष्ट्रातला ग्राहक वर्गाचा पाया त्याच्यामुळे विस्तारला आहे; पण त्यानं पूर्ण भारतातल्या इथेनॉल आणि ब्रुअरी प्रकल्पांच्या मार्केटिंगचं काम अंगावर घेऊन तेही यशस्वीपणे केलं आणि आपल्या राज्याच्या बाहेरही तो तितकाच प्रभावी आहे, हे सिद्ध करून आपल्या टीकाकारांना गप्प केलं.

अतुलचं कुटुंब हे त्याच्यासाठी सर्वांत महत्त्वाचं असल्याचं तो मोकळेपणानं कबूल करतो. त्याचे आई-वडील, मुलं सर्व एकत्र, प्रेमानं राहत. कुटुंबापासून दूर राहायला लागू नये, यासाठी कुठलीही खंत न बाळगता त्यानं परदेशातली संधीही नाकारली. पण, व्यवस्थापनशास्त्राचा पदविका अभ्यासक्रम मात्र त्यानं परदेशातून केला. त्याची फुलब्राइट शिष्यवृत्तीसाठीही निवड झाली होती.

सध्या तो प्राजमध्ये इथेनॉलच्या, तसेच नव्यानं विकसित झालेल्या सेल्युलोसिक इथेनॉलच्या संपूर्ण व्यवसायाचं नेतृत्व करतोय. भारतीय उपखंड हे त्याचं मुख्य कार्यक्षेत्र आहे.

उंचपुरी देहयष्टी आणि मोठे हातपाय यांमुळे **मल्लिकार्जुन नवलगुंद (मलिक)** अवाढव्यच भासतो. सर्वसाधारण आकाराच्या सोफा किंवा खुर्चीत स्वतःला कसं बसवायचं, याबद्दल तो कोड्यात पडल्यासारखा दिसतो! आमच्या प्रकल्प विभागात तो प्रथम दाखल झाला आणि तिथं स्वतःला कुठं बसवायचं, हे त्याला नक्की माहीत होतं. सुरुवातीच्या काळात तो कोइमतूरमध्ये राहिला. तमिळनाडूतल्या प्रकल्पांची पहिली बॅच उभारण्याची जबाबदारी त्याची होती; पण लवकरच तो ब्रुअरी विभागात दाखल झाला. त्यानं 'ब्रुअरी विभाग' एकहाती उभारला आणि जागतिक दर्जाचा बनवला. परदेशात काम करण्यासाठी तो नेहमी उत्सुक असायचा.

काही काळ तो आमचा आफ्रिकेतला प्रतिनिधी होता. आमच्या परिवर्तनाच्या स्थित्यंतरप्रक्रियेत तिथली बाजारपेठ विकसित करण्यास त्यानं मदत केली. आफ्रिका खंडात आमचे इथेनॉलचे प्रकल्प विकणं म्हणजे, इथेनॉल चळवळीचा मसीहा बनण्यासारखं होतं. त्यानं ते करून दाखवलं. सध्या तो युरोपातला इथेनॉलचा व्यवसाय बघतोय.

विनती मोघे प्राजमध्ये १९९३मध्ये आली. रोखठोक स्वभावाच्या जोडीला तिच्याकडे इंग्रजी भाषेवरची हुकूमत आहे. अजिबात हयगय न करता, ती शब्दांचा वापर करते. तिच्या टप्प्यात सापडलेल्या कुणावरही

ती शब्दांचा भडिमार करते. त्यामुळे तिच्यापासून 'सावधान'! तिच्याकरिता सर्व काही गंभीर बाबी असतात; दुसरं-तिसरं काही नाही. जे काय करायचं, ते ती अगदी ठामपणे करते. तिच्यावर सोपवलेल्या जवळपास कुठच्याच कामाला ती 'नाही' म्हणत नाही. तिच्या व्यक्तिमत्त्वात निरनिराळ्या छटांचं अनोखं मिश्रण झालेलं आहे. त्यामुळे सर्वोत्कृष्टता, गुणवत्ता, वक्तशीरपणा आणि व्यावसायिकता या मुद्द्यांवरून कुणालाही तिच्यातला दोष दाखवणं अवघडच आहे. चुकून कधी तुम्ही तिला दोष दाखवला, तर तिच्या जबर शाब्दिक माऱ्यासाठी तयार राहा!

लेखीभाषेवरची विनतीची हुकूमत बोलीभाषेइतकीच चांगली आहे. त्यामुळेच ती आमच्या कॉर्पोरेट कम्युनिकेशन आणि मार्केटिंग सर्व्हिसेस विभागांची प्रमुख होती. बाजाराशी संबंधित कल्पनांमध्ये ती रमते. प्रतिमानिर्मिती, माध्यमं हाताळणं, आमच्या 'इन टच' या घरच्याच मासिकाचं संपादन करणं, भारतात आणि बाहेरही परिषदा-प्रदर्शनं आयोजित करणं अशा कसरती ती करत असे. तिच्या सूचना आणि कल्पना आमच्यासारख्या अभियांत्रिकी कंपनीला ग्राह्य वाटत. कारण, तिला या व्यवसायाचं; आमच्या व्यूहरचनेच्या गतिविद्येचं सखोल ज्ञान होतं. गुंतागुंतीच्या कल्पनांचं तिला चटकन आकलन व्हायचं. आकड्यांपासून कल्पनांपर्यंत आणि कल्पनांपासून आकड्यापर्यंत ती लीलया झेप घ्यायची. तिचा आधुनिक दृष्टिकोन आणि ढोबळ कल्पनांविषयीचा कळवळा यांमुळे तिला काही काळ तरी इथं विचित्र वाटलं असेल. संस्थेत तिला स्वीकृती मिळायला जरा जास्तच वेळ लागला. तरीही तिनं स्वतःमध्ये फार मोठे बदल न करता आपली छाप उमटवली आणि स्वतःसाठी स्थान निर्माण केलं.

२३ वर्षांच्या व्यवसायनिष्ठ सेवेनंतर विनतीनं स्वतःचे वेगळे मार्ग चोखाळण्याचा निर्णय घेतला आहे.

आदबशीर आणि रुबाबदार **यशोधन मानकामे** आमचं बँकॉकचं कार्यालय आणि पूर्वेकडच्या देशांतला व्यापार सांभाळतो. आमच्या सारख्या अशिष्ट, निरस अभियंत्यांमध्ये तो जणू आंतरराष्ट्रीय वर्तन-व्यवहार आणि शिष्टाचारांचा विश्वकोशच! विशेषतः चिनी पद्धतींबाबत. कुठल्या ग्राहकाकडे कुठल्या ब्रँडची वाईन न्यायची, कुठले चांगले शिष्टाचार पाळणं आमच्या पथ्यावर पडेल, या सर्व त्याच्या खासियती! यशोधन आजूबाजूला असताना मी या बाबतीत निर्धास्त असतो. त्यानं इशारा केल्यावरच मी सरसावून व्यावसायिक बोलणी

सुरू करतो! पूर्वेकडच्या देशांत प्राजचा पसारा वाढवण्यात त्याचा मोठा सहभाग आहे.

नितीन शेटे आमच्या संशोधन आणि विकास विभागाचा काही दिवस प्रमुख होता. बहुतांश संशोधकांप्रमाणे तो काळजीपूर्वक वागणारा, काटेकोर आणि पद्धतशीर आहे. तो खूप लाजरा आणि अंतर्मुखही आहे. सर्व संशोधकांप्रमाणे तो निव्वळ संशोधनासाठी संशोधन करण्यात आनंदी असे. त्या संशोधनाअंती त्याचा प्रत्यक्षात वापर कसा होणार, याची त्याला फारशी फिकीर नसायची; पण तो लवकरच या मनोभूमिकेतून बाहेर आला. प्राजच्या फेररचनेच्या बदलांच्या काळात मी त्याच्यापुढं आणि त्याच्या टीमपुढं तत्काळ व्यावसायिक फायदा करून देणाऱ्या प्रकल्पांचं आव्हान ठेवलं. त्यानंही ते ताबडतोब पेललं.

नितीनमध्ये उद्यमशीलताही लपलेली होती. त्याच्यामुळे आम्हाला नवीन व्यवसायांची चाचपणी करता आली. २०००च्या दशकाच्या सुरुवातीला केलेला औषधनिर्मिती कंपन्यांना लागणाऱ्या सामग्रीचा व्यवसाय किंवा जैवतंत्रज्ञानावर आधारित काही उत्पादनांचा व्यवसाय आणि नंतर आमचीच निर्मिती असलेल्या इफिटोनसाठी (डिस्टिलरी बायोकन्झ्युमेबल्स) नवीन बाजारपेठ शोधण्याचा प्रयत्न हे त्यापैकी काही. सध्या तो पशुधन आरोग्य आणि आहाराचा नवा व्यवसाय उभारण्यात गुंतलेला आहे. प्राजसाठी या नव्या क्षेत्राची त्यानं शून्यातून उभारणी केली आहे.

वीणा यादव ही पुण्यातल्या सिम्बायोसिस कला आणि वाणिज्य महाविद्यालयाचं प्राचार्यपद सोडून आमच्याकडे आली. आमच्या मनुष्यबळ (एचआर) विभागात काम करू लागली, तेव्हा तिच्याकडे त्यासाठीचं औपचारिक प्रशिक्षण वा गुणवत्ता नव्हती. हे एका तऱ्हेचं धाडस होतं. कारण, ती तिच्यापेक्षा वयानं लहान अशा बॉसच्या हाताखाली, एका अनोळखी क्षेत्रात काम करत होती; पण ती मागं हटली नाही. लवकरच जेव्हा तिच्या बॉसनं दुसरं काम पत्करलं, तेव्हा 'एचआर प्रमुख' म्हणून त्याच्या जागी ती काम बघू लागली. तिचं पुष्कळसं शिक्षण या नोकरीतल्या प्रत्यक्षात मिळालेल्या अनुभवांतूनच झालं. कंपनीतले कर्मचारी तिच्यापुढे आपल्या व्यथा मोकळेपणानं मांडत! त्यामुळेच तिला 'अक्काई' नाव पडलं. अक्काई म्हणजे अक्का (बहीण) आणि आई या शब्दांतून तयार झालेलं नाव.

१९९८-९९मध्ये आम्हाला मोठ्या प्रमाणावर लोक कमी करावे लागले. त्या आमच्या सगळ्यांत अवघड अशा कामामध्ये तिनं आमची योग्य साथ निभावली. अशी कामं भावनिकदृष्ट्या क्लेशदायक, अस्वस्थ करणारी आणि गळून टाकणारी असतात. ती फारकत कितीही सुरळीत पार पडली, तरी त्यातली कटूता सर्वांनाच जाणवते. मनुष्यबळ कमी करण्यात आम्ही जी काही थोडीफार आब राखू शकलो, ती पूर्णतः तिनं समर्थपणे हाताळलेल्या त्या काळामुळेच! आता ती प्राजबरोबर नाही. तिची स्वतःची एचआर सल्लागार कंपनी आहे.

घनश्याम देशपांडे प्राजमध्ये 'जीबीडी' या आद्याक्षरांनीच ओळखला जातो. तो आणि पु. ल. देशपांडे यांच्यात आडनावाशिवाय एक ठळक साम्य आहे. जर तो आमचा तंत्रज्ञान विभागाचा प्रमुख नसता, तर लेखक किंवा नट झाला असता. त्याला 'पन मास्टर' किंवा 'कोट्या'धीश असंही म्हणतात, कारण त्याला प्रत्येकाची; प्रत्येक गोष्टीची भंबेरी उडवायला, मजा करायला आवडतं. त्याचे श्लेष आणि त्यामुळे निर्माण होणारं हास्य अगदी गंभीर परिस्थितीही निवळायला कारणीभूत ठरतं. तो शेक्सपिअरच्या त्या अभिजात शोकांतिकेतल्या विदूषकासारखा वाटतो. अजिबात राग येऊ न देण्याची त्याची क्षमता जितकी आश्चर्यकारक, तितकीच खचवणारीही. अगदी टोकाच्या तणावपूर्व परिस्थितीतही तो शांत राहू शकतो. ग्राहकाला निरनिराळ्या प्रकारचे तांत्रिक पर्याय देताना त्याची सर्जनशीलता दिसते. पुष्कळदा ग्राहक त्याच्या या पर्यायांच्या प्रवाहात गोंधळून जातात. मग आम्हाला त्याच्या या सर्जनशीलतेला लगाम घालावा लागतो. त्याचं नावीन्यपूर्ण तंत्रज्ञानात्मक पुढारीपण आमच्या २०००पासूनच्या संपूर्ण बदलांच्या प्रक्रियेत सर्वांसमोर आलं. ते त्यानं पूर्णतः साध्य केलं.

अरुण टेंगशे हा आमचा प्रकल्प विभागप्रमुख. हा इतका पद्धतशीर, काटेकोर आणि नियम पाळणारा आहे, की त्याच्या नजरेतून सुटून इकडची काडी तिकडेही होऊ शकत नाही! आमच्या उद्योगात प्रकल्पाची कार्यवाही करण्यासाठी त्याच्या या बलस्थानाचा फारच उपयोग होतो. तो अगदी टोकाचा शिस्तशीर आणि स्वतःच्या विश्वात राहणारा माणूस आहे. त्याला एकटं राहू दिलेलं आवडतं. कदाचित हीच शिस्तशीर अंतर्मुखता जपानी संस्कृतीशी चांगली जुळली असावी. जपानमध्ये त्यानं बरीच वर्षं काम केलं. आम्हा सगळ्यांसाठी तो दोन्ही अर्थांनी 'डॉक्टर नो' आहे. (म्हणजे त्याच्यावर

ज्याची जबाबदारी असते, त्यासाठी सर्व माहिती असणारा आणि त्याच्या अनुभवात जे बसत नाही, त्यासाठी माहिती नसणाराही!) तो एकाच वेळी चटपटीत आणि सावध असतो, मळलेल्या वाटेवरूनही जातो आणि नवीन वाटांवरूनही चालतो. भ्रष्ट जगाच्या आमनेसामने आल्यावरही तो त्याच्या प्रामाणिकपणानं, शब्दांच्या पक्केपणानं आणि स्पष्टवक्तेपणानं परिस्थितीतून मार्ग काढायचा.

२०१२मध्ये त्यानं प्राजमधून निवृत्ती घेतली.

विक्रम पंडित हा प्रकल्प विभागात नव्वदच्या दशकाच्या मध्यावर आला. उत्सुक, हसरा, खट्याळ! विक्रमचं आसपासच्या लोकांशी छान जमतं. त्यानंच प्रथम बायोसायकल (बीसीएस) विभागाची संकल्पना मांडली. त्याच्याशी निगडित कल्पनांची मोट एकत्र बांधणाराही तोच. त्याच्या प्रयत्नांमुळे तो विभाग सरतेशेवटी सुरू झाला.

जयंतनं कोलंबियातून प्रतिष्ठेच्या अशा त्या पाच ऑर्डर्स मिळवल्यानंतर ते प्रकल्प उभारण्याचं आणखी अवघड काम विक्रमचं होतं. अशा तऱ्हेनं प्राजचे परदेशी प्रकल्प कार्यालय उभारणारा तो पहिला! ग्राहकाला खूष ठेवणं ही त्याची खुबी. नंतरच्या काळात तर त्याच्यात एक सुप्त व्यावहारिक कसबही दिसून आलं आणि ते आणखी फुलू लागलं!

मॅकेन्झीला आम्ही सल्लागार म्हणून नियुक्त केलेल्या काळात त्यानं ॲकॅडमीची जबाबदारी सांभाळली होती. कामकाजपद्धतीत सुधारणेसाठीच्या प्रणाली आणि यंत्रणा यांची कार्यवाही करण्याची जबाबदारी या ॲकॅडमीवर होती. नंतर सर्व बिझनेस युनिट्स आणि आमची कामगिरी यांवर देखरेखीची जबाबदारी कंपनीच्या अध्यक्षांच्या कार्यालयाचा प्रमुख म्हणून त्याच्यावर सोपवण्यात आली.

दीपक मोगल हा तिहेरी मुकुटधारी आहे. तो चार्टर्ड अकौंटन्सी, कॉस्ट अँड वर्क्स अकौंटिंग आणि कंपनी सेक्रेटरी या तिन्ही परीक्षांमध्ये पहिला आला होता. त्याचा प्रामाणिकपणा, आज्ञाधारकता आणि सचोटी नेहमीच वादातीत होती. माझ्या अत्यंत निराशेच्या क्षणी माझी 'पंचिंग बॅग' बनणं हे त्याचं विशेष कसब होतं. माझ्या वारंवार अन्याय्य अशा रागाच्या उद्रेकावर तो कधीही उलटून बोलल्याचं मला आठवत नाही. कधीकधी त्याचं काय

करावं, हेच मला समजत नसे. कदाचित त्याच्याशिवाय काय करायचं, हेही मला उमगत नसायचं. कदाचित, अशीच भावना माझ्याविषयी त्याच्याही मनात येत असावी. बहुधा तेच आमच्या दोघांचंही प्राक्तन होतं.

२००६पासून तो मूत्रपिंडाच्या विकारानं त्रस्त होता. २०१४मध्ये शेवटी त्यानं निवृत्ती पत्करली. सध्या मूत्रपिंड प्रत्यारोपणाच्या शस्त्रक्रियेनंतर तो व्यवस्थित आहे.

दिलीप देशपांडे डिझाइन इंजिनिअरिंग विभागाचा मुख्य. तो सैन्याचा जनरल असल्याप्रमाणं काटेकोरपणे, नेमकेपणानं काम करत असे. त्याच्याकडे असलेल्या कुठल्याही प्रकल्पातून हा नेमकेपणा स्पष्ट जाणवायचा. आधी कागदावर योजना घेणार, नंतर ती द्विमितीय होणार; मग शक्य तिथं ती त्रिमितीय होणार, त्यानंतरच प्रत्यक्ष काम सुरू होऊन घड्याळाबरहुकूम वेळेत पूर्ण होणार. प्राज कार्यालयाच्या फेररचनेचं काम त्याच्याकडं सोपवल्यावर त्याच्यातला शिस्तबद्धपणा दिसून आला. एखाद्या फिनिक्स पक्ष्याप्रमाणं अक्षरशः राखेतून त्यानं कार्यालय पुनर्जीवित केलं. १५ नोव्हेंबर २०००ला कार्यालयाला आग लागली होती. शॉर्ट सर्किटमुळे आग लागली होती आणि त्यात पहिल्या मजल्याचा पुष्कळसा भाग जळून गेला. आमच्या इलेक्ट्रिकल आणि कम्युनिकेशन्स प्रणालीचं नुकसान झालं होतं. तेव्हा आम्ही दोन पण केले– '४८ तासांत पुन्हा पायावर उभे राहू' आणि 'नऊ दिवसांत नेहमीप्रमाणं कामकाज सुरू होईल.' हे दोन्ही पण आम्ही पूर्ण केले. ही अचाट कामगिरी होती आणि त्यात प्राजच्या सर्व कर्मचाऱ्यांची एकजूट व्यक्त होत होती आणि खासकरून दिलीपच्या या आपत्कालीन व्यवस्थापनातून ते कळत होतं. दिलीपनं २०१०मधल्या पुरानंतर प्राजच्या बावधन कार्यालयातली व्यवस्था पुनःस्थापित करायचं आणि नंतर आमच्या हिंजवडीतल्या नव्या कार्यालयाच्या उभारणीचंही काम केलं.

तो २०१४मध्ये निवृत्त झाला.

अविनाश पाध्ये आणि **प्रमोद कुलकर्णी** हे अनुक्रमे उत्पादन व गुणवत्ता नियंत्रणाचे प्रमुख. तीन वेगवेगळ्या ठिकाणी असलेल्या, नव्वद हजार चौरस फुटांवर पसरलेल्या सुविधांकरिता ते काम करायचे. अविनाश हा हाडाचा कलावंत आणि पूर्णपणे अंतर्मुख. दैनंदिन उत्पादनाचं वेळापत्रक तो सांभाळायचा. उत्पादनाच्या गुणवत्तेची जबाबदारी प्रमोदची होती.

सुरेश प्राज सोडून गेल्यानंतर या दोघांनी आमच्या उत्पादन विभागात लोकाभिमुखता आणली. त्यामुळे त्या विभागात नाट्यमय सुधारणा झाली. उत्पादन विभागात काम करून घेताना त्यांनी त्यांच्या क्षमतांचा उत्तम वापर केला आणि कमीत कमीतून जास्तीत जास्त परिणाम साधण्याचं दोघांचंही कौशल्य तिथं कामी आलं. आमचे स्रोत कमी असूनही संपूर्ण बदलाच्या प्रक्रियेपूर्वी त्यांनी प्राजला द अमेरिकन सोसायटी ऑफ मेकॅनिकल इंजिनिअरिंगचं (एएसएमई) मानांकन प्रमाणपत्र आणि आणखी वरच्या पातळीचं आयएसओ प्रमाणपत्र मिळवून दिलं. आमच्या सणसवाडीच्या कारखान्याला त्यांनी जागतिक दर्जा प्राप्त करून दिला.

शशांककडे मुख्य कार्यकारी अधिकारीपदाची सूत्रं असताना प्राजच्या नव्या व्यवसायाची सूत्रं सांभाळण्यासाठी आम्ही **गजानन नाबर** यांना आमच्या व्यवस्थापन मंडळामध्ये सामाविष्ट करून घेण्यासाठी प्रयत्न केला होता. तेव्हा त्यांना अजून व्यापक जबाबदारी हवी असल्यामुळे, त्यांनी आमची मर्यादित कामाची ऑफर नाकारली. शशांकनं मुख्य कार्यकारीपदावरून पायउतार होण्याचं ठरवल्यावर आम्ही नाबर यांची मुख्य कार्यकारीपदासाठी निवड केली.

सुरुवातीला त्यांच्या जबाबदाऱ्यांमधला काही भाग मी बघत होतो; पण एप्रिल २०१२मध्ये रेज द रिदम हा कार्यक्रम संपल्यानंतर मात्र त्यांच्याकडे संपूर्ण जबाबदाऱ्या सोपवण्यात आल्या. नीला सिस्टम्स (आताची प्राज हायप्युरिटीज सिस्टम्स लिमिटेड) ताब्यात घेण्याचं संपूर्ण श्रेय नाबर यांचंच आहे. कंपनी शोधण्यापासून ते वाटाघाटी करण्याच्या प्रत्येक सोपस्करामध्ये त्यांचं बारकाईनं लक्ष होतं. ते स्वतः बाहेरून प्राजमध्ये आलेले असल्यामुळे त्यांच्याकडे नीला सिस्टम्स प्राजमध्ये सुरळीतपणे सामावून घेण्याची जबाबदारी होती. ती त्यांनी व्यवस्थित पार पाडली. या कंपनीच्या पुढच्या वाढीमध्येही त्यांनी वैयक्तिक सहभाग घेतला आहे.

दत्तात्रय निंबोळकर आमच्याकडं २००७मध्ये रुजू झाला. आमचा अकौंट्स विभाग सांभाळणाऱ्या दीपक मोगलची तब्येत खालावत चालली होती. त्याच्या आजारपणामुळे त्याच्यावरील जबाबदारी हलकी करावी लागली. त्याच्या जागी दत्तात्रयची बदली करण्यात आली. आमच्या अकौंटिंग, सेक्रेटरीयल कामकाज आणि वित्तव्यवस्थापनाची सूत्रं दत्तात्रयला दिली. क्रॉम्प्टन ग्रीव्हजमधून आमच्याकडं आलेला दत्तात्रय आमच्या

व्यवस्थापकीय मंडळातला वरिष्ठ अधिकारी होता. आमच्यावर पडलेल्या प्राप्तिकर विभागाच्या छाप्यानंतर त्यांच्याविरुद्ध दावा उभा करण्यामध्ये त्याचं अमूल्य योगदान होतं. त्यानं काटेकोरपणे ठेवलेल्या कागदोपत्री नोंदींचा प्राप्तिकर विभागाविरुद्धच्या बचावामध्ये उपयोग झाला.

संजय कुलकर्णी हादेखील आमच्याकडे २००७मध्ये रुजू झाला. तो अतिशय हुशार आणि कार्यकुशल व्यवस्थापक होता. त्यानं आमच्या कठीण काळात खालावत चाललेल्या खरेदी विभागात पुष्कळशा सुधारणा घडवून आणल्या. त्याच्या विभागातली व्यवस्था उभारण्यापासून ती सुरळीत चालू ठेवण्यापर्यंतचे कष्ट त्यानं घेतले. खरेदी विभाग आमच्या उत्तम कार्यक्षमतेचं प्रतीक बनले. तो अतिशय कडक शिस्तीचा माणूस. तो त्याचा विभाग त्याच्या ठाम आवाजाप्रमाणेच ठामपणे हाताळायचा.

मॅकेन्झी अहवालात मिळालेल्या सूचनेची अंमलबजावणी करण्यासाठी त्याची फॅसिलिटेटर म्हणून निवड करण्यात आली. २०१५-१६मध्ये या अहवालाची अंमलबजावणी करण्यात आली. संजयनं दिलेलं काम उत्तमपणे पार पाडलं. नुकतीच त्याची इथेनॉलच्या सार्क देशांतल्या बाजारपेठेसाठी बिझनेस मॅनेजर म्हणून नेमणूक झाली आहे.

डॉ. बालू सर्मा हा जीई टेक सेंटरमधून आलेला अतिशय हुशार, सक्षम आणि आंतरराष्ट्रीय व्यवसायाची जाण असलेला व्यवस्थापक. 'प्राज मॅट्रिक्स' या आमच्या संशोधन आणि विकास विभागाचा तो प्रमुख होता. या विभागाची घडी बसवण्याचं काम त्यांनी केलं. २०१३मध्ये त्यांनी प्राज सोडलं, तरी सल्लागाराच्या भूमिकेत प्राजशी त्यांचं नातं कायम आहे.

अनंत पाटील हा हाडाचा इंजिनिअर. तो प्रत्येक प्रकल्प दिलीपप्रमाणे सैनिकी खाक्यात पूर्ण करतो. कुणाच्या चुका सहन न करणारा, त्याबद्दल सर्रास टीका करणारा अनंत गेल्या काही वर्षांत बराचसा मवाळ झाला आहे. त्याच्या ज्ञानाविषयी प्रत्येकाला आदर आहे; पण तरीही त्यानं दिलेल्या सल्ल्याकडे बरेच जण काणाडोळा करतात. पण, तोही चिकाटी सोडत नाही. अनंतचे सर्व कुटुंबीय डॉक्टरी पेशातले आहेत. त्याच्या ज्ञानवैविध्यामुळे त्यानं प्रोसेस इंजिनिअरिंग, प्रपोजल इंजिनिअरिंग, डिटेल्ड इंजिनिअरिंग अशा प्राजमधल्या विविध विभागांमध्ये काम केलं आहे. प्राजमध्ये नव्यानं तयार झालेला बायोसायकल विभागही त्यानं विक्रमच्या हाताखाली सांभाळला.

सध्या तो प्राजच्या ब्रुअरी अँड क्रिटिकल प्रोसेस एक्विपमेंट अँड सिस्टीम या दोन्ही बिझनेस युनिटच्या इंजिनिअरिंगची बाजू सांभाळत आहे.

अनिरुद्ध फडके आमच्याकडे तीस वर्षांपेक्षा जास्त काम करत आहे. अनेक जण त्याला मामा म्हणतात. आमच्याकडे कमर्शियल ऑफिसर म्हणून रुजू झालेला अनिरुद्ध मला चित्रगुप्तासारखा वाटतो. आमच्या सर्व व्यावसायिक व्यवहारांच्या नोंदी त्यानं निर्दोषपणे केल्या आहेत. ऑर्डर पक्की होताना अनिरुद्ध तो विषय हाती घेतो. त्यानंतर प्रस्ताव ते प्रकल्प पूर्ण करून ग्राहकाला देईपर्यंतच्या सर्व प्रक्रियांची आर्थिक बाजू काळजीपूर्वक सांभाळतो. त्याच्या खेळातल्या रुचीमुळे त्याचं 'द्रोणाचार्य' असंही नाव पडलं आहे. प्राजमध्ये स्पोर्ट्स क्लब तयार व्हायला तोच कारणीभूत आहे. सध्या त्यानं खेळात भाग घेणं सोडलं असलं, तरी इतरांना मात्र खेळण्यासाठी भरपूर प्रोत्साहन देत असतो.

संजीव खांडेकर हा मनुष्यबळ विभागात आहे. अतिशय कनवाळू वृत्तीचा. त्याला तीक्ष्ण स्मृतीची देणगी लाभली आहे. त्यामुळेच तो कुणालाही, कुठल्याही वेळेला, भावनिक किंवा शारीरिक संकटात मदत करायला तयार असतो.

आमच्या वेगवेगळ्या विभागीय कार्यालयांमध्ये तो फिरत असला, तरी त्याच्या नजरेतून काही सुटत नाही. त्याला मनुष्यबळ विभागाचा सूत्रधार असंही म्हणतात. पटकन कुणीही उठून त्याच्याकडं जावं, असा हा संजीव. प्राजमध्ये अनेक माणसं आली नि गेली; संजीव मात्र प्राजबरोबर चालतोच आहे!

वासुदेव जोशी हा इथं उल्लेख केलेल्या इतर नावांपेक्षा बऱ्याच उशिरानं प्राज कुटुंबात सामील झाला. त्याच्या कामात शिस्त असते. जयंतला अमेरिकेतला व्यवसाय वाढवताना मदत करताना वासुदेवला प्रकल्पव्यवस्थापनाचा प्रचंड अनुभव मिळाला. त्यानं अनेक वर्षं घनश्यामच्या हाताखालीही काम केलं. सध्या तो आमच्या सेकंड जनरेशन सेल्युलॉसिक इथेनॉलचा व्यवसाय बघतोय. त्याच्या वक्तशीर, शिस्तप्रिय कामाची सवय आणि सर्व क्षेत्रांतला अनुभव यांमुळे आम्ही आणखी उभारी घ्यायला मोठीच मदत होणार आहे, हे नक्की.

विनायक केळकर यानं प्राजच्या सीएसआर उपक्रमांना रचनात्मक स्वरूप दिलं. त्याचा स्वतःचा दृष्टिकोन आणि समाजाचं ऋण फेडण्याचे आदर्श

मार्ग शोधण्यासाठीचं व्यवहारज्ञान यांमुळे आम्ही उत्तम दर्जाचे सीएसआर प्रकल्प उभे करू शकलो. तो सहृदयी आहेच; पण व्यवहारीही आहे. त्याची सहृदयता वाहवत जाणारी नाही.

ज्या कुणी प्राजवर आणि म्हणून माझ्यावर बेहद्द निष्ठा ठेवली, सुख-दुःखांच्या, चढ-उतारांच्या काळात साथ दिली, त्यांच्याकडून मला मिळालेल्या अनुग्रहांची मोजदाद करता येणार नाही; पण आणखी काही जणांचा उल्लेख करणं जरुरीचं आहे. **निमा जोहारे** आमच्या कंपनी लॉ आणि सेक्रेटरी विभागात काम करते. ती नसती, तर संचालक मंडळाच्या बैठकींची संपूर्ण माहिती आणि बॅक-अप कुठून मिळवायचा ते मला कळालं नसतं. **सुरेंद्र खैरनार** आमच्या कंपनीच्या अकौंट्स आणि ओव्हरहेड्सची जबाबदारी चोखपणे सांभाळतो. जमा-खर्चाचा चोख ताळमेळ साधणं आणि कामातली अचूकता ही त्याची वैशिष्ट्यं. त्यांचे एमआयएसचे अहवाल बिनधोकपणे भरवसा ठेवावा, असे असतात. **श्रीरंग कोळपे** जनरल ॲडमिनिस्ट्रेशनमधला माणूस. टेलिफोन लाइन कशी दुरुस्त करायची, मोटारींचा ताफा कसा हाताळायचा किंवा एमएसईबी किंवा टेलिफोन विभागांत किंवा आमच्या यंत्रणा सुरळीत चालू ठेवण्यासाठीच्या इतर अनेक कार्यालयांशी कसा संपर्क साधायचा, हे त्याच्याशिवाय मला कळालं नसतं. **सुधाकर चौगुले** आमचं अगदी पाच हजार चौरस फुटांचं वर्कशॉप असल्यापासून आमच्या तंबूचा खांब आहे. त्याच्यामुळे उत्पादन विभागातलं व्यवस्थापन आणि पर्सोनेल विभाग सुरळीत चालतात... आणि शेवटी **नारायण नलावडे.** त्याच्यावर टाकलेलं प्रत्येक काम तो हसतमुखानं पुरं करतो. त्यामुळेच तो मला आवडला आणि मी त्याला 'कार्यालयीन मदतनीस' म्हणून १९९२मध्ये घेतलं. तो प्रचंड कष्ट करून इतक्या पटकन शिकला, स्वतःला प्रशिक्षित केलं, की आमच्या माहिती-तंत्रज्ञान (आयटी) विभागाचा 'मॅन फ्रायडे' बनला आहे.

या सर्व चांगल्या लोकांबरोबर काम करण्याची मला संधी मिळाली, हे मी माझं भाग्य समजतो. या सगळ्यांमुळेच तर माझं आयुष्य समृद्ध होतंय. या सर्वांनी माझ्या बरोबरीनं वाटचाल केली आहे...

३० सदुपदेशक आणि हितचिंतक

आयुष्यात तुम्हाला कोण-कोण लोक भेटणार हे आधीच ठरलेलं असतं, असं मानणाऱ्यांपैकी मी आहे. तुम्ही ज्यांच्यामुळे घडता किंवा जे तुमच्यामुळे घडतात, त्या दोघांनाही यात निवडीचा पर्याय नसतो. कुठल्यातरी निश्चित हेतूनं ते घडत असतं. त्यामुळे तुम्ही परस्परांकडे गुरुत्वाकर्षणानं आकर्षित व्हावं तसं ओढले जाता... जणूकाही एका अनाकलनीय शक्तीनं प्रभावित झाल्यासारखं!

मी माझ्या मार्गदर्शकांची निवड जाणीवपूर्वक केली की ते विधिलिखित होतं, हे सांगता येणार नाही. एखाद्या योगायोगानं झालेल्या भेटीतून ओळख होते. एखाद्यातल्या एखाद्या गुणानं तुम्ही मोहित होता. तुमच्यातली एखादी तार छेडली जाते. तुम्ही त्याच्याशी अहमहमिका करायला लागता किंवा त्याला तुमच्या संदर्भचौकटीत महत्त्वाचं स्थान देता.

उदाहरणार्थ, **कै. एच.के. फिरोदिया** (सगळे जण त्यांना 'काकाजी' म्हणत असत). मी त्यांना गुरू मानतो, हे त्यांना माहिती होतं. अगदी बजाज टेम्पोच्या दिवसांपासून मी त्यांच्या व्यवस्थापकीय पद्धतीनं प्रभावित झालो होतो. मला आठवतं, ते शॉप फ्लोअरवर फेरी मारायचे, तेव्हा सर्व गोष्टी बारकाईनं न्याहाळायचे. त्यांच्या तीक्ष्ण नजरेतून आणि ऐकण्यातून काहीच सुटायचं नाही. यंत्रांचा आवाज, जमिनीवर पडलेला एखादा बोल्ट, आपल्या जागी नसलेला एखादा कामगार, मालाच्या यादीतला गोंधळ काही-काही त्यांच्या नजरेतून सुटायचं नाही. त्यांना न आवडणाऱ्या गोष्टींबद्दलही ते कधीच आक्रमक व्हायचे नाहीत किंवा चिडचिडदेखील करायचे नाहीत. ते संबंधितांना स्वतंत्रपणे कार्यालयात बोलवायचे आणि ताकीद द्यायचे.

ते चेंबर ऑफ कॉमर्सच्या कामासाठी इतका वेळ आणि ऊर्जा वापरताना पाहून मला सुखद आश्चर्य वाटलं होतं. एकदा आम्ही दोघं त्या वर्षासाठीच्या

तरुण आणि नावीन्यपूर्ण कल्पना साकारणाऱ्या उद्योजकाची निवड करण्यासाठीच्या समितीत एकत्र होतो.

''तुम्ही अशा कामासाठी का वेळ देता?'' मी कुतूहलानं त्यांना विचारलं.

''मी जेव्हा या तरुण वैज्ञानिक आणि उद्योजकांच्या संपर्कात येतो, तेव्हा खूप शिकतो. मला उत्साह, ऊर्जा मिळते. त्यांच्या डोक्यात काय चाललंय ते जाणून घ्यायला मला खरंच आवडतं आणि या कामामुळे मला ते करण्याचा राजरस्ता मिळतो...'' त्यांनी उत्तर दिलं.

हे वयाच्या सत्तराव्या वर्षी! यातच मला शिकण्यासारखं खूप काही होतं!

कै. रेनट्रुप विंटरगालेन हे विडियाच्या दिवसातले माझे सदुपदेशक (मेंटॉर) नक्कीच होते. जर्मन लोकांबद्दलची माझी जी समजूत होती, तसे ते नव्हते! सांगायला, स्पष्टीकरण द्यायला, मार्गदर्शन करायला पूर्णपणे मनमोकळे. आपल्या कामाबाहेरचंही पाहायला ते उत्सुक असायचे. कधीकधी ते माझ्या खांद्यावर हात टाकून फिरायचे, तेव्हा मला अगदी एखाद्या निष्पाप लहान मुलासारखं वाटायचं. अशा वेळी ते कंपनी पुढे काय व्यवसायवृद्धी करणार आहे आणि त्या योजनेत त्यांची माझ्याकडून काय अपेक्षाय, तेही सांगायचे.

आता जेव्हा मी मागे वळून त्या दिवसांचा विचार करतो, तेव्हा आम्हा दोघांत जिंकण्याची जात्याच सहजवृत्ती होती, असं मला जाणवतं. बहुतांश महत्त्वाकांक्षी माणसांप्रमाणं आम्हाला धंदा हा युद्धासारखा वाटत असे. मग लढाया छोट्या असोत की मोठ्या, त्यात रक्तपात होवो की मनुष्यसंहार; सरतेशेवटी जिंकणं हेच युद्धात महत्त्वाचं ठरतं. या भावना त्यांनी माझ्यात वाढवल्या. एरवी त्या भावना आपल्यात आहेत, हे अगदी स्वतःशीही कबूल करण्याचं धैर्य माझ्यात पूर्वी नव्हतं. त्यांच्यामुळे माझ्यात आत्मविश्वास आला आणि माझ्याही नकळत भविष्यातल्या जबाबदारीसाठी मी सज्ज होत गेलो.

रेनट्रुप नेहमी मला मोठं अवकाश पाहायला सांगायचे. हे मोठं अवकाश म्हणजे त्यांना जागतिक परिस्थितीचं भान असणं अभिप्रेत असे. आंतरराष्ट्रीय आणि जागतिक स्तरावर पोचण्याची माझी महत्त्वाकांक्षा त्यांच्यामुळेच आहे.

दुर्दैवानं त्यांचं अकाली निधन झालं. प्राजबरोबर इथवर पोचल्यावर आता मला ते आपल्यात नसल्याची बोचणी आहे. त्यांची थाप पाठीवर पडण्याची माझी आस अजून मिटलेली नाही...

शरदराव पवार यांच्या संपर्कात मला बऱ्याच वेळा येण्याची संधी मिळाली. त्यांच्याबरोबरचा क्वचितच घडणारा संवाद हा अगदी त्रोटक आणि तरीही अतिशय अर्थपूर्ण असे. शेती आणि उद्योग या क्षेत्रांबद्दलच्या त्यांच्या विशाल दृष्टीनं मी थक्क होत असे. एकाच वेळी वेगवेगळ्या विषयांवर विचार करण्याच्या आणि प्रत्येक गोष्टीतला बारकावा पकडण्याच्या त्यांच्या क्षमतेनं मला थक्क व्हायला होतं.

इथेनॉल उद्योगामुळे भारतातल्या कृषिक्षेत्रात, खासकरून महाराष्ट्राच्या कृषिक्षेत्रात चांगलं काय घडू शकेल, हे आधीच पाहू शकणाऱ्या मोजक्या लोकांपैकी ते आहेत. महाराष्ट्राच्या हितासाठीची त्यांची तळमळ सर्वज्ञात आहे. आम्ही दोघांनी पाहिलेलं दुसरं स्वप्न म्हणजे, शेतमालावर प्रक्रिया करून शेतकऱ्यांची औद्योगिक भरभराट साधणं. एक सामान्य शेतकरी भारताच्या कृषी-आधारित भवितव्यात एक महत्त्वाचा दुवा बनावा, अशी त्यांच्याप्रमाणे माझीसुद्धा इच्छा आहे.

आम्ही केलेल्या कामाबद्दलचं त्यांचं प्रेम आणि गुणग्राहकता, हा माझ्यासाठी प्रेरणेचा मोठा स्रोत आहे. गरज पडल्यास माझे कान उपटायलाही त्यांनी मागं-पुढं पाहिलेलं नाही. ते आमच्यासाठी मोठा आधार, समुपदेशक, सल्लागार आणि मार्गदर्शक आहेत.

नारायण वाघुल आयसीआयसीआयचे अध्यक्ष होते, तेव्हा त्यांच्याबरोबर माझा अगदीच अल्पसा; परंतु कायमचा स्मरणात राहावा, असा संवाद घडला. समतोल, न्याय्य विचारांचे आणि चटकन निर्णय घेणारे, अशी त्यांची ख्याती होती. सर्वांत नावीन्यपूर्ण मार्गानं उद्योगक्षेत्राची वाढ आणि भरभराट व्हावी, अशा धारणेतून त्यांनी आयसीआयसीआयच्या अर्थसाह्य धोरणाची फेररचना केली. उद्योगजगतातूनही त्याचं स्वागतच झालं.

मी त्यांना १९८७मध्ये भेटून स्प्रॅनीहिलेटरचा प्रस्ताव देऊन साहस वित्त निधीची मागणी केली होती. त्यांची जशी ख्याती होती, तसाच प्रतिसाद त्यांच्याकडून आम्हाला मिळाला. पुढे १९९७मध्ये त्यांनी प्राज हाऊसचं

उद्‌घाटन केलं, तो क्षण माझ्यासाठी अतिशय आनंदाचा होता. तोपर्यंत आयसीआयसीआयच्या साहस वित्त निधी विभागाच्या दृष्टीनं प्राज हे वित्तसाह्याचं यशस्वी उदाहरण म्हणून सांगितलं जाऊ लागलं होतं. प्राज हाऊसच्या उद्‌घाटनप्रसंगी केलेल्या भाषणात त्यांनी राष्ट्रवादाच्या भावनेला नवा अर्थ दिला. ते म्हणाले, "आंतरराष्ट्रीय क्षेत्रात चमकण्यासाठी सक्षम होणं हीच राष्ट्रवादाची व्याख्या करण्याचा सर्वोत्तम मार्ग होय. कुठल्याही कंपनीनं कालांतरानं संस्था म्हणून प्रगतीचा टप्पा गाठायला हवा." मी जे तत्त्वज्ञान प्राजसाठी वापरलं त्यातले हे महत्त्वाचे विचार आहेत, असं मला अगदी प्रामाणिकपणे वाटतं.

डॉ. रघुनाथ माशेलकर यांचे ऊर्जा आणि उत्साह सहज लागण व्हावी, एवढे आहेत आणि त्याबद्दल कुणाला आश्चर्य वाटायला नको. ते स्वतः गरिबीतून वर येऊन धैर्य, कठोर परिश्रम आणि अदम्य आशावाद यांचं प्रतीक झाले आहेत. विज्ञान आणि तंत्रज्ञानाच्या आपल्या आचेनं त्यांनी अनेकांच्या आयुष्यांना स्पर्श केला आहे. त्या अनेकांपैकी प्रेरित झालेला आणि मोहित झालेला मीही एक.

भारताच्या भवितव्यावर आणि विज्ञान-तंत्रज्ञानाच्या संशोधनात भारत जागतिक स्तरावर जी भूमिका बजावू शकेल, त्यावर त्यांचा दृढ विश्वास आहे. त्यामुळे तर ते मला अधिकच प्रिय वाटतात. त्यांच्याशी बोलण्यानंही आपल्याला ऊर्जा मिळते. त्यांच्या सहवासातून अनेक कल्पना फुलतात!

राष्ट्रीय-आंतरराष्ट्रीय पातळ्यांवर सतत प्रकाशझोतात राहूनही आणि राजकीय दृष्टिक्षेपात असूनही त्याचा त्यांच्यावर परिणाम झालेला नाही. त्यांच्या काळजाला भिडलेल्या विषयांसाठीच ते वेळ देतात आणि त्यांत स्वतःला झोकून देतात. त्यांच्या शब्दाला अनेकांसाठी अनेकार्थांनी महत्त्व आहे. 'सरस्वतीची पूजा तुम्हाला लक्ष्मीचा मार्ग दाखवते,' असं ते म्हणतात. वरकरणी विरोधाभासी भारतीय मानसिकतेला साद घालण्यात आणि ज्ञानोपासकांना स्वतःला पडताळण्यासाठी प्रवृत्त करण्यास हे वाक्य कारणीभूत ठरलं आहे. भारतीय पेटंट आणि बौद्धिक संपदेच्या हक्कांसाठी त्यांनी जे चिकाटीनं काम केलं आहे, त्यातूनही ही उक्तीच तर सिद्ध होते!

जैवसंशोधनाच्या धाग्यानं आम्ही दोघे जोडलेले आहोत; पण त्यात एक महत्त्वाचा फरक आहे. ते जैवरसायन, जैवतंत्रज्ञान आणि त्यांतर्गत येणाऱ्या सगळ्यावर गाढ प्रेम करतात. ते एक वैज्ञानिक आणि द्रष्टे आहेत. मी मात्र

त्यांच्याएवढी उंची न गाठता विज्ञानाच्या उपयोजकतेचाच विचार करू शकतो. तरीही, ते मला नेहमीच उत्तेजन देत राहिले आहेत.

आमच्या मॅट्रिक्स- इनोव्हेशन सेंटरचं उद्घाटन करायला त्यांनी होकार दिला, तेव्हा मला अभिमान वाटला होता. त्यांच्या परीसस्पर्शानं माझ्या सहकाऱ्यांमध्ये वैज्ञानिक वृत्ती बळावेल आणि प्राज मॅट्रिक्स इथेनॉलसंबंधीच्या संशोधनविषयक सर्व बाबींसाठी आंतरराष्ट्रीय केंद्र बनेल, अशी माझी अपेक्षा होती आणि झालंही तसंच!

नितीन गडकरी कृषिक्षेत्र, कृषिप्रक्रिया उद्योग आणि शेतकऱ्यांविषयी कळवळा असणारे तरुण राजकारणी आहेत. याचनिमित्तानं त्यांच्याशी माझा संपर्क आला. कडवळापासून इथेनॉल तयार होईल का, ही शक्यता त्यांना तपासून बघायची होती. त्यानिमित्तानं माझी त्यांच्याशी पहिली भेट झाली. स्वच्छ आणि हरित इंधनामध्येही त्यांना मोठा रस होता. या संदर्भात त्यांच्याकडे फक्त वेगळ्या कल्पनाच नव्हत्या, तर देशाच्या वाहतूकक्षेत्रात झालेल्या स्वच्छ इंधनाच्या चळवळीला त्यांनी मोठं बळ दिलं आहे.

गडकरी व्यक्तिशः असंख्य कल्पना बाळगणारे, अतिशय उत्साही आणि चैतन्यदायी आहेत. ते समग्रतेनं विचार करतात. त्यांच्या बारकाव्यानं काम करून घेण्याच्या पद्धतीचं गेल्या पंधरा वर्षांहून अधिक काळ मला कौतुक वाटत राहिलं आहे. ते सध्या केंद्रीय रस्ते विकास, महामार्ग आणि जहाजबांधणी खात्याचे मंत्री आहेत. इथेनॉलमिश्रित इंधन आणि बायो-सीएनजी गाड्यांच्या वापराला ते प्रोत्साहन देतात. प्राजच्या तांत्रिक क्षमतेवरही त्यांनी कायम विश्वास ठेवला आहे.

व्ही.ए. दातार, **बर्जिस देसाई** आणि **दलजित मिरचंदानी** हे आमचे प्रोत्साहक. प्राजच्या या रंगतदार प्रवासात ते आमच्या संपूर्ण संचाला हुरूप देत आले आहेत.

आमच्या संचालक मंडळावर येण्याच्या पुष्कळ आधी **व्ही.ए. दातार** व्हल्कन लाव्हल कंपनीचे व्यवस्थापकीय संचालक होते. आमच्या आरंभीच्या काळात आमच्या व्यवस्थापकीय कार्यपद्धतीमध्ये त्यांनी त्यांना अपेक्षित असलेली आंतरराष्ट्रीय संस्कृती आणली. त्यांनीच आमच्या पसरट कल्पनांना आणि भरभरून वाहणाऱ्या तारुण्यपूर्ण ऊर्जेला नेमस्त स्वरूप दिलं. आमच्या पडत्या काळात त्यांनीच आम्हाला धैर्य आणि प्रेरणा दिली.

आम्ही 'एका वेळी एक प्रकल्प' या स्थितीतून 'एका वेळी विविध प्रकल्प' या अवस्थेपर्यंत पोचलो, तेव्हा दातारांनी हात धरून पद्धतशीरपणे व्यवसायविस्ताराच्या प्रक्रियेत मदत केली. त्यांनी कंपनीतली पुनरवलोकन पद्धत शून्यातून उभारली. त्यामुळे आम्ही बारकाव्यांसह प्रकल्प योजना आखायला शिकलो आणि तिच्या कार्यवाहीच्या प्रत्येक स्तरावर बारकाईनं नजर ठेवू लागलो.

संचालक मंडळातून ते निवृत्त झाल्यावरही आम्ही त्यांना आमच्या न पारखलेल्या कल्पना ऐकवायचो. त्यांचं आकलन आणि सल्ला यांचा आम्हाला खूप उपयोग झाला. त्यांचा उत्साह आणि बुद्धीची कुशाग्रता यांचा दबदबा जाणवायचा आणि तो शेवटपर्यंत तसाच राहिला.

बर्जिस देसाई १९८९मध्ये आमचा स्पर्धक असलेल्या अल्फा लाव्हलचे वकील म्हणून एका प्रकरणात आमच्या विरोधात युक्तिवाद करत होते. नंतरच्या काळात आमच्या एका समाईक मित्रामार्फत त्यांना मी प्राजच्या सल्लागार आणि संचालक मंडळावर येण्याचं आमंत्रण दिलं. १९९२पासून ते आमच्यासोबत आहेत. असं कायद्याचं ज्ञान आणि आकड्यांबाबतची तल्लखता मला इतरत्र क्वचित आढळली आहे. वकील म्हणजे आपल्याला 'तुम्ही काय करू शकता' याऐवजी 'तुम्ही काय करायचं नाही' हे सांगणारा माणूस, अशी आपली एरवी धारणा असते. पण, बर्जिस यांचा व्यवसायाकडे पाहण्याचा दृष्टिकोन अत्यंत सकारात्मक आहे आणि त्यांच्या सर्वच कॉर्पोरेट ग्राहकांना त्यामुळेच ते प्रिय वाटतात.

बर्जिस आमचे उदार मनाचे टीकाकार, सल्लागार आणि मध्यस्थ आहेत; पण या सगळ्यापेक्षा महत्त्वाचं म्हणजे ते आमचे हितचिंतक आहेत. आर्थिक आणि वाणिज्य विषयक कायदेशीर बाबींमध्ये आणि त्यातला व्यवसाय आणि नफ्याच्या जंजाळात अडकून पडावं लागणारा, हा माणूस एखाद्या लांब पल्ल्याच्या विमान प्रवासात तुम्हाला अध्यात्माचं नवीनच आलेलं पुस्तकही वाचताना आढळू शकतो! अलीकडं त्यांच्या अश्वप्रेमाला भरतं आलं आहे. घोड्याची कुठली पैदास उत्तम कामगिरी करते आणि तसा उत्कृष्ट आणि भरवशाचा घोडा कसा शोधायचा, याविषयी बोलण्यात ते रमून जातात.

बर्जिस स्वतःला विश्वास बसणार नाही एवढं व्यग्र ठेवतात. एका खंडातून दुसऱ्या खंडात प्रवास करणं, आंतरराष्ट्रीय उद्योगसमूहांतील कायदेशीर विवाद सोडवणं अशी कामं ते करतात. त्यामुळेच त्यांची जेव्हा सर्वाधिक गरज

असते, तेव्हा ते सापडतच नाही. मग काय करणार? प्रार्थना करायची आणि त्यांच्या फोनवर न कंटाळता कॉल करत राहायचं. त्यांचा फोन क्वचितच 'शांत' असतो. अदृश्य होण्याच्या क्लृप्त्या ते सहजपणे साधतात; पण अटीतटीच्या वेळी ते नेहमीच आमच्या बाजूनं उभे राहिले आहेत आणि प्राजच्या दृष्टीनं योग्य तेच त्यांनी केलं आहे.

दलजित मिरचंदानी हे माझ्याबरोबर बराच काळ व्यतीत केलेलं व्यक्तिमत्त्व! व्ही.ए. दातार यांनी पहिल्यांदा प्राजमध्ये व्यावसायिक कार्यपद्धती आणली. नंतर ते वयोमानानुसार संचालक मंडळाच्या जबाबदारीतून झाल्यानंतर कंपनीमध्ये मोठी पोकळी निर्माण झाली. त्यानंतर दलजित प्राजमध्ये आले आणि त्यांनी ती पोकळी भरून काढली. तेव्हापासून त्यांनी अनेक समस्या मार्गी लावल्या.

त्यांचं वैशिष्ट्य म्हणजे, किर्लोस्करसारखी कुटुंबसंचालित कंपनी आणि इंगरसोल रँड ही अमेरिकी पक्की व्यवसायिक कंपनी अशा दोन्ही प्रकारच्या कंपन्यांत काम करण्याचा अनुभव त्यांना होता. तेव्हा मी जर्मन कंपनी विडियामध्ये नोकरी करत होतो. कामाच्या निमित्तानं आमचा संपर्क व्हायचा. पुढे ते अमेरिकी कंपनीत असतानाही त्यांच्याशी संपर्क कायम होता. त्यांचं व्यक्तिमत्त्व भलतंच प्रभावी. धोरणआखणी आणि व्यवस्थापकीय काम यांत त्यांचं प्रावीण्य. त्यांच्याकडे तरही खूप चांगले गुण आहेत. ते प्राजच्या प्रगतीसाठी उपयोगी पडतील, असं वाटत होतं. त्यांच्या निवृत्तीची कुणकुण लागताच मी त्यांना प्राजसाठी 'कॉर्पोरेट सल्लागार' म्हणून काम करण्याची गळ घातली. धोरणकर्ता आणि सल्लागार म्हणून त्यांचं मोल मला माहिती होतं.

२००८मध्ये दलजित 'इंगर्सोल रँड' कंपनीच्या भारतातल्या शाखेचे अध्यक्ष म्हणून निवृत्त झाले. त्यानंतर ते बेंगळुरूतून पुण्यात स्थायिक झाले. प्राजचे सल्लागार म्हणून दिलेली ऑफर त्यांनी लगेच स्वीकारली. आमच्या व्यवस्थापनामध्ये ते झटकन सामावून गेले. आता तर माझ्यासाठी आणि वरिष्ठ अधिकाऱ्यांसाठी ते प्रोत्साहनाचा मोठा स्रोत बनले आहेत. कसोटीच्या अनेक प्रसंगी माझ्या निर्णयावर शिक्कामोर्तब करण्यासाठी त्यांचा सल्ला उपयोगी ठरला. ते कायम स्पष्टपणे सल्ला देतात. त्यांच्याकडं परिस्थिती समजून घेऊन तिला प्रतिसाद देण्याची विलक्षण हातोटी आहे. त्यांची एखाद्या घटनेवर

निःपक्षपाती, स्वतंत्रपणे विचार करण्याची पद्धत कंपनीच्या फायद्याचीच ठरते. म्हणूनच आमच्यासाठी हे अमूल्य व्यक्तिमत्त्व आहे.

दलजित यांच्या कौशल्यामुळे आणि चाणाक्षपणामुळे २००९-१०च्या मंदीतल्या कठीण काळातून आम्ही सहीसलामत बाहेर पडू शकलो. कंपनीला जर स्वतःला समस्यांवर उपाय शोधता येत नसतील, तर बाहेरून सल्लागारांची मदत घ्यावी लागेल, असं त्यांनीच ऑक्टोबर २०१३मध्ये व्यवस्थापक मंडळाला सांगितलं होतं. त्यांचा हा सुज्ञतेचा सल्ला आम्ही ऐकला आणि कंपनीच्या प्रवासातला तो मैलाचा दगड ठरला.

दलजित अतिशय नम्र; पण ठाम बोलणारे आहेत. कधीकधी माझ्या अधीर स्वभावावर त्यांची स्थिरता औषध ठरतं आणि हे सांगायला मला कुठलाही संकोच वाटत नाही.

दलजित यांचा प्राज आणि माझ्या कुटुंबाबरोबरही ऋणानुबंध कायम आहे. २०१५मध्ये माझ्या आग्रहास्तव त्यांनी प्राजच्या संचालक मंडळामध्ये येण्याची तयारी दाखवली.

माझ्या करिअरमध्ये असे उत्साही हितचिंतक मला मिळाले, त्याबद्दल मी स्वतःला नशीबवान समजतो.

असे लोक मला माझे 'मार्गदर्शक' म्हणून मिळाले, हे माझं भाग्यच आहे.

व्यवसायाच्या अगदी सुरुवातीच्या दिवसांत फिरोदिया आणि विंटरगालेन, तर नंतरच्या काळात पवार, माशेलकर, वाघुल आणि गडकरी यांचं मार्गदर्शन मला मिळालं. त्यात भर पडली ती दातारांपासून दलजित आणि बर्जिस यांच्यापर्यंत प्रत्येकानं दिलेल्या प्रोत्साहनाची. एरवी, प्राजचा माझा प्रवास यापेक्षा अधिक चांगला होऊच शकला नसता...

खरोखर मी फारफार भाग्यवान आहे.

३१ यांच्या नजरेतून...

डॉ. रघुनाथ माशेलकर
माजी महासंचालक, कौन्सिल ऑफ सायंटिफिक अँड इंडस्ट्रीयल रीसर्च (सीएसआयआर), भारत आणि अध्यक्ष, ग्लोबल रीसर्च अलायन्स.

उत्तम माणूस, उच्च प्रतीचा व्यावसायिक आणि द्रष्टा नेता म्हणून प्रमोदला मी बरीच वर्षं ओळखतो. स्वतःच्या आयुष्याबद्दलचं त्याचं हे कथन त्याच्या निरनिराळ्या पैलूंवर प्रकाश टाकतं; असे काही पैलू त्याच्यात आहेत, हे मला माहीतच नव्हतं.

प्रमोदनं दुसऱ्यांसाठी काम करून करिअरची सुरुवात केली आणि आता तो स्वतः अनेकांचा पोषिंदा झाला आहे.

प्रमोदचा संघर्ष आणि यशोगाथेतून तरुण तंत्रोद्योजकांना घेण्यासारखे बरेच मौल्यवान धडे आहेत. प्रमोदच्याच शब्दांत सांगायचं, तर "सहकार्य करार वगैरे ठीक आहे; पण कुठल्याही धंद्याच्या दीर्घकालीन स्पर्धेत धावायचं असल्यास तुम्ही तंत्रज्ञानाच्या बाबतीत स्वावलंबी असायलाच हवं. स्वतः तंत्रज्ञान रुजवून वाढायला हवं." मी नेहमीच म्हणतो, "ताकद ताकदीचा आदर करते..." सर्व बलस्थानांमध्ये तंत्रज्ञानाची ताकद ही सर्वांत श्रेष्ठ आहे. या तंत्रज्ञानाच्या ताकदीच्या जोरावरच प्राजनं इथेनॉलनिर्मितीमध्ये 'वन स्टॉप शॉप' अशी हेवा वाटण्याजोगी कीर्ती मिळवली आहे.

प्रमोदसाठी सर्वकाही योग्य घडत आहे. त्याचे विलक्षण नेतृत्वगुण जागतिक पातळीवर ओळखले जात आहेत. प्राज हा एक ब्रँड बनला आहे. प्रमोदचा संशोधन, तंत्रज्ञान आणि नावीन्यपूर्णता यांवरचा भरवसा प्राजला पुढे आणि भरपूर उंचीवर नेईल. जोपर्यंत सूर्य प्रकाशतो आहे, तोपर्यंत कर्बोदकं असतीलच आणि तेच भविष्यात ऊर्जेचा स्रोत पुरवतील. म्हणूनच प्राज योग्य वेळी, योग्य व्यवसायात कार्यरत आहे.

शिवाय, प्रमोद आणि प्राज कुटुंबाची आंतरिक शक्ती, हाच या कंपनीचा सर्वांत मोठा ठेवा आहे.

प्रमोद आणि परिमल हे भारतातल्या सर्वांत बुद्धिवान जोडप्यांपैकी एक आहे. व्यावसायिक वाढ ही आनंदी कौटुंबिक जीवनाशी घट्टपणे जोडलेली असते. प्रमोद आणि परिमल हे एक उत्तम जोडपं आहे. त्यांचं भवितव्य उज्ज्वल आहे.

प्राजचं मूल्य हे तिच्या शेअर बाजारभावावरून अजमावता येत नाही. अधिक दमदार अशा एकविसाव्या शतकात भारतात जे लाखो तरुण तंत्रोद्योजक तयार होणार आहेत, त्यांना प्राज किती प्रोत्साहित करते, यावरून ते मूल्य ठरेल.

•••

बाबा कल्याणी

अध्यक्ष, कल्याणी उद्योगसमूह

प्रमोदला मी गेली बरीच वर्षं ओळखतोय. मी त्याला भेटतो, तेव्हा नेहेमी त्याच्यातील उत्साह भरभरून वाहत असतो अन् हा उत्साह फक्त त्याच्या व्यवसायापुरता मर्यादित नाही!

प्रमोदनं अतिशय मर्यादित साधनांतून त्याचा व्यवसाय सुरू केला. मात्र, त्याच्याकडे चांगली टीम जमवण्याची हातोटी आहे. स्वतः तंत्रज्ञ असल्यामुळे त्याच्याकडं कल्पनांचा खजिना होता. या कल्पना त्यानं प्रत्यक्षातही आणल्या. सामान्य माणसाकडून असामान्य कामगिरी करून घेण्याचं अद्वितीय कौशल्य

त्याच्यात आहे. कधीही हार न मानण्याच्या प्रमोदच्या लढवय्या वृत्तीमुळे त्याच्यावर आलेल्या संकटांना त्यानं तोंड दिलंच; त्याचबरोबरीनं संकटातून नव्या संधीही शोधल्या.

प्राज सध्या बदलत्या हवामानाच्या विषयांशी निगडित काम करत आहे. हवामानातले बदल हा जगाच्या दृष्टीनं कळीचा मुद्दा बनल्यानं जागतिक पातळीवर प्राजला स्वतःचं स्थान निर्माण करण्यात यश मिळालं आहे. भारतासारख्या उभरत्या अर्थव्यवस्थेत प्राज करत असलेलं काम अत्यंत महत्त्वपूर्ण आहे. या क्षेत्रात प्राजसारखी कंपनी आणि प्रमोदचं नेतृत्व बघणं आल्हाददायक वाटतं.

हे एकविसावं शतक तंत्रज्ञानाचं शतक असल्याचं एव्हाना स्पष्ट झालंय. सगळं जग भारतीयांच्या तंत्रज्ञाननैपुण्याला, त्याच्या प्रभावशाली वापराला कायम कमी लेखत आलं आहे; पण निकटच्या भविष्यात भारतच तंत्रज्ञानाच्या बाबतीत मोठं भांडार असेल, असं मला वैयक्तिकरीत्या वाटतं... आणि प्रमोदसारखे उद्योजक जागतिक बाजारपेठेत भारताचं नेतृत्व करतील.

प्रमोदला भविष्यातल्या त्याच्या सर्व योजनांसाठी माझ्याकडून शुभेच्छा! प्राज भारताचं नाव उज्ज्वल करेल, याची मला खात्री आहे.

• • •

प्रदीप भार्गव

संचालक, कमिन्स इंडिया

मी प्रमोदबरोबर सीआयआयच्या व्यासपीठावरून काम केलं आहे. त्याच्याकडं आकर्षित करणारे दोन गुण आहेत. एक म्हणजे समन्वय- सगळ्या गोष्टी एकत्रितपणे जमवून आणणं आणि दुसरं म्हणजे संतुलन! अतिशय संतुलित उद्दिष्टं गाठण्याचा दृष्टिकोन त्याच्याकडे कायमच होता. प्राजनं पुणे आणि महाराष्ट्रापलीकडे कार्यक्षेत्र कधीच विस्तारलं आहे. आता तर राष्ट्रीय-आंतरराष्ट्रीय बाजारपेठांतला हिस्सा मजबूत करण्याच्या दिशेनंही वाटचाल केली आहे.

हा मैलाचा दगड पार करायची आपली प्रत्येकाची इच्छा असते; पण इतरांना इथपर्यंत पोचण्यासाठी वयाची साठी ओलांडावी लागते. त्यापेक्षा आधीच प्रमोदनं हे साध्य केलं. 'व्यावसायिक नेतृत्व ते प्रेरणादायी नेता' असा बदल त्याच्यामध्ये झाला आहे.

प्रमोद-परिमल हे अतिशय प्रेमळ आणि मैत्रीसाठी सदैव पाठीशी उभं राहणारं जोडपं आहे. प्रमोद मला आधी का भेटला नाही, याची मला कायम खंत वाटते. तरीही, ही कसर आम्ही भरून काढली आहे.

• • •

प्रतापराव पवार
अध्यक्ष, सकाळ माध्यम समूह

प्रमोदचा संपूर्ण प्रवास हे एका तल्लख बुद्धिमत्तेच्या विद्यार्थ्याचं तंत्रज्ञ म्हणून झालेल्या परिवर्तनाचं एक उत्तम उदाहरण आहे. आपल्या समाजात उद्यमशीलतेसाठी उपयुक्त वातावरण असतं, तर अनेकांनी प्रमोद चौधरींसारखी उडी घेतली असती.

एका सर्वसाधारण महाराष्ट्रीय विचारसरणी असणाऱ्या कुटुंबातल्या मुलानं व्यवसाय करण्याचा विचार करणं कठीण ठरावं, अशा काळात प्रमोदचा प्रवास सुरू झाला. प्राजच्या टीमनं कंपनी यशस्वी करण्यासाठी केलेला झगडा बघितल्यापासून मला प्रमोदचं खूप कौतुक वाटतं. सुदैवानं, एवढ्या संघर्षानंतरही त्यानं त्याची स्वतःची अशी जागा तयार केली आहे. त्याच्या नावीन्यपूर्ण कल्पना आणि आउट ऑफ बॉक्स विचार करण्याच्या वृत्तीनं आंतरराष्ट्रीय पातळीवर प्रभाव निर्माण केला आहे.

प्रमोदचं व्यवसायाबरोबरीनं आपण समाजाचं देणं लागतो, या भावनेतून केलेलं सामजिक कार्यसुद्धा कौतुकास्पद आहे. समाजाचं भलं होण्यासाठी त्यानं अनेक प्रकल्पांसाठी फक्त स्थानिक पातळीवर नव्हे, तर संपूर्ण देशपातळीवर स्वतःचे स्रोत वापरले आहेत.

काही संस्थांच्या माध्यमातून वैयक्तिकरीत्या मलाही प्रमोदबरोबर काम करण्याची संधी मिळाली. मला तो अतिशय तीक्ष्ण बुद्धिमत्तेचा, कामाशी वचनबद्ध आणि त्यावर लक्ष केंद्रित करणारा वाटला. त्यानं त्याचा व्यवसाय आणि सामाजिक कार्य अविश्रांत-उत्साहीपणे असंच सुरू ठेवावं, उत्तरोत्तर अधिक उंची गाठावी, अशा शुभेच्छा मी देतो.

सगळ्यांनी वाचायलाच हवी, अशी ही कथा प्रमोद आणि प्राज दोघांचीही आहे.

३२ परिमल, माझी सखी

ती भेटली नसती, तर कदाचित माझ्या व्यक्तिमत्त्वाचे काही कंगोरे उजळलेच नसते. खरंच कधीकधी प्रश्न पडतो– तिच्याविना माझं जगणं इतकं समृद्ध झालं असतं का? माझ्या व्यक्तिमत्त्वात संवेदनशीलता किंवा जीवनाचा आस्वाद घेण्याची वृत्ती निर्माण झाली असती का?

हे जिच्यामुळं घडलं, ती म्हणजे माझी सर्वांत जवळची व्यक्ती... जिवलग सखी, रोखठोक टीकाकार, सदैव साथ करणारी, प्रोत्साहन देणारी. माझ्या जीवनात 'साउंडिंग बोर्ड'ची भूमिका बजावणारी आणि खरंच जिच्यासोबत असण्यानं जीवनाला अर्थ प्राप्त होतो... अशी ती.

माझी पत्नी, परिमल.

परिमलनं गेल्या ४३-४४ वर्षांच्या सहवासात 'मला नेमकं काय दिलं', हे सांगणं कठीण आहे. कारण सर्वच भावनांना, त्यांच्या छटांना शब्दरूप देता येत नाही; पण तिचा ठाम पाठिंबा, तिच्यामुळे सजगपणे अनुभवलेली मूल्यं या गोष्टी माझ्यासाठी सतत ऊर्जा देणाऱ्या, उत्साह वाढवणाऱ्या ठरल्या. माझं वैयक्तिक आयुष्य तिनं व्यापून टाकलंच; शिवाय व्यावसायिक निर्णय घेतानाही तिचा हा पाठिंबा बळ देणारा ठरला. वैयक्तिक जीवनात आणि व्यवसायातसुद्धा मी काही महत्त्वाच्या संकल्पनांवर काम करणार असेन, तर पहिल्यांदा तिच्याशी चर्चा करतो. त्या प्रत्यक्षात आणण्यापूर्वी तिच्याकडून होकार आला, तर मी त्या निर्णयाबाबत निश्चिंत होतो. माझ्या व्यक्तिमत्त्वाचे अनेक पैलू तिच्यामुळे खुलले. कला हे त्याचं एक उदाहरण. वास्तुकला, चित्रकला, चित्रपट या विषयांसाठी ती माझा संदर्भग्रंथ आहे. तिच्याकडूनच मला या गोष्टींबाबत माहिती मिळते, त्यातले बारकावे समजतात, त्यांचं रसग्रहण करण्याची दृष्टीही मिळते. परिणामी, माझ्या जीवनाची या विषयांची खिडकी उघडली गेली. त्यातूनच माझं आयुष्य अधिक समृद्ध झालं आहे. माझी या विषयांबाबतचा रस घेण्याची दृष्टीही विकसित झाली आहे.

परिमलची स्मरणशक्ती दांडगी आहे. सर्वांची नावं, घटना, त्यांतले बारकावे अचूकपणे तिच्या स्मरणात राहतात. ती मनानं हळवी आहे, तेवढीच स्पष्टवक्तीसुद्धा. माणसांना धरून ठेवणं, हा तिचा विशेष गुण. आम्ही दोघं नातेवाईक, मित्रमंडळी, स्नेही अशा सर्वांशी जोडलेलो आहोत. तसं राहण्यामध्ये, हा संवाद कायम टिकण्यात परिमलचीच भूमिका महत्त्वाची ठरली आहे. ती गमतीनं म्हणतेसुद्धा- ''मी नसते तर तुझ्या पोस्टाच्या पेटीत फक्त विजेची बिलं किंवा बँक स्टेटमेंट आली असती; लोकांची पत्रं-शुभेच्छापत्रं पाहायला मिळालीच नसती!''

तिची आणि माझी पहिली भेट १९७०च्या दिवाळीत झाली. तेव्हाची ती आशा मांडके! आम्ही फलटणजवळच्या साखरवाडी कॉलनीमध्ये भेटलो. मी आयआयटीच्या शेवटच्या वर्षाला होतो आणि ती आठवीत. आम्हा दोघांचेही वडील साखरवाडीच्या कारखान्यात अधिकारी होते. त्यामुळे दोन्ही कुटुंबं कॉलनीत राहायची. ती शिक्षणासाठी आजोळी- बेळगावला राहिली होती. सुट्यांमध्येच कॉलनीत येणं व्हायचं. दोन्ही कुटुंबांची जवळीक असल्यानं दिवाळीत एकमेकांच्या घरी जाणं-येणं होतं. पहिल्या भेटीत तिचं व्यक्तिमत्त्व माझ्या लक्षात राहिलं- एक धीट, चुणचुणीत आणि निरागस मुलगी. फाडफाड इंग्रजी बोलणारी! (इंग्रजीव्यतिरिक्त आणखी चार भाषांवर तिचं प्रभुत्व होतं, हे मला नंतर समजलं. उत्तर प्रदेशात जन्म झाल्यामुळं आणि कुटुंबाचं काही काळ तिथंच वास्तव्य असल्यानं हिंदी, नंतर शालेय शिक्षण बेळगावात झाल्यानं अभ्यासक्रमातली कन्नड, सुमारे आठ वर्षं तिचं कुटुंब युगांडा-केनियामध्ये राहिल्यामुळे तिथली भाषा स्वाहिली आणि तिथल्या गुजराथी समाजातल्या वावरामुळे गुजराथी या चार भाषा परिमलला अवगत आहेत. पुण्यात आल्यानंतर तिनं मराठीवरही प्रभुत्व मिळवलंय.)

त्यानंतर लगेचच नाताळाच्या सुटीत पुन्हा आमची गाठ पडली. २४ डिसेंबर १९७०ला माझ्या धाकट्या बहिणीचं लग्न होतं. साखरवाडीच्या कॉलनीतच. लग्नात काम करून थकलो होतो. बहिणीची पाठवणी झाल्यामुळे मनही रमत नव्हतं. त्या वेळी तिच्याकडून मानसिक आधार मिळाला. तेव्हा थोडीशी जवळीक निर्माण झाली. या जवळिकीमुळे आमच्यात पत्रव्यवहार सुरू झाला.

तिचा भाऊ अतुल मांडके माझा चांगला मित्र होता. त्यानं पुण्यातील राष्ट्रीय संरक्षण प्रबोधिनीतून (एनडीए) हवाई दलाचा तीन वर्षांचा

अभ्यासक्रम पूर्ण केला होता. त्यानंतर हैदराबादला त्याचं प्रशिक्षण सुरू होतं. ते सुरू असताना २० फेब्रुवारी १९७१ला त्याच्या लढाऊ विमानाला झालेल्या अपघातात तो गेला. त्या वेळी परिमल बेळगावला आणि मी आयआयटीमध्ये असल्यानं दोघंही त्याच्या अंत्यसंस्कारांना हैदराबाद इथं उपस्थित राहू शकलो नाही. या दुःखद घटनेनंतर माझी मांडके कुटुंबीयांशी जवळीक वाढली. त्यानंतर १९७१च्या मेमध्ये आमची साखरवाडीमध्ये गाठ पडली. माझा आयआयटीचा निकाल लागायचा होता. या भेटीत प्रेमाची बाधा झाल्याचं जाणवलं. ती नववीत होती. आमचा पत्रव्यवहार सुरूच होता. पुढच्या दिवाळीच्या सुमारास (ऑक्टोबर १९७१) पुण्यात भेट झाली. ती काकांकडे पुण्यात आली होती. त्या वेळी मी तिला लग्नाबाबत विचारायचं धाडस केलं. तिनं दोन दिवस घेतले. घरी आईला आणि मोठ्या भावाला विचारून होकार दिला; पण तो एका अटीवर- लग्नानंतरही शिक्षण सुरू ठेवण्याची परवानगी मिळावी. हे केवळ बोलण्यापुरतं नव्हतं. तिनं हे कबूल करून घेतलं आणि भरपूर शिकलीसुद्धा.

ती पुण्यात भावाकडे शिकायला आली. तिनं १९७४मध्ये एमईएस गरवारे महाविद्यालयातून प्री-डिग्री सायन्स (आताची बारावी) पूर्ण केली. मे १९७४मध्ये आमचं लग्न झालं. पुण्यात नारायण पेठेत एका जुन्या वाड्यातल्या दोन खोल्यांमध्ये आम्ही संसार थाटला. तिनं घर, संसार सांभाळून शिक्षण सुरूच ठेवलं. आम्हा दोघांबरोबर माझी धाकटी बहीण उषाही राहत होती. दरम्यान, परिमलनं विज्ञान शाखेकडून कला शाखेत प्रवेश घेतला. स.प. महाविद्यालयातून १९७७मध्ये बी.ए. (इंग्लिश लिटरेचर) पूर्ण केलं. अर्थातच, कुशल गृहिणी म्हणून घर-संसारातली सर्व कर्तव्यं पार पाडून. शिवाय, पुण्यात मध्यवर्ती ठिकाणी घर असल्यानं पाहुण्यांची, लोकांची सतत ये-जा असायची. त्यांची व्यवस्था पाहून उत्तम गुणांनी पदवीचं शिक्षण पूर्ण केलं. त्यानंतर वृत्तपत्रविद्या आणि संज्ञापनाचा (बीसीजे) एका वर्षाचा पदवी अभ्यासक्रम प्रथम श्रेणी मिळवून पूर्ण केला. त्यातही तिनं 'उत्कृष्ट विद्यार्थी' पुरस्कार मिळवला.

बीसीजे पूर्ण केल्यानंतर १९७९मध्ये परिमलनं 'बिझनेस इंडिया'ची पुणे प्रतिनिधी म्हणून नोकरीला सुरुवात केली. तिनं ती नोकरी दोन-तीन वर्षं केली. नोकरी नियमित करणं शक्य होईना, म्हणून तिनं १९८२मध्ये 'मुक्त पत्रकार' म्हणून काम सुरू केलं. ती पत्रकार असल्याचा मला मोठा

फायदा झाला. त्या काळी टेलिफोन मिळणं हे महाकठीण काम होतं. नाव नोंदवल्यानंतर प्रत्यक्षात टेलिफोन मिळण्यासाठी आठ-दहा वर्षं लागायची. 'ओवायटी' (ओन युवर टेलिफोन) योजनेतून तो मिळण्यासाठीसुद्धा दोन-तीन वर्षं मोडायची. मात्र, परिमल पत्रकार असल्याची बाब पथ्यावर पडली. 'स्पेशल ओवायटी' योजनेअंतर्गत लगेचच फोन मिळाला. मी १९८३मध्ये प्राज सुरू केली, तेव्हा फोन असणं हे व्यवसायाच्या दृष्टीनं सुखकर बनलं.

परिमल कष्टाळू, धडपडी असल्याचा पुढंही प्रत्यय येत राहिला. आमचा चिरंजीव पार्थ याच्या जन्मानंतरही तिची शिकण्याची ऊर्मी कायम होती. पार्थचा जन्म २४ डिसेंबर १९८६ला झाला. त्यानंतरही तिनं १९८८ला टिळक महाराष्ट्र विद्यापीठातून 'मास्टर्स कोर्स इन सोशिऑलॉजी, सायकॉलॉजी' असा बहुशाखीय अभ्यासक्रम पूर्ण केला. या अभ्यासक्रमात तिनं मानाचं 'सुवर्णपदक' मिळवलं. पाठोपाठ १९९०च्या सुमाराला रानडे इन्स्टिट्यूटमध्ये वृत्तविद्या आणि संज्ञापना विभागात प्राध्यापक म्हणून काम सुरू केलं. याच दरम्यान तिला रोटरी क्लबची 'ग्रुप स्टडी एक्स्चेंज' (जीएसई) ही शिष्यवृत्ती मिळाली. या शिष्यवृत्तीच्या आधारावर ऑस्ट्रिया आणि अन्य युरोपीय देशांमध्ये जाऊन आली. त्यानंतर १९९३मध्ये तिला फुलब्राईट शिष्यवृत्ती मिळाली. या शिष्यवृत्तीमुळे तिला अमेरिकेतल्या सिरॅक्यूज विद्यापीठातून 'मास्टर्स इन टीव्ही-रेडिओ-फिल्म' या अभ्यासक्रमाला प्रवेश मिळाला. तोही वेळेच्या आधीच पूर्ण करून सप्टेंबर १९९४मध्ये ती भारतात परतली. पुन्हा प्राध्यापक म्हणून तिनं काम सुरू केलं खरं; पण अमेरिकेतल्या अनुभवानंतर इथली व्यवस्था तिला रुचेना. म्हणून ते काम तिनं लगेच सोडून दिलं आणि सर्जनशील लेखनावर भर दिला. १९९७मध्ये तिनं 'टर्टल कम्युनिकेशन' या नावानं स्वतंत्र व्यवसाय सुरू केला. त्या माध्यमातून उद्योगांसाठी, सेवाभावी संस्थांसाठी अनुबोधपट तयार करून देण्याचं काम तिनं सुरू केलं. त्याचकरिता लेखन अधिक प्रभावी करण्यासाठी १९९९-२०००मध्ये केंब्रिज विद्यापीठात क्रिएटिव्ह रायटिंगचा अभ्यासक्रम पूर्ण केला. विविध विषयांवर तिनं फिल्मदेखील बनवल्या...

प्रवास करणं ही आमच्या दोघांमधली समान आवड! आम्ही दोघं खूप फिरलो. तिच्याबरोबरचा प्रत्येक प्रवास हा माझ्यासाठी अविस्मरणीय अनुभव आहे. मी व्यवसायाच्या निमित्तानं खूप फिरलो; पण आम्ही दोघांनी सुरुवातीच्या दिवसांत बस, कार, चालत, गिर्यारोहणासाठी केलेल्या प्रवासाची सर दुसऱ्या कशाला नाही. या प्रवासातल्या आमच्या

दोघांच्या जबाबदाऱ्याही तशा ठरलेल्या असायच्या. प्रवास कसा करायचा, विमानची तिकिटं, हॉटेलचं बुकिंग, तिथं फिरण्याची सोय याची व्यवस्था मी सांभाळायचो; तर कुठं जायचं, काय बघायचं, कसं बघायचं याची जबाबदारी परिमलकडे असायची. ती नसती तर कंबोडियातलं अंकोरवाटचं भव्य मंदिर, तुर्कस्तानातल्या पमुकालेमधले गरम पाण्याचे झरे, स्पेनचा अँडल्युशिया प्रदेश किंवा मोरोक्कोतलं मारकेश हे शहर जगात अस्तित्वात आहे, हेही मला समजलं नसतं.

परिमलला कायम सर्जनशीलतेच्या प्रशिक्षणाबद्दल उत्कंठा होती. एडवर्ड डिबोनो या अमेरिकी तज्ज्ञाच्या कामानं ती प्रभावितही झाली. खुद्द डिबोनो यांच्याकडून सिक्स थिंकिंग हॅटचं प्रशिक्षण घ्यायची तिला संधी मिळाली. लॅटरल थिंकिंग (प्रश्न सोडवण्यासाठीचं सर्जनशील चिंतन), सिंप्लिसिटी (प्रश्नांचा गुंता कमी करण्याचा मार्ग) या संदर्भांतही तिनं अमेरिका, लंडन आणि आयर्लंडमध्ये जाऊन प्रशिक्षण पूर्ण केलं. परिमल प्राजच्या मंडळींचंही प्रशिक्षण घेते. कॉर्पोरेट जगताबरोबरीनं सेवाभावी संस्थांचे कार्यकर्ते, शिक्षक, प्राध्यापक, गृहिणी अशाही लोकांना तिनं प्रशिक्षण दिलं आहे.

दरम्यानच्या काळात प्राज चांगलीच विस्तारली होती. २००४नंतर परिमलनं प्राजमध्ये रस घेणं सुरू केलं. सेवाभावी कामांसाठी २००५मध्ये प्राज फाउंडेशनची स्थापना करण्यात आली, तेव्हापासून तिनं फाउंडेशनची व्यवस्थापकीय विश्वस्त म्हणून जबाबदारी पेलली ती आजतागायत समर्थपणे पेलत आहे. तिच्या स्वभावात माणुसकी आणि कणव हे गुण आहेत. परिणामी, ती या कामात अंत:करणापासून समरस होते. फाउंडेशनला स्वाभाविकपणे त्याचा फायदा होतो. पुढे जुलै २००६मध्ये तिची प्राजच्या संचालक मंडळावरही निवड झाली.

चार दशकांच्या आमच्या वैवाहिक वाटचालीत आम्ही नऊ घरं बदलली. या सगळ्या घरांवर तिच्या सौंदर्यदृष्टीचा प्रभाव होता. लग्नानंतरची चारशे चौरस फुटांची जागा ते आत्ताच्या आमच्या सहा हजार चौरस फुटांच्या घराला तिच्या प्रेमाचा स्पर्श आहे. घराच्या बाबतीत ती अतिशय मेहनती, सक्त आणि चोखंदळ गृहिणी आहे. तिनं संसाराची जबाबदारी एकहाती अगदी यशस्वीपणे पेलली. १९८३च्या सुमारास प्राजची उभारणी आणि पुढच्या काळातला विस्तार यांमध्ये मी पुरता गढून गेलो होतो. त्यामुळे घर, सण-समारंभ, लग्न-बारशी, कुणाचा मृत्यू, वर्षपूर्ती, परंपरा-रीती सांभाळणं

या सांसारिक गोष्टींकडे वेळ देणं शक्य झालं नाही. या संपूर्ण काळात तिनं एकटीनं ही जबाबदारी उचलली. किंबहुना, त्यामुळेच मला मुक्तपणे प्राजकडे पाहणं शक्य झालं...

अशी ही परिमल. तिच्या ऊर्जा, उत्साह आणि इच्छाशक्तीच्या ऋणात मी राहू इच्छितो. यापुढे तिनं पीएच.डी. करायची ठरवलं, तरीही मला आश्चर्य वाटणार नाही. मुक्कामाचा विचार न करता, नव्यानं शोध घेत राहणं म्हणजेच आयुष्य, अशी तिची धारणा आहे.

खरं तर आमचे स्वभाव बऱ्याच बाबतींत भिन्न आहेत. तरीसुद्धा आम्ही एकमेकांना पूरक ठरलो आहोत. आमच्या स्वभावांतली भिन्नताच आम्हाला बांधून ठेवणारी ठरली असावी. अर्थातच प्रेम, विश्वास आणि एकमेकांप्रति आदर या गोष्टी नात्याचा पाया असल्यानं आमचं नातं फुललं, वाढलं आणि टिकलंही!

एकदा परिमलनंच मला वाचायला दिलेली लुई द बर्निएर यांची एक कविता परिमलविषयीच्या माझ्या भावना व्यक्त करते.

प्रेमात पडलो ही भावना ओसरल्यानंतर जे उरतं ते म्हणजे प्रेम.
ही असते एक कला आणि सुदैवानं घडलेला अपघातही.
जे खरं प्रेम करतात त्यांची मुळं वाढतात जमिनीखालून एकमेकांच्या दिशेनं,
आणि जेव्हा कधी सुंदर बहर गळून पडतो, शाखाशाखांवरून...
त्यांना उमजतं, की ते दोघं नाहीच उरलेयत..
एकच झाड झालंय दोघांचं!

३३ | या वळणावर...

माझा तब्बल ६७ वर्षांचा प्रवास! मला आठवतं, तसं कोळपेवाडी आणि फलटणच्या साखर कारखान्यांच्या छोट्याशा वसाहतीपासून ते पुण्यासारख्या महानगर होऊ पाहणाऱ्या शहरापर्यंतचा. वाटेत अनेक नगर-महानगरं आणि अनेक देश पालथे घालत, चढ-उतार, दऱ्या-शिखरं तुडवत इथवर पोचलो. जगाच्या दृष्टीनं मी कदाचित ऐहिक बाबतीत यशस्वी झालो. करिअरच्या सुरुवातीच्या टप्प्यात स्वप्नातही आलं नव्हतं, त्याच्याही पलीकडे पोचलो... पण, म्हणजे जीवनात मला सारं मिळालं का?

हवं ते सर्व करता आलं का?

नेमकं काय मिळवलं मी या प्रवासात?

काय गमावलं?

काय शिकलो?

काय करायचं राहून गेलं?

मला आणखी काय करायचं होतं?

शांतपणे विचार करतो, तेव्हा बऱ्याच गोष्टी मनात येतात.

तशी बरीच मित्रमंडळी जमा झाली. सतत विविध समूहांमध्येही वावरतो; पण माझी पत्नी परिमल वगळता एकही जिवलग मित्र नाही मिळवता आला मला. वाटलं, की जावं त्याच्याकडे, आडपडदा न ठेवता हवं ते सांगावं, मन मोकळं करावं... पण असा दोस्त नाही मिळाला अजून आणि आता उशीर झालाय या गोष्टींना!

कलंदर लोक मला विशेष आवडतात. मन मानेल तसं वागणारे, आपल्याला हवं तसं स्वच्छंदी जगणारे; एकदम मुक्त. खरं तर हेवा वाटतो त्यांचा. मनात आलं, की वाट्टेल ते केलं! काय जगणं असतं बेट्यांचं! मला असं नाही करता आलं. नेहमीच जबाबदारीची भावना. अगदी लहानपणापासून.

त्यामुळे कदाचित हे मनावर बिंबलं असेल खरं तर. लांबचं कशाला? साधं पुण्यात लक्ष्मी रस्त्यानं निवांतपणे चाललो नाही कितीतरी वर्षं. शेवटचा कधी फिरलो, हेही आता आठवत नाही. अजूनही असं करावंसं वाटतं; पण आता रस्त्यावरच्या गर्दीमुळे ते आणखी अवघड बनलंय. शिवाय नाव, पद, चिकटलेली बिरुदं तुमच्यापासून दूर जात नाहीत!

संगीत आत्मसात करावं, शिकून घ्यावं, अशी खूप इच्छा होती. ड्रमसारखी तालवाद्यं शिकण्याचीही खूप ओढ होती. पाश्चात्त्य संगीतात रसही होता; पण ते शिकायला वेळच झाला नाही. आता मनात येतं- एखाद्या वेस्टर्न बँड किंवा फ्युजन बँडला प्रायोजकत्व द्यावं. दुधाची तहान ताकावर भागवण्याचाच हा प्रयत्न!

मी सर्व खेळही चांगले खेळायचो. क्रिकेट, बॅडमिंटन, व्हॉलीबॉल, ब्रिज, चेस हे सारेच खेळ उत्तम खेळायचो. क्रिकेट तर मी आंतरशालेय स्तरावर खेळलो. मात्र, एकही खेळ पुढच्या स्तरावर नेता आला नाही. खरंच वाटतं, यार! आपलं हे 'मिस' झालं...

मला फिरण्याचा छंद आहे. व्यवसायाच्या निमित्तानं भरपूर प्रवास करावाच लागला. इतका, की सुटकेस हीच माझी सखी असायची! तरीसुद्धा सुट्टी घेऊन फिरण्यातला रस अजूनही टिकून राहिला आहे. अशा प्रकारच्या प्रवासासाठीही काही वेळ काढला. आता तर त्यासाठी बराच वेळ देता येतो; पण त्यातही धाडसी असं काही करता आलं नाही. ते राहूनच गेलं.

मला उगाचच वेळ घालवायला अजून तरी आवडत नाही. तरीही मी बऱ्यापैकी समाजात मिळूनमिसळून वावरणारा माणूस. भावनाप्रधानही. घर आणि कुटुंब हा तर माझा प्राण; पण आवडत असूनही कुटुंबाला म्हणावा तेवढा वेळ देऊ शकलो नाही, याची नेहमीच खंत वाटत राहिली.

माझं सारंकाही नियोजनबद्ध. ही जुनीच सवय. इतकं नियोजन, की शाळेच्या दिवसांतही क्रिकेटचा सामना असताना आदल्या दिवशी कुठल्या खेळाडूसाठी कसं क्षेत्ररक्षण लावायचं, याचेच विचार डोक्यात सुरू असायचे! त्यामुळे माझा प्रत्येक आठवडा, प्रत्येक महिना नियोजित असतो. याचे निश्चितपणे फायदे झाले; पण सारं नियोजनानुसारच असल्यामुळे उत्स्फूर्त फारसं काही नसतं. परिमल आणि पार्थ यावरून चिडवतातही, 'तुमचं मजा करणंसुद्धा नियोजनानुसारच असतं ना!' खरंच, नियोजनाचा अतिरेकच झाला माझ्याकडून.

जीवनात बरंचकाही उशिरानं घडत गेलं. १९८०ची गोष्ट. विडिया कंपनीत नोकरी करत होतो. अशाच कुठल्या तरी कार्यशाळेत आयुष्यातल्या स्वप्नांबाबत विचारलं होतं मला. माझं उत्तर होतं- स्वत:च्या मर्सिडीजमधून ‘व्हॅली ऑफ फ्लॉवर्स’ला जायचं. तिथं निवांत फिरायचं. यात दोन गोष्टी होत्या. स्वत:ची मर्सिडीज हे प्रतीकात्मक उत्तर होतं. म्हणजे भरपूर पैसा कमवायचा, जेणेकरून जगाच्या कुठल्याही कोपऱ्याला ऐषारामात जाता यावं आणि व्हॅली ऑफ फ्लॉवर्स का? तर त्याचा अर्थ निसर्गाच्या सान्निध्यात राहणं, सौंदर्य अनुभवणं आणि आयुष्याचा खरा आस्वाद घेणं. पहिली बाब लवकर पूर्ण झाली; पण दुसरी? ती आताशी, काहीअंशी पूर्ण होतेय. बरीच उशिरानं. हे आधी करायला आवडलं असतं. जास्त चांगल्या प्रकारे करता आलं असतं. आता राहिलेल्या गोष्टींपैकी काहींसाठी वेळ काढतोय... असो.

आयुष्यात बरंच शिकलो मात्र. अनेक जण विचारतात, तीस वर्षांच्या व्यावसायिक प्रवासात काय शिकलात? मला अनुभवानं तीन गोष्टींकडे लक्ष द्यायला शिकवलं- माणसं जोडणं, रोकड गाठीशी असणं आणि योग्य संधीचा माग घेणं!

व्यवसायात सर्व प्रकारचे लोक भेटत गेले. त्यांनीच माझ्या प्रवासात महत्त्वाची भूमिका बजावली. सरकारदरबारी चांगल्या अधिकाऱ्यांची ओळख ठेवणं, व्यवसायात चांगले ग्राहक मिळवणं नेहमीच महत्त्वाचं. त्यांच्या सदिच्छा आपल्या पाठीशी असणं, हेही महत्त्वाचं. आपण लोकांकडे कशा नजरेनं पाहतो, हे महत्त्वाचं. कुठलाही किंतु मनात न ठेवता पाहिलं, तर प्रत्येक माणूस चांगलाच असतो. तो तसा नसल्याचं सिद्ध करत नाही, तोवर तर नक्कीच. हे मी मनापासून मानतो आणि तसंच वागतोसुद्धा.

रोकड हे व्यवसायातलं सत्य. तुमचा नफा ‘कॅश फ्लो’ मधून येणं खूपच महत्त्वाचं. तुम्हाला बाजारातून येणं किती आहे, याला फार काही अर्थ नाही. हातात रोकड किती आहे ते महत्त्वाचं. कॅश इज अ रिॲलिटी. त्याचं व्यवस्थापन आवश्यक ठरतं. त्याची किंमत आणि ताकद मला अमेरिकेत हार्वर्ड विद्यापीठात कळाली. हातात रोकड नसताना लोक कसे वागवतात, हे १९९९च्या आर्थिक मंदीमध्ये मी स्वतः अनुभवलं. व्यवसायात येणी फार साठू देऊ नका, असं मी नव्या उद्योजकांना नेहमी सांगतो. वसुलीकडे वेळच्या वेळी लक्ष असू द्या. शेवटी, कॅश इज किंग!

व्यवसायात मी सतत संधी शोधत गेलो, त्यांच्यावर स्वार झालो. आव्हानांमध्येही संधीचा शोध घेतला. त्याची सतत नावीन्याशी सांगड घातली आणि संधीची व्याप्ती वाढवली. मी प्रचंड आशावादी आहे; सकारात्मक विचार करणारा. म्हणून तर जीवनातल्या इतक्या भल्याभल्या चढ-उतारांमध्ये डगमगलो नाही. त्यामुळे यशाच्या मार्गाकडे चालत राहिलो. बऱ्यापैकी यश मिळत गेलं.

मी मुळात तापट स्वभावाचा; पण अनुभवातून शिकत गेलो. शक्यतो कुणालाही दुखवायचं नाही; मग तो कामगार, पुरवठादार किंवा कुणीही असो. त्यामागं दोन कारणं असतात. एक तर, कुणीही माणूस भविष्यात तुमचा ग्राहक बनू शकतो. तुमच्यासाठी महत्त्वाचा ठरू शकतो. दुसरं, दुखावलेला माणूस तुमचं नुकसान करू शकतो. म्हणूनच अगदी कंपनीत मुलाखत द्यायला आलेल्या माणसालाही मी दुखवत नाही. त्याला नोकरी दिली नाही तरी हरकत नाही; पण त्याच्याशी असं वागा, की जाताना त्याला वाटावं, की तो कसा मोठा माणूस आहे!

उद्योजकांसाठी नेतृत्वगुण आवश्यकच. आपण कसं नेतृत्व करतो, हे तितकंच महत्त्वाचं. ते ग्राहकाभिमुख, ज्ञानाभिमुख हवं. त्यात लोकशाही-अधिकारशाही यांचा सुवर्णमध्यसुद्धा साधलेला हवा. अधिकारपदावर असला, तरी उगाचच अधिकार गाजवणं कधीही नसावं. उलट, लोकांबद्दल हळवेपणा असणं गरजेचं. आपल्यासोबत काम करणाऱ्या प्रत्येकाचा आत्मसन्मान जपणं, हेही आवश्यक असतं. त्यांची, त्यांच्या कुटुंबाची आस्थेनं विचारपूस करा. मुलाबाळांबाबत विचारा. मी कर्मचाऱ्यांच्या घरी आवर्जून जातो; त्यामुळे ते जोडले जातात. जवळ आलेले, बराच काळ सोबत राहिलेले, सोडून गेलेलेसुद्धा पुन्हा जवळ आले. यातूनच प्राज ही एक कंपनी नव्हे, तर 'कुटुंब'च बनत गेलं.

सामान्यांकडून असामान्य काम करून घेणं, हीसुद्धा महत्त्वाची बाब. प्रत्येक व्यक्तिमत्त्वामध्ये कुठले ना कुठले चांगले गुण असतातच. ते हेरून त्यांना वाव दिला पाहिजे. लोकांच्या क्षमता बाहेर आणणं, हे खरं कौशल्य. मी तर म्हणेन- एन्करेज देम टू फेल अँड गेट मूव्हिंग! कारण असं केलं तरच उद्योगाची गाडी वेगानं पुढं सरकते.

आपल्या कामाशी एकरूपता किंवा सचोटी हवीच. आपलं काम इतकं उत्तम प्रकारे व्हायला हवं, की ग्राहक दुसऱ्यांदा आपल्याकडे आला पाहिजे.

पुनःपुन्हा मिळणारा व्यवसाय हा कळीचा मुद्दा असतो. पहिलं काम चोखपणे केल्यावरच ग्राहक पुनःपुन्हा आपल्यापाशी येतात. बाब साधीसरळ आहे- पहिल्या कामामुळे ग्राहकाची भरभराट व्हायला हवी. तो नुसताच समाधानी नव्हे, तर अत्यानंदी व्हायला हवा. मग तो इतरत्र जातो कशाला? पुन्हा तुमच्याकडेच येणार!

आत्मविश्वास आणि धोका पत्करण्याची क्षमता, हा तर उद्योजकाचा गाभा! प्रत्येकाकडे तो कमी-अधिक प्रमाणात असतोच. त्यात कशी वाढ करायची, हे पाहावं लागतं. प्रशिक्षण घेऊन तो काही प्रमाणात निश्चितपणे वाढवता येतो; पण कसा? या क्षमता तुमच्या तुम्हालाच वाढवाव्या लागतात. नोकरीत असतानाही जास्त कष्ट घ्यायला हवेत. वॉक एक्स्ट्रॉ माईल ऑन न्यू आयडियाज्. तुमच्यात ऊर्जा हवी, कुतूहल हवं. या गोष्टी असतील तरी आणखी वाढवायला हव्यात... मी अजूनही नव्या गोष्टी शिकण्याचा प्रयत्न करतो. जमत नसतील तर चक्क खासगी शिकवणी लावतो; पण मनात आलेलं शिकून घ्यायचं सोडत नाही. मनी ध्यास असेल तर हे सारं जमतं, करता येतं. मग तुम्हाला कुणी अडवू शकत नाही... एकदा हा ध्यास घेऊन पाहाच!

समारोप

माझ्या आयुष्याची गोळाबेरीज म्हणजे प्राज. पण फक्त आनंदाच्या ध्यासापोटी मी प्राजला वाहून नव्हतं घेतलं! रस्कीन बाँडनं म्हटलेलं खरंच आहे, 'आनंद हा फूलपाखरासारखा निसटता असतो. तुम्ही त्याच्यामागे धावून त्याला पकडू शकत नाही. तुम्ही शांत बसलात तर अलगदपणे ते तुमच्या हातावर येऊन बसेल. त्याचा आनंद अगदी थोडका काळ घेता येतो, कारण असे क्षण पुनःपुन्हा येत नाहीत.'

माझ्या समतोल आयुष्यात समाधान हा माझा चिरंतन साथीदार होता, असा माझा विश्वास आहे. आनंदापेक्षा समाधान हे चिरकाल टिकणारं आणि शाश्वत साथीदार असतं. प्राजला वाहून घेतल्यावर आणि कायम तसाच राहण्यातून मला हे समाधान मिळालं आहे. वय वाढत गेलं तशा अनेक सुखद आठवणी मला प्राजमधून मिळाल्या. यापुढे आयुष्यात जे काही करेन, त्यासाठी या आठवणी आणि अनुभव आधीप्रमाणंच माझी ऊर्जा बनतील.

आयुष्याच्या या वळणावर मी निवृत्तीच्या उंबरठ्यावर येऊन उभा राहिलो आहे. अनेक विषयांतून निवृत्ती! प्राजमधून निवृत्ती, भौतिक सुखातून निवृत्ती, भावभावनांच्या गुंत्यातून निवृत्ती आणि शेवटी, या जगाचा निरोप घेण्याची निवृत्ती.

जेव्हा या मर्यादित आयुष्याचा तर्कसंगत मुक्काम मृत्यू आहे हे लक्षात येतं, तेव्हा आयुष्याचा अर्थ अचानक सुस्पष्ट दिसायला लागतो.

...आणि मला खात्री आहे, जसे माझे शेवटचे क्षण जवळ येतील, त्यांत मी आनंदापेक्षा समाधान शोधीन.

माझा शेवटचा श्वास मी माझे प्राजमधले सुंदर दिवस आठवत, प्राजमधली माणसं आठवत घेईन, तेव्हा माझ्याइतका सुखी आणि भाग्यवान कुणी नसेल.

आभार

हे पुस्तक यांच्या हातभाराविना शक्य झाले नसते...

- डॉ. विजय केळकरः मार्गदर्शन आणि प्रोत्साहनपर शब्दांबद्दल,
- विनती मोघे, डॉ. रवींद्र उटगीकर, प्रसन्न बोरसे, सोहिनी दाम, पुरुषोत्तम कुलकर्णी, केशव माळवे, संदीप कांदळे आणि संदीप जाधवः वेगवेगळ्या पातळ्यांवरच्या समन्वयाबद्दल,
- नारायण नलावडे आणि रमेश भोसलेः अमूल्य अशी छायाचित्रं जपून ठेवल्याबद्दल आणि उपलब्ध करून दिल्याबद्दल,
- अभिजित घोरपडेः माझे विचार कागदावर उतरवताना आणि संहितालेखनाला मदत केल्याबद्दल,
- इमेज मीडियाः संपादनातल्या मदतीबद्दल, आणि,
- परिमलः माझ्यासाठी प्रेरणा आणि कल्पकतेचा स्रोत झाल्याबद्दल,

धन्यवाद.

Together,
let's
preserve
the
meaning
of
nature

क्षणचित्रे

आई, भाऊ, परिमल आणि पार्थ
यांच्यासोबत, १९९०.

चौधरी कुटुंब, २०००.

विस्तारित चौधरी कुटुंब, २०१०.

परिमल आणि पार्थ यांच्यासोबत.

परिमल आणि पार्थ यांच्यासोबत २००३मध्ये दक्षिण आफ्रिकेत सुटीचा आनंद घेताना.

परिमल आणि पार्थ यांच्यासोबत.

राष्ट्रीय पातळीवरचा उद्योजकता पुरस्कार, २००४.

आयकोर पुरस्कार, २००८.

बायोस्पेक्ट्रम नेतृत्वगुण पुरस्कार, २०१३.

शुगर टेक्नॉलॉजिस्ट असोसिएशनचा जीवनगौरव पुरस्कार, २०१३.

मॅक्सेल (महाराष्ट्र कॉर्पोरेट एक्सलन्स) जीवनगौरव पुरस्कार, २०१३.

एम्प्रेसारिओ सर्वाधिक प्रेरणादायी उद्योजकता पुरस्कार, २०१३.

आयआयटी - पवई उल्लेखनीय सेवा पुरस्कार, २०१५.

बिझनेस स्टँडर्ड स्टार एसएमई पुरस्कार,
२००४.

संशोधन आणि विकास कार्याचा डीएसआयआर पुरस्कार, २००५.

एनडीटीव्ही-आऊटलुक मनी पुरस्कार, २००७.

एक अब्ज डॉलर्सपेक्षा कमी उलाढालीच्या गटातील सर्वोत्तम कंपनीसाठीचा फोर्ब्स पुरस्कार, २००७.

डीएचएल-सीएन बीसी टीव्ही १८ आंतरराष्ट्रीय व्यापार पुरस्कार, २००९.

२०१२साठीचा बी.जी. देशमुख कॉर्पोरेट सोशल रिस्पॉन्सिबिलिटी पुरस्कार परिमल स्वीकारताना.

नावीन्यपूर्ण कल्पनाविष्कारासाठीचा असोसिएशन ऑफ बायोटेक्नॉलॉजी लेड एंटरप्राइझेस (एबल) पुरस्कार, २०१३.

सत्पात्री देणगी : पुणे विद्यार्थी गृह संस्थेबरोबरचे जुने संबंध...

प्राज फाउंडेशन आणि इनोरा यांचा संयुक्त
कचरा व्यवस्थापन प्रकल्प, २००८.

प्राज फाउंडेशन आणि रचना सोसायटी यांनी आयोजित केलेला
प्रतिबंधात्मक आरोग्य निगा कार्यक्रम, २००८.

प्राज फाउंडेशनचा रौप्यमहोत्सवी जैवविविधता प्रकल्प, २००९.

प्राज फाउंडेशन आणि इनोरा यांनी राबवलेला कंपोस्ट प्रकल्प, २०१०.

पोषक आहारातून आरोग्याची निगा : खास महिलांसाठीचा कार्यक्रम.

अहमदनगर जिल्ह्यातल्या बालमटाकळी इथं गाळ काढण्याच्या उपक्रमातून जलसंवर्धन.

पश्चिम घाटातल्या जंगले वाचवा प्रकल्पातला सहभाग.

खडकवासला धारणातला गाळ काढण्याच्या ग्रीन थंब संस्थेच्या प्रकल्पातला प्राज फाउंडेशनचा सहभाग.

पिरंगुटमधलं संशोधन आणि विकास केंद्र.

भिवंडीजवळ वाडा इथली प्राज हायप्युरिटी फॅक्टरी.

पुण्याजवळच्या सणसवाडीतलं प्राजचं उत्पादन केंद्र.

पुण्याजवळ जेजुरीत उभारलेलं जनावरांचं आरोग्य आणि आहार केंद्र.

गुजरातमधल्या कांडला सेझमधलं प्राजचं उत्पादनकेंद्र.

आयआयटी- पवई आणि वॉशिंग्टन विद्यापीठ
संयुक्त मंचाचा कार्यक्रम, २०१३.

विनोद खोसला यांच्यासमवेत, प्राज हाऊसमधल्या कार्यक्रमात.

सीआयआयच्या २००९मधल्या जैवइंधन परिषदेत.

आयक्यूब डे -२००६चं उद्घाटन करताना.

डीएसटीएच्या २००९मधल्या चर्चासत्राचं उद्घाटन करताना.

सीआयआयनं २०१०मध्ये आयोजलेल्या महाराष्ट्र दिन कार्यक्रमात.

२०१३मध्ये डिपेक्स प्रदर्शनाच्या उद्घाटनप्रसंगी माजी राष्ट्रपती डॉ. ए.पी.जे. अब्दुल कलाम यांच्यासमवेत.

आयआयटी- पवई इथल्या परिमल आणि प्रमोद चौधरी जैवविज्ञान प्रयोगशाळेचं २०१३मध्ये उद्घाटन करताना.

२०१५मध्ये आयोजित केलेल्या मक्याविषयीच्या तंत्रज्ञान परिषदेत.

आयसीआयसीआयचे अध्यक्ष के.व्ही. कामथ २१ एप्रिल २००८ला प्राज मॅट्रिक्सच्या उद्घाटनाला आले असताना त्यांच्या समवेत.

थरमॅक्सच्या मेहेर पदमजी २००८मध्ये प्राज हाऊसमध्ये भेटीसाठी आल्या असता स्मृतिचिन्ह देऊन त्यांचे स्वागत करताना.

इन्फोसिसचे सहसंस्थापक नंदन नीलेकणी यांच्या समवेत २००७मध्ये, प्राज हाऊसमध्ये.

एसआयबीएमच्या २०१०मधील कार्यक्रमानिमित्त डॉ. शां.ब. मुजुमदार स्वागत करताना.

सीएसआयआरचे महासंचालक प्रा. समीर ब्रह्मचारी यांच्या समवेत, २००८मध्ये.

२००९मध्ये अमेरिकी सिनेटच्या एका सदस्यासोबत.

डॉ. विजय केळकर यांचे २०१३मध्ये प्राज मॅट्रिक्समध्ये स्वागत करताना.

२०१३मध्ये प्रा. एम.एम. शर्मा यांच्यासोबत प्राज मॅट्रिक्समध्ये.

प्राजच्या नव्या लोगोच्या अनावरण कार्यक्रमानिमित्त २०१४मध्ये बजाज ऑटोचे व्यवस्थापकीय संचालक राजीव बजाज यांच्या समवेत.

केंद्रीय अपारंपरिक ऊर्जा खात्याच्या संयुक्त सचिव वर्षा जोशी यांच्या समवेत २०१६मध्ये, प्राज मॅट्रिक्समधल्या सेकंड जनरेशन इथेनॉलच्या पथदर्शी प्रकल्पाचा आढावा घेतल्यानंतर.

नियोजन मंडळाचे सदस्य डॉ. कृष्णस्वामी कस्तुरीरंगन यांच्या समवेत, २०१६मध्ये एआरएआय इथं.

दिवंगत नेते गोपीनाथ मुंडे यांच्या समवेत २००५मध्ये.

तत्कालीन केंद्रीय मंत्री शरद पवार यांच्या समवेत, २००६मध्ये एका इथेनॉल प्रकल्पाच्या उद्घाटनप्रसंगी.

डॉ. फारुक अब्दुल्ला यांच्याा समवेत सीआयआयच्या एका चर्चासत्रात, २००९मध्ये.

माजी केंद्रीय मंत्री पी. चिदंबरम यांच्या समवेत, २०१२मध्ये.

पेट्रोलियम आणि नैसर्गिक वायू खात्याचे मंत्री धर्मेंद्र प्रधान
यांच्या समवेत, २०१६मध्ये, प्राज मॅट्रिक्स इथं.

केंद्रीय मंत्री नितीन गडकरी आणि पुण्याचे पालकमंत्री गिरीश बापट
यांच्या समवेत, २०१६मध्ये, प्राज मॅट्रिक्स इथं.

प्राजच्या सहकाऱ्यांसोबत, १९९५मध्ये सह्याद्रीमधल्या ट्रेकवर.

२००९च्या खेळियाडमध्ये क्रिकेटची मजा लुटताना.

प्राजच्या महिला कर्मचाऱ्यांसमवेत २०१०चा व्हॅलेंटाइन्स डे.

'लिनिएज २००३' कार्यक्रमात सुधीर गाडगीळ यांच्या समवेत.

अभिनेते अतुल कुलकर्णी यांचा २०१०मध्ये सत्कार करताना.

श्री. व सौ. वसंत गोवारीकर यांचे २००८मध्ये स्वागत करताना.